ಅಂತರಾಷ್ಟ್ರೀಯ ಮಹಿಳಾ ದಿನ

ಶತಮಾನೋತ್ಸವ
ಮಾಲಿಕೆ

1

ಸಂಪಾದಕರು
ವಿಮಲಾ ಕೆ.ಎಸ್.

ಮಹಿಳಾ ವಿಮೋಚನೆಯ ಹೋರಾಟಗಳ ನೂರು ವರ್ಷಗಳು

ಎಸ್.ಕೆ.ಗೀತಾ

AA000315

ಚಿಂತನ ಪುಸ್ತಕ

Mahila vimochaneya horatagala nooru varshagalu - Hundred years of struggles for women's emancipation : by S.K.Geetha

© ಲೇಖಕರು

ಪ್ರಥಮ ಮುದ್ರಣ : ಡಿಸೆಂಬರ್ 2011
ISBN No. 978-93-81187-06-7

ಪುಟಗಳು 88+4
ಬೆಲೆ : ರೂ. 70/-

Size	:	Demi 1/8
Paper	:	70 GSM Weightless
Coverpage	:	300 GSM Artboard
Copies	:	1000
Cover Page Design	:	M Ramu

ಲೇಖಕರು : ಎಸ್.ಕೆ.ಗೀತಾ
ಎಸ್-2, 1534, 16ನೇ ಮುಖ್ಯರಸ್ತೆ,
ಎಂ.ಸಿ.ಲೇಔಟ್, ವಿಜಯನಗರ,
ಬೆಂಗಳೂರು - 560 040

ಪ್ರಕಾಶಕರು : ಚಿಂತನ ಪುಸ್ತಕ
405, 1ನೇ ಅಡ್ಡ ರಸ್ತೆ, 10ನೇ ಮುಖ್ಯರಸ್ತೆ, ಡಾಲರ್ಸ್ ಕಾಲೋನಿ,
ಜೆ.ಪಿ.ನಗರ, 4ನೇ ಫೇಸ್, ಬೆಂಗಳೂರು- 560078
Web : chinthanapusthaka.wordpress.com
chinthanapusthaka.blogspot.com
email : chinthana.pusthaka@gmail.com

ಮುದ್ರಣ: ಕ್ರಿಯಾ
#12, 18 ನೇ ಅಡ್ಡರಸ್ತೆ, ಸಂಪಂಗಿರಾಮನಗರ,
ಬೆಂಗಳೂರು-560 027

ವಿತರಕರು: / ಪ್ರತಿಗಳಿಗಾಗಿ ಸಂಪರ್ಕ ವಿಳಾಸ :
ಪುಸ್ತಕ ಪ್ರೀತಿ ಡಿಸ್ಟಿಬ್ಯೂಟರ್ಸ್,,
11-ಎ, ಎಸ್-1, ಅಕ್ಷಯ ಅಪಾರ್ಟ್‌ಮೆಂಟ್,
ತೆಂಗಿನತೋಟ, ನಾಗರಬಾವಿ, ಬೆಂಗಳೂರು - 560 072
email : pusthakapreethi@gmail.com
Phone: 99022-49150, 080-23181500

ಮಹಿಳಾ ದಿನ ಶತಮಾನೋತ್ಸವ ಮಾಲಿಕೆಯಲ್ಲಿ

ಅಂತರ ರಾಷ್ಟ್ರೀಯ ಮಹಿಳಾ ದಿನಕ್ಕೆ ಶತಮಾನದ ಸಂಭ್ರಮ. ನೂರು ವರ್ಷಗಳ ಹಿಂದೆಯೇ "ಕೊನೆಗಾಣದ ಬಾಳಿನ ಗೋಳಿಗೆ ಹೋರಾಟವೆ ದಾರಿ" ಎಂದು ಕಾಯಕಜೀವಿಗಳ ಬವಣೆಯ ಬದುಕಿಗೆ ಹೋರಾಟದ ಪಥವನ್ನು ತೋರಿಸಿಕೊಟ್ಟ ವಿಶ್ವಮಾನ್ಯದಿನವದು. ಈ ದಿನಕ್ಕೆ ಮುನ್ನುಡಿಯನ್ನು ಬರೆದವರು ಇತಿಹಾಸದ ಅವಿಸ್ಮರಣೀಯ ವ್ಯಕ್ತಿ ಕ್ಲಾರಾ ಝೆಟ್ಕಿನ್. ನ್ಯೂಯಾರ್ಕ ನಗರದ ಸಿದ್ಧಪಡಿಸಿದ ಉಡುಪಿನ ಕಾರ್ಖಾನೆಯ ಮಹಿಳೆಯರು ತಮ್ಮ ಅತ್ಯಗತ್ಯ ಬೇಡಿಕೆಗಳಿಗಾಗಿ ನಡೆಸಿದ ಹೋರಾಟದಲ್ಲಿ ಜಯಶೀಲರಾದ ಸಾರ್ಥಕ ಸಮಯುವದು. ಸಮಾಜವಾದೀ ಸಿದ್ಧಾಂತದ ಬೆಳಕಿನಲ್ಲಿ ಬೆಳೆದು ಬಂದ ಕ್ಲಾರಾ ಈ ಹೋರಾಟ ಮತ್ತದರ ಯಶೋಗಾಥೆ ಮುಂದಿನ ಜನಾಂಗಕ್ಕೆ ದಾರಿ ದೀಪವಾಗಬೇಕೆಂದು ಬಯಸಿ ಆ ದಿನ – ಮಾರ್ಚ್ 8 ನ್ನು ಅಂತರ್ರಾಷ್ಟ್ರೀಯ ಮಹಿಳಾ ದಿನವನ್ನಾಗಿ ಘೋಷಿಸಲು ಪ್ರಯತ್ನಿಸಿ ಸಫಲರಾದರು. 1911 ರಿಂದ ಜಗತ್ತಿನೆಲ್ಲೆಡೆ ಈ ದಿನವನ್ನು ಆಚರಿಸಲಾಗುತ್ತಿದೆ. ಹಾಗೆಂದೇ ಈಗ ಈ ದಿನಕ್ಕೆ ಶತಮಾನದ ಸಂಭ್ರಮ.

ಅಂದು ಕಾರ್ಮಿಕ ಮಹಿಳೆಯರ ಬೇಡಿಕೆಗಳ ಹೋರಾಟದ ದಿನವಾಗಿ ಗುರುತಿಸಲ್ಪಟ್ಟಿದ್ದು ಆಚರಣೆಯ ಕಾಲಘಟ್ಟಕ್ಕೆ ಬರುವಾಗ ಮಹಿಳೆಯರ ಎಲ್ಲ ಸಮಸ್ಯೆಗಳ ಅಭಿವ್ಯಕ್ತಿಯ ವೇದಿಕೆಯಾಗಿ ಮಾರ್ಪಾಟುಗೊಂಡಿತು. ದಿನದಿಂದ ದಿನಕ್ಕೆ, ದೇಶದಿಂದ ದೇಶಕ್ಕೆ ಹಬ್ಬಿದ ಈ ಸ್ಫೂರ್ತಿಯ ಕಾವು 1975 ರ ವರ್ಷವನ್ನು ಅಂತರ್ರಾಷ್ಟ್ರೀಯ ಮಹಿಳಾ ವರ್ಷವನ್ನಾಗಿ ವಿಶ್ವ ಸಂಸ್ಥೆ ಘೋಷಿಸುವಂತಹ ವಾತಾವರಣವನ್ನು ನಿರ್ಮಿಸಿತು. ಮಹಿಳಾ ಸಮಾನತೆಯ ಹಾದಿಯಲ್ಲಿ ಇದೊಂದು ಮೈಲಿಗಲ್ಲು. ಈ ಘೋಷಣೆ ವಿಶ್ವ ಮಹಿಳಾದಿನಕ್ಕೆ ಇನ್ನಷ್ಟು ವ್ಯಾಪಕತೆಯನ್ನು ತಂದು ಕೊಟ್ಟಿತು. ಜಗತ್ತಿನಾದ್ಯಂತ ವಿವಿಧ ನೆಲೆಗಳಲ್ಲಿ ಈ ದಿನ ಆಚರಿಸಲ್ಪಡುವಂತಾಯಿತು. ಆ ಸ್ವಾಗತಾರ್ಹ ಹೆಜ್ಜೆಯೊಂದಿಗೆ ಒಂದು ಸಣ್ಣ ಸಮಸ್ಯೆ ಸೃಷ್ಟಿಯಾಗಿದೆ. ಇತಿಹಾಸ ತಿಳಿಯದವರು ಅಂತರ್ರಾಷ್ಟ್ರೀಯ ಮಹಿಳಾದಿನ 1975ರಿಂದೀಚೆಗೆ ಆಚರಿಸಲ್ಪಡುತ್ತಿದೆ ಎಂದು ವ್ಯಾಖ್ಯಾನಿಸುತ್ತಾರೆ. ಅದಲ್ಲ. ಈ ದಿನಕ್ಕೆ ಶತಮಾನದ ಸಾಹಸದ ಇತಿಹಾಸವಿದೆ. ರಕ್ತ ಸಿಕ್ತ ಚರಿತ್ರೆ ಇದೆ. ಭದ್ರ ಬುನಾದಿ ಇದೆ.

'ಜಗತ್ತನ್ನು ಮಹಿಳೆಯ ದೃಷ್ಟಿಯಿಂದ ನೋಡು' – ಇದು 1995ರ ವಿಶ್ವ ಮಹಿಳಾ ಸಮ್ಮೇಳನದ ಘೋಷ ವಾಕ್ಯವಾಗಿತ್ತು. ಇದೂ ಮಾರ್ಚ್ 8 ನ್ನು ಮಹಿಳಾ ದಿನವನ್ನಾಗಿಸಿದ ಹೋರಾಟದ ಒಂದು ಟಿಸಿಲೇ. ಯಾಕೆಂದರೆ ಮಹಿಳೆಯ ಹುಟ್ಟಿನ ಜೊತೆಯೇ ಅಂಟಿಕೊಂಡು ಬರುವ ಅಸಮಾನತೆಯ ವಿರುದ್ಧದ ಧ್ವನಿ ಮಾರ್ದನಿಗೊಳ್ಳುವಾಗೆಲ್ಲ ಅಂದಿನ ಮಹಿಳೆಯರು ಎತ್ತಿದ ಪ್ರತಿಭಟನೆಯ ಸ್ವರದ ಛಾಪು ಇದ್ದೇ ಇರುತ್ತದೆ.

ಕಾಲಚಕ್ರ ತಿರುಗುತ್ತ ತಿರುಗುತ್ತ ಒಂದು ಸುತ್ತು ಬಂದ ಈ ಶತಮಾನದ ಅವಧಿಯಲ್ಲಿ ಪರಿಸ್ಥಿತಿ ಮತ್ತೆ ಮೂಲಕ್ಕೆ ಬಂದು ಸೇರುವ ಸ್ಥಿತಿಯಲ್ಲಿದೆ. ಸಿದ್ಧ ಉಡುಪಿನ ಕಾರ್ಖಾನೆಯ ಮಹಿಳೆಯರ ಹೋರಾಟದಲ್ಲಿ ಜಯಶೀಲರಾಗಿ ಉದ್ಘಾಟಿಸಿದ ಮಹಿಳಾ ದಿನದ ಶತಮಾನ ವರ್ಷದಲ್ಲಿ, ಗಾರ್ಮೆಂಟ್ ಮಹಿಳಾ ಕಾರ್ಮಿಕರು ಬೆಂಗಳೂರಲ್ಲಿ ಮಾತ್ರವಲ್ಲ, ಭಾರತದಲ್ಲಿ ಮಾತ್ರವಲ್ಲ, ಮೂರನೇ ಜಗತ್ತಿನ ಹಲವೆಡೆ ಪುನಃ ಅದೇ ಮೂಲಭೂತ ಹಕ್ಕುಗಳಿಗೆ ಹೋರಾಡಬೇಕಾಗಿದೆ. ಗಾರ್ಮೆಂಟ್ ಮಹಿಳಾ ಕಾರ್ಮಿಕರದ್ದು ಮಾತ್ರವಲ್ಲ, ಎಲ್ಲಾ ದುಡಿಯುವ ಜನರ ಬದುಕು ಜಾಗತೀಕರಣದ ಚೂಪು ಅಲಗಿಗೆ ಸಿಕ್ಕು ನಲುಗಿ ನುಗ್ಗಾಗುತ್ತಿದೆ. ಬಡವರ ಜೇಬಿಗೆ ಬಿದ್ದ ಕತ್ತರಿ ಉಳ್ಳವರ ಖಜಾನೆಯನ್ನು ಭರಪೂರ ತುಂಬಿಸುತ್ತಿದೆ. ದಿನದ ಊಟದ ಪ್ರಶ್ನೆಯ ಎದುರು ಮಿಕ್ಕೆಲ್ಲ ಗೌಣವಾಗಿಬಿಡುವ ಸ್ಥಿತಿಗೆ ಅಸಹಾಯಕರಾಗಿ ಜನ ನೂಕಲ್ಪಡುತ್ತಿದ್ದಾರೆ.

ಇದಕ್ಕೆ ಕುರುಡಾದ ಜಾಗತಿಕರಣದ ಫಲಾನುಭವಿಗಳ ಒಂದು ಸಣ್ಣ ವಿಭಾಗ 'ಚಳುವಳಿಗಳು ಕಾವು ಕಳೆದುಕೊಂಡಿವೆ' ಎಂದು ಹಲ್ಲಿಗಳ ತರಹ ಲೊಚಗುಡುತ್ತಿವೆ. ಇನ್ನು ಒಂದು ಕಾಲದಲ್ಲಿ ಚಳುವಳಿಯಲ್ಲಿ ಅಲ್ಪ ಸ್ವಲ್ಪ ತೊಡಗಿಕೊಂಡಿದ್ದು ನಂತರ ತಮಗೆ ತಾವೇ ನೇಪಥ್ಯಕ್ಕೆ ಸರಿದ ಇನ್ನೊಂದಿಷ್ಟು ಮಂದಿ 'ನಾವಿದ್ದಾಗ ಹಾಗಿತ್ತು ಹೀಗಿತ್ತು' ಎಂಬ ಕನವರಿಕೆಯಲ್ಲಿ ಸಾರ್ಥಕ್ಯ ಕಾಣುತ್ತಿದೆ. ಆದರೆ ಈ ಎರಡರ ಮಧ್ಯೆ ಕನಿಷ್ಟ ಅವಕಾಶಗಳನ್ನೂ ಸಾಧ್ಯತೆಗಳನ್ನಾಗಿಸಿಕೊಂಡು ಚಳುವಳಿಯಲ್ಲಿ ಅಗಾಧ ನಂಬಿಕೆ ಇಟ್ಟುಕೊಂಡ ವಿಭಾಗ ಎದೆಗುಂದದೇ ಮುಂದುವರಿಯುತ್ತಿದೆ. ಈ ವಿಭಾಗಕ್ಕೆ ಕ್ಲಾರಾ ಜೆಟ್ಕಿನ್, ರೋಸಾ ಲಕ್ಸಂಬರ್ಗ, ಆಗಸ್ಟ ಬೆಬೆಲ್ ರಂತಹ ಇತಿಹಾಸ ವಿರಚಿತರು ಸ್ಪೂರ್ತಿಯ ಮೂರ್ತಿಗಳಾಗುತ್ತಾರೆ. ಅವರ ಹೋರಾಟದ ಯಶೋಗಾಥೆ ದಾರಿ ದೀಪವಾಗುತ್ತದೆ. ಈ ನೆಲೆಯಲ್ಲಿ ಚಿಂತನ ಪುಸ್ತಕದ ಈ ಮಾಲಿಕೆಯನ್ನು ರೂಪಿಸಲಾಗಿದೆ. ನಮ್ಮ ಮುಂದಿನ ಜನಾಂಗಕ್ಕೆ ಇದು ಈ ಶತಮಾನದ ಅಪರೂಪದ ಕೊಡುಗೆಯಾಗಲಿದೆ ಎಂದೇ ನನ್ನ ಭಾವನೆ. ಯಾಕೆಂದರೆ ಲಿಂಗತ್ವದ ನೆಲೆಯಲ್ಲಿ ಬರುತ್ತಿರುವ ಹಲವಾರು ಪ್ರಕಟಣೆಗಳು ಶತಮಾನದ ಮಹಾನ್ ಸ್ತ್ರೀ ಪರ ಚಿಂತಕರಾದ ಕ್ಲಾರಾ, ರೋಸಾ, ಆಗಸ್ಟ್ ಬೆಬೆಲ್‌ರನ್ನು ಉಲ್ಲೇಖಿಸಿದ್ದನ್ನು ನಾವು ಕಾಣುವುದಿಲ್ಲ.

ಈ ಮಾಲಿಕೆಯ ಭಾಗವಾಗಿ 4 ಪುಸ್ತಕಗಳು ನಿಮ್ಮ ಮುಂದಿವೆ. ಎಸ್.ಕೆ.ಗೀತಾ ಹಿಡಿದಿಡುವ ಮಹಿಳಾ ಹೋರಾಟದ ಶತಮಾನದ ಸ್ಥೂಲ ಚರಿತ್ರೆ; ಎನ್.ಗಾಯತ್ರಿ

ಅವರ ಕಟ್ಟಿ ಕೊಡುವ 'ಕ್ಲಾರಾ ಝೆಟ್ಕಿನ್' ಮತ್ತು ಭಾರತಿ ಗಾಂವ್ಕರ್ ನಿರೂಪಿಸಿದ 'ರೋಸಾ ಲಕ್ಸಂಬರ್ಗ್' ಇವರುಗಳ ಜೀವನಗಾಥೆ; ಹಾಗೂ ಮಾಧವಿ ಭಂಡಾರಿ ಸಂಪಾದಿಸಿದ 'ನೀನುಂಟು ನಿನ್ನ ರೆಕ್ಕೆಗಳುಂಟು' – ಈ ದಶಕದ ಮಹಿಳಾ ಸಂವೇದನೆಯ ಕಾವ್ಯ ಸಂಕಲನ ಇವು ನಿಮ್ಮ ಮುಂದಿವೆ.

ಇತ್ತೀಚಿನ ವರ್ಷಗಳಲ್ಲಿ ಲಿಂಗ ಸಂವೇದನೆಯ ಕುರಿತು ಅಧ್ಯಯನ ಹಿಂದೆಂದಿಗಿಂತ ಹೆಚ್ಚು ಪ್ರಕಟವಾಗಿಯೇ ನಡೆಯುತ್ತಿದೆ. ಹಲವಾರು ಕೃತಿಗಳು ಹೊರಬಂದಿವೆ. ಮಹಿಳಾ ಅಧ್ಯಯನ ವಿಭಾಗಗಳು ಚರ್ಚೆ, ಗೋಷ್ಠಿಗಳನ್ನು ನಡೆಸಿ ಪ್ರಕಟಿಸುವ ಮೂಲಕವೂ ತಮ್ಮ ಕೊಡುಗೆ ನೀಡುತ್ತಿವೆ. ಅದು ಇನ್ನೂ ದುಪ್ಪಟ್ಟಾಗಬೇಕಾದ ಅಗತ್ಯವಿದೆ. 'ಸಂಕುಚಿತ ಸ್ತ್ರೀ ವಾದೀ' ನೆಲೆಯಿಂದಾಚೆ ಮಹಿಳಾ ವಿಮೋಚನೆಯ ಸ್ಪಷ್ಟ ಕಣ್ಣೋಟವನ್ನು ಹೊಂದಿರುವ ಮಾರ್ಕ್ಸವಾದೀ ದೃಷ್ಟಿಕೋನದಲ್ಲಿ, ವರ್ಗ ಸಂಘರ್ಷದ ನೆಲೆಯಲ್ಲಿಯೇ ಮಹಿಳಾ ಪ್ರಶ್ನೆಯನ್ನೂ ನೋಡುವ, ಮಹಿಳೆಯರ ಸಮಸ್ಯೆ ಒಟ್ಟು ಸಮಾಜದ ಸಮಸ್ಯೆ, ಮತ್ತು ಅದರ ಭಾಗವಾಗಿಯೇ ಮಹಿಳೆಯರ ಸಮಸ್ಯೆಗಳಿಗೂ ಪರಿಹಾರ ಕಾಣಲು ಸಾಧ್ಯವೆಂಬುದನ್ನು ಪ್ರತಿಪಾದಿಸಿದ ಕ್ಲಾರಾ ಝೆಟ್ಕಿನ್ ರೋಸಾ ಲಕ್ಸಂಬರ್ಗ್‌ರಂತಹವರನ್ನು ಎಳೆಯರಿಗೆ ಪರಿಚಯಿಸುವ ನಾಳೆಗೆ ಉಳಿಸುವ ಕಾರ್ಯ ಅತ್ಯಂತ ಜರೂರಿರುವ ಸಂದರ್ಭವಿದು. ಈ ಕೆಲಸವನ್ನು ಅತ್ಯಂತ ಅಚ್ಚು ಕಟ್ಟಾಗಿ ಈ ಮಾಲಿಕೆಯ ಲೇಖಕರು – ಗೆಳತಿಯರಾದ ಡಾ.ಎನ್.ಗಾಯತ್ರಿ, ಎಸ್.ಕೆ.ಗೀತಾ, ಭಾರತಿ ಗಾಂವ್ಕರ್ ನಿರ್ವಹಿಸಿದ್ದಾರೆ. ಅವರಿಗೆ ಹೃತ್ಪೂರ್ವಕ ಧನ್ಯವಾದಗಳು.

ಸಮಾನತೆಯಿಂದ ಸಹಧರ್ಮಿಣಿಯ ಪಟ್ಟಕ್ಕೆ ನೂಕಲ್ಪಟ್ಟ ಮಹಿಳೆ, ಸಹವರ್ತಿತನದಿಂದ ಅನುವರ್ತಿಯಾದ ನೋವಿನ ಗೀತೆಗೆ ತಳಹದಿಯಾದ ಕಟ್ಟುಪಾಡು, "ಸಂಸ್ಕೃತಿ" ಸಂಪ್ರದಾಯ ಗಳ ಸಂಕೋಲೆಗಳ ಬಂಧನಗಳನ್ನು ಮೀರುವ ಉತ್ಕಟತೆಯನ್ನು ಸೃಜನಾತ್ಮಕ ಕಾವ್ಯ, ಸಾಹಿತ್ಯಗಳ ಮೂಲಕ ಅಭಿವ್ಯಕ್ತಿಸಿದ ಪರಂಪರೆ ಇಲ್ಲಿದೆ. ಸರ್ವ ಸಂಗ ಪರಿತ್ಯಾಗ ಮಾಡಿದ ಬುದ್ಧ ಮಹಾತ್ಮ ! ಯಶೋಧರೆ ? ತುಂಬು ಗರ್ಭಿಣಿಯನ್ನು ಕಾಡಿಗಟ್ಟಿದ ರಾಮ ಮರ್ಯಾದಾ ಪುರುಷೋತ್ತಮ ! ಧರಣಿಯೇ ಬಾಯ್ದೆರೆದು ಕರೆದುಕೋ ನನ್ನನ್ನು ಎಂದ ಸೀತೆ ? ಈ ರೀತಿಯ ಪುರಾಣ ಇತಿಹಾಸಗಳ ಸಿದ್ಧ ಮಾದರಿಗಳನ್ನು ಮಹಿಳಾ ಸಂವೇದನೆಯ ರೂಪಕಗಳಾಗಿ ಕಟ್ಟಿ ಕೊಟ್ಟ ಕವನಗಳು, ಅವುಗಳನ್ನು ಹೆಕ್ಕಿ ಹೆಣೆದ ಪರಿ ಅತ್ಯಂತ ಅರ್ಥಪೂರ್ಣವಾಗಿದೆ. "ರವಿ ಕಾಣದ್ದನ್ನು ಕವಿ ಕಂಡ" ಎಂಬ ನಾಣ್ಣುಡಿಗೆ ತಕ್ಕಾಗಿ ವರ್ತಮಾನದ ಬೇಗುದಿಗಳನ್ನು ಕವನಗಳಲ್ಲಿ ಭಿನ್ನ ಆಲೋಚನಾ ಕ್ರಮದೊಂದಿಗೆ ಕಟ್ಟಿಕೊಟ್ಟ ಕವಯಿತ್ರಿಯರಿಗೆ, ಶತಮಾನದ ಮಾಲಿಕೆಗೆ ಅಗತ್ಯವಾದವುಗಳನ್ನು ಆಯ್ದು ಸಮಾಹಿತಗೊಳಿಸಿದ ಮಾಧವಿ ಭಂಡಾರಿಯವರಿಗೆ ಅಭಿನಂದನೆಗಳು ಸಲ್ಲಲೇಬೇಕು.

ಈ ನೆಲದಲ್ಲಿ ಕಷ್ಟ ಜೀವಿಗಳಾಗಿ ತಮ್ಮ ಅಸ್ತಿತ್ವ, ಅಸ್ಮಿತೆಯ ಉಳಿವಿಗಾಗಿ ಹೋರಾಟ ನಡೆಸುತ್ತಿರುವ ಲಕ್ಷಾಂತರ ಜನರಿದ್ದಾರೆ. ಮನದ ಬೇಗುದಿಗಳಿಗೆ

ರೂಪಕೊಡಲಾರದೇ ಬಿಸುಸುಯ್ಯುವ ಜೀವಿಗಳಿಗೆ ಈ ಮಾಲಿಕೆ ಜೀವಜಲವಾಗಲಿ. ಹೋರಾಟದ ಕಣದಲ್ಲಿರುವವರಿಗೆ ಇನ್ನಷ್ಟು ಸ್ಫೂರ್ತಿ, ಚೈತನ್ಯ ಕೊಡಲಿ ಎಂದು ಹಾರೈಸುತ್ತೇನೆ. ಕವನ, ಲೇಖನಗಳಿಗೆ ಪ್ರವೇಶಿಸುವ ಮುನ್ನುಡಿಯ ಹೆಬ್ಬಾಗಿಲಲ್ಲೇ ಅದರ ಸಾರ ಸರ್ವಸ್ವದ ರುಚಿಹತ್ತುವಂತೆ ಬರೆದುಕೊಟ್ಟ ಗೆಳತಿ ಸಬೀಹಾ ಮತ್ತು ಪೂರ್ಣಿಮಾರಿಗೆ ಪ್ರೀತಿಯ ನೆನಕೆಗಳು.

ಈ ಮಾಲಿಕೆಯ ನಾಲ್ಕೂ ಪುಸ್ತಕಗಳನ್ನು ನೀವು ಸ್ವಾಗತಿಸುತ್ತೀರಿ ಎಂದು ನನಗೆ ನಂಬಿಕೆ ಇದೆ. ಈ ಮಾಲಿಕೆಯಲ್ಲಿ ಮಹಿಳೆಯರ ಹೋರಾಟದ ಚರಿತ್ರೆ, ಅಗ್ರಣಿ ನಾಯಕಿಯರ ಜೀವನಗಾಥೆ ಮತ್ತು ಮಹಿಳಾ ಕಾವ್ಯ ಸಂಕಲನ ಮಾತ್ರವಲ್ಲದೆ ಇನ್ನಷ್ಟು ಪುಸ್ತಕಗಳ ಯೋಜನೆ ಹಮ್ಮಿಕೊಳ್ಳಲಾಗಿದೆ. ಮಹಿಳೆಯರನ್ನು ಕಾಡುತ್ತಿರುವ ಅನಾರೋಗ್ಯ ಸಮಸ್ಯೆಯ ಸ್ವರೂಪ, ದೇವದಾಸಿ ಪದ್ಧತಿ, ಮಹಿಳೆಯನ್ನು ಗುಲಾಮರಂತೆ ಮಾರಾಟ ಮಾಡುವ ಜಾಗತಿಕ ದಂಧೆ, ಗಾರ್ಮೆಂಟ್ ಕಾರ್ಮಿಕರ ಸಮಸ್ಯೆ ಮತ್ತು ಮಹಿಳೆಯ ದುಡಿಮೆಯ ರಾಜಕೀಯ ಅರ್ಥಶಾಸ್ತ್ರ – ಇವುಗಳ ಬಗ್ಗೆ ಪುಸ್ತಕಗಳು ಈ ಮಾಲೆಯನ್ನು ಇನ್ನಷ್ಟು ಶ್ರೀಮಂತಗೊಳಿಸಲಿವೆ. ನೀವು ಈ ಪುಸ್ತಕಗಳಿಗೂ ತೋರಲಿರುವ ಸ್ವಾಗತಕ್ಕೆ ಅಡ್ವಾನ್ಸ್ ಕೃತಜ್ಞತೆಗಳು.

ಹೋರಾಟದ ಪರಂಪರೆಯನ್ನು ಎತ್ತಿ ಹಿಡಿಯುವ ಮಹಿಳಾದಿನವನ್ನು, ಸರ್ಕಾರದ ಯೋಜನೆಗಳ ತುತ್ತೂರಿಯಾಗಿ ಬಳಸಿಕೊಳ್ಳುತ್ತಿರುವ ಮತ್ತು ಹೋರಾಟದ ದಿಕ್ಕು ತಪ್ಪಿಸುವ ಶಕ್ತಿಗಳೂ ವಿಶೇಷವಾಗಿ ಆಚರಿಸುವ ಈ ದಿನಗಳಲ್ಲಿ ಈ ಮಾಲಿಕೆ ಸಕಾಲಿಕ. ಮಹಿಳಾ ದಿನಾಚರಣೆಯ ಶತಮಾನದ ಸಂಭ್ರಮಕ್ಕೆ ಅಮೂಲ್ಯ ಕಾಣಿಕೆಯಾಗಿ ಮಹಿಳಾ ಅಧ್ಯಯನಕ್ಕೆ ಅಗತ್ಯವಿರುವ ಪರಿಕರಗಳಾಗಿ ಈ ಮಾಲಿಕೆಯನ್ನು ಹೊರತರುವ ಚಿಂತನ ಬಳಗದ ಪ್ರಯತ್ನಕ್ಕೆ ಮಹಿಳಾ ಚಳುವಳಿ ಆಭಾರಿಯಾಗಿರುತ್ತದೆ.

—ವಿಮಲಾ.ಕೆ.ಎಸ್.

ಪರಿವಿಡಿ

ಕೌಟುಂಬಿಕ ಚೌಕಟ್ಟನ್ನು ದಾಟಿ.....   9

ನಿನ್ನೆಯ ತೊತ್ತು
ಇಂದಿನ ಹೋರಾಟಗಾರ್ತಿ   13

ರೊಟ್ಟಿ ಮತ್ತು ಗುಲಾಬಿ   18

ಸಮಾನತೆಯ ವ್ಯವಸ್ಥೆಯಲ್ಲಿ
ಒಂದು ಅನುಭವ   29

ದಿನ, ವರ್ಷ, ದಶಕ ಮತ್ತು ನಂತರ...
ವಿಶ್ವ ಸಂಸ್ಥೆಯ ಹಿರಿತನದಲ್ಲಿ   33

ಇಪ್ಪತ್ತೊಂದನೇ ಶತಮಾನದ ಗುರಿಗಳು   43

ಜಾಗತೀಕರಣದ ವರ್ಷಗಳಲ್ಲಿ   49

ಭಾರತದ ಆಧುನೀಕರಣದಲ್ಲಿ   53

ಮಹಿಳಾ ಸಬಲೀಕರಣ ತರದ
ನವ-ಉದಾರವಾದಿ ವ್ಯವಸ್ಥೆ   67

'ಈ ದಿನ ನಿಮ್ಮ ದಿನ' !   79

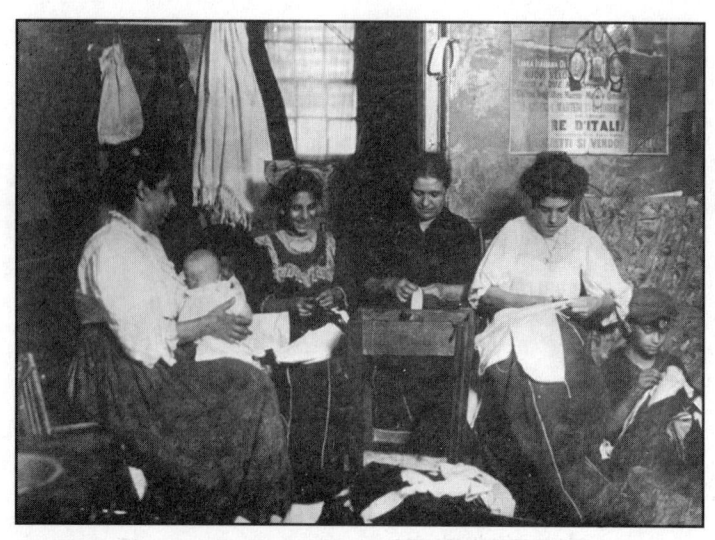

19ನೇಶತಮಾನದ
ಆರಂಭದಲ್ಲಿ
ಬಂಡವಾಳಶಾಹಿ
ಉತ್ಪಾದನಾ
ವ್ಯವಸ್ಥೆಯ,
ಭಾಗವಾದ
ಮಹಿಳಾ
ಗಾರ್ಮೆಂಟ್
ಕಾರ್ಮಿಕರು

ಕೌಟುಂಬಿಕ ಚೌಕಟ್ಟನ್ನು ದಾಟಿ.....

ಅಂತರಾಷ್ಟ್ರೀಯ ಮಹಿಳಾ ದಿನಕ್ಕೆ ಈಗ ಶತಮಾನೋತ್ಸವದ ಸಂಭ್ರಮ. ಮಹಿಳಾ ಸಮಾನತೆಯತ್ತ ಜಗತ್ತಿಗೇ ಕೈದೀವಿಗೆಯಾದ ಮಹಿಳಾ ದಿನದ ನೂರು ವರ್ಷದ ಇತಿಹಾಸ ಮಹಿಳೆಯರ ಪ್ರಗತಿಯ ಹೆಜ್ಜೆ ಗುರುತು. ಎಂತಹ ಕಠಿಣ ಕಾಲದಲ್ಲೂ ಸಮಾನತೆ ಮತ್ತು ಸುಂದರ ಬದುಕಿಗಾಗಿ ಮಹಿಳೆಯರ ತುಡಿತ, ಪ್ರಯತ್ನ ಮತ್ತು ಯಶಸ್ಸಿನ ಸುಂದರ ದಾಖಲೆ ಈ ಅಂತರಾಷ್ಟ್ರೀಯ ಮಹಿಳಾ ದಿನ.

ಮಹಿಳೆಯರ ಸಾಮಾಜಿಕ ಕೊಡುಗೆಗಳನ್ನು ಮಾನ್ಯ ಮಾಡಲು ಮತ್ತು ಅವರ ಬೇಡಿಕೆಗಳನ್ನು ಒತ್ತಾಯಿಸಲು ಪ್ರತಿ ವರ್ಷ, ಪ್ರತಿ ದೇಶದಲ್ಲಿ ನಿರ್ದಿಷ್ಟ ದಿನದಂದು 'ಮಹಿಳಾ ದಿನ'ವನ್ನು ಆಚರಿಸಬೇಕು ಎಂಬ ಜರ್ಮನಿಯ ಸೋಶಲ್ ಡೆಮಾಕ್ರಟಿಕ್ ಪಾರ್ಟಿಯ ಮಹಿಳಾ ಕಚೇರಿಯ ಮುಖ್ಯಸ್ಥೆ ಕ್ಲಾರಾ ಜೆಟ್ಕಿನ್ ಅವರ ಸೂಚನೆಯನ್ನು 1910ರಲ್ಲಿ ಕೋಪನ್‌ಹೇಗನ್‌ನಲ್ಲಿ ನಡೆದ ದ್ವಿತೀಯ ಅಂತರಾಷ್ಟ್ರೀಯ ದುಡಿಯುವ ಮಹಿಳೆಯರ ಸಮ್ಮೇಳನ ಸರ್ವಾನುಮತದಿಂದ ಅಂಗೀಕರಿಸಿತು. ಅಂದಿನಿಂದ ಇಂದಿನವರೆಗೆ ಮಹಿಳಾ ಸಮಾನತೆ ಮತ್ತು ಪ್ರಗತಿಯ ಮೈಲಿಗಲ್ಲಾಗಿ ಅಂತರಾಷ್ಟ್ರೀಯ ಮಹಿಳಾ ದಿನವನ್ನು ಮಾರ್ಚ್ 8ರಂದು ಜಗತ್ತಿನಾದ್ಯಂತ ಆಚರಿಸಲಾಗುತ್ತಿದೆ.

ಅಂತರಾಷ್ಟ್ರೀಯ ಮಹಿಳಾ ದಿನದ ಐತಿಹಾಸಿಕ ಮಹತ್ವವನ್ನು ತಿಳಿಯಬೇಕೆಂದರೆ ಮನುಕುಲದ ಅಭಿವೃದ್ಧಿ ಮತ್ತು ಬೆಳವಣಿಗೆಯನ್ನು ಅರಿಯಲೇಬೇಕು. ಮನುಷ್ಯ ಕಾಡುಗಳಲ್ಲಿ ಗುಂಪು ಗುಂಪಾಗಿ ಬದುಕುತ್ತಿದ್ದ ಆದಿಮ ಬದುಕಿನಲ್ಲಿ ಮಹಿಳೆಗೆ ಹೆಚ್ಚಿನ ಸ್ಥಾನಮಾನವಿತ್ತು. ಆದರೆ ನಂತರ ಖಾಸಗಿ ಒಡೆತನ ಮತ್ತು ಆಸ್ತಿಯ ಪರಿಕಲ್ಪನೆ ಜಾರಿಯಾದಾಗ ಸ್ತ್ರೀಯ ಸ್ಥಾನಮಾನ ಪುರುಷನಿಗಿಂತ ಕಡಿಮೆಯದೆಂದು, ಮಹಿಳೆ ಪುರುಷನಿಗೆ ಅಧೀನಳು ಮತ್ತು ಪುರುಷನಿಗಿಂತ ನಿಕೃಷ್ಟವೆಂಬ ಭಾವನೆ ಬೆಳೆಯಿತು.

ಆಸ್ತಿಯ ಒಡೆತನ ಮತ್ತು ಸ್ತ್ರೀಯರ ಸ್ಥಾನಮಾನಕ್ಕೆ ನೇರವಾದ ಸಂಬಂಧವಿರುವುದನ್ನು ನಾವು ಸುಲಭವಾಗಿ ಗಮನಿಸಬಹುದು. ಸಾಮುದಾಯಿಕ ಉತ್ಪಾದನೆಯಲ್ಲಿ ಮುಖ್ಯ ಪಾತ್ರವಹಿಸುವ ಮತ್ತು ಉತ್ಪಾದನಾ ಪ್ರಕ್ರಿಯೆಯಲ್ಲಿ ಪ್ರಮುಖ ಪಾತ್ರವಹಿಸುವ ವರ್ಗ ಅಥವಾ ಸಾಮಾಜಿಕ ಗುಂಪು ಕಾಲಾಂತರದಲ್ಲಿ ಉತ್ಪಾದನೆಯನ್ನು ಅನಿವಾರ್ಯವಾಗಿ

ತಮ್ಮ ನಿಯಂತ್ರಣಕ್ಕೆ ತೆಗೆದುಕೊಳ್ಳಬೇಕೆಂಬುದನ್ನು ಇತಿಹಾಸ ನಮಗೆ ಕಲಿಸುತ್ತದೆ ಎಂದಿದ್ದಾರೆ ಒಬ್ಬ ಚಿಂತಕರು. ಮಾತೃ ಪ್ರಧಾನ ವ್ಯವಸ್ಥೆಯಲ್ಲಿ ಮಹಿಳೆಯರೇ ಉತ್ಪಾದನೆಯನ್ನು ನಿಯಂತ್ರಿಸುತ್ತಿದ್ದ ಕಾಲವೊಂದಿತ್ತು. ಅದೇಕೆ ಹಾಗೆ? ಹಾಗೇಕೆಂದರೆ ಅಂದು ಇದ್ದ ಉತ್ಪಾದನಾ ರೀತಿಯಲ್ಲಿ, ಪ್ರಾಚೀನ ಕೃಷಿಯಲ್ಲಿ ಮಹಿಳೆಯರು ಪ್ರಮುಖ ಪಾತ್ರವಹಿಸಿದ್ದರು.

ಮಾನವ ಬದುಕಿನ ಅಗತ್ಯಗಳು ಮತ್ತು ಶ್ರಮಶಕ್ತಿಯು ಹೆಚ್ಚಿನ ಉತ್ಪಾದನೆಗೆ ದಾರಿ ಮಾಡಿ ಹೆಚ್ಚಿನ ಮಿಗುತಾಯಕ್ಕೆ ದಾರಿ ಮಾಡಿದವು, ಅಂದರೆ ಬದುಕಿನ ಅವಶ್ಯಕತೆಗಳಿಗಿಂತ ಹೆಚ್ಚಿನದನ್ನು ಸಂಗ್ರಹಿಸುವುದು ಸಾಧ್ಯವಾಯ್ತು. ಈ ಹಂತದಲ್ಲಿ ಸ್ಥಿರ ಆಸ್ತಿಯೆಂದರೆ ಮನೆ, ಬಟ್ಟೆ-ಬರೆ, ಪಾತ್ರೆ-ಪಡಗ, ದೋಣಿ, ಆಯುಧ ಮುಂತಾದವುಗಳು. ಬೇಟೆ, ಮೀನು ಹಿಡಿಯುವುದು, ಪಶುಸಂಗೋಪನೆಗೆ ದಾರಿಮಾಡಿಕೊಟ್ಟಿತು. ವ್ಯಕ್ತಿಯೊಬ್ಬನ ಸಿರಿತನ ಆತನ ಬಳಿಯಿದ್ದ ದನಕರು ಇನ್ನಿತರ ಸಾಕುಪ್ರಾಣಿಗಳ ಸಂಖ್ಯೆಯಿಂದ ನಿರ್ಧಾರವಾಯ್ತು. ಈ ಹಂತದಲ್ಲಿ ಪಶುಗಳನ್ನು ಆಹಾರಕ್ಕಾಗಿ ದೂರದೂರ ಕೊಂಡೊಯ್ಯುವುದು ಪುರುಷರ ಮುಖ್ಯ ಚಟುವಟಿಕೆಯಾಗಿ ಮಹಿಳೆ ಮನೆಯೊಳಗಿನ ಕೆಲಸಗಳಲ್ಲಿ ಸಂಪೂರ್ಣವಾಗಿ ತೊಡಗುವಂತಾಯ್ತು.

ಗುಲಾಮಗಿರಿ ಪ್ರಚಲಿತವಿದ್ದ ಕಾಲದಲ್ಲೂ ಗುಲಾಮ ಸ್ತ್ರೀ, ಪುರುಷರ ಒಡೆತನ ಇವರಿಗೇ ಸೇರಲ್ಪಟ್ಟಿತ್ತು. ಈ ಹಂತದಲ್ಲಿ ಸಂಪತ್ತನ್ನು ನೇರ ನಿಯಂತ್ರಿಸಲಾರಂಭಿಸಿದ ಪುರುಷನಿಗೆ ಸ್ತ್ರೀ ಅಸಮಾನವೆಂಬ ಭಾವನೆಗೆ ಎಡೆಯಾಯಿತು.

ಮನುಕುಲದ ಇತಿಹಾಸದಲ್ಲಿ ಆಸ್ತಿಯ ಉಗಮವುಂಟಾದಾಗ ಸಹಜವಾಗಿಯೇ ಅದರ ಒಡೆತನದ ಪ್ರಶ್ನೆಯೆದ್ದಿತು. ಆಸ್ತಿಯನ್ನು ತನ್ನ ನಿಯಂತ್ರಣದಲ್ಲಿಟ್ಟುಕೊಳ್ಳಲು ಮತ್ತು ಒಡೆತನವನ್ನು ಸ್ಥಾಪಿಸಲು ಸಂತಾನವನ್ನು ಪುರುಷನ ಹೆಸರಿನಲ್ಲೇ ಗುರುತಿಸುವುದು ಅನಿವಾರ್ಯವೆನಿಸಿತು. ಹಾಗಾಗಿ ಗುಂಪು ವಿವಾಹ ಪದ್ಧತಿ ಮತ್ತು ತಾಯ ವಂಶದ ಹೆಸರಿನಲ್ಲಿ ಮಕ್ಕಳನ್ನು ಗುರುತಿಸುವ ಬದಲಿಗೆ ಏಕ ವಿವಾಹ ಮತ್ತು ಪುರುಷನ ಹೆಸರಿನಲ್ಲಿ ಸಂತಾನ ಗುರುತಿಸಲು ಸಾಧ್ಯವಾಗುವಂತೆ ಕುಟುಂಬದ ಉಗಮವಾಯ್ತು. ಒಡೆತನದ ಉದ್ದೇಶದಲ್ಲಿ ಆರಂಭವಾದ ಈ ಕೌಟುಂಬಿಕ ವ್ಯವಸ್ಥೆಯಲ್ಲಿ ಮಹಿಳೆ ಕೂಡ ಆ ಒಡೆತನದ ಅಂಗವಾಗಿ ಪುರುಷನಿಗಿಂತ ಕೆಳಗಿನ ಅಂದರೆ ಅಸಮಾನ ಸ್ಥಾನವನ್ನು ಆಕೆಗೆ ನೀಡಲಾಯ್ತು. ಹೀಗೆ ಕುಟುಂಬದ ರಚನೆ ಈ ಅಸಮಾನತೆಯ ಆಧಾರದಲ್ಲೇ ರಚಿತವಾದ ಕಾರಣ ಸ್ತ್ರೀ ಅಂದಿನಿಂದ ಇಂದಿನವರೆಗೆ ಅದೇ ಅಸಮಾನತೆಯಲ್ಲಿ ಮುಂದುವರೆದಿದ್ದಾಳೆ.

ಜಗತ್ತು ಯಾಂತ್ರೀಕರಣಗೊಂಡು, ತಂತ್ರಜ್ಞಾನದಲ್ಲಿ ಮುಂದುವರೆದು ಕೈಗಾರಿಕಾ ಕ್ರಾಂತಿಯುಂಟಾದಾಗ ಕಾರ್ಖಾನೆ-ಗಿರಣಿಗಳಲ್ಲಿ ಮಾಲಕರಿಗೆ ಬೇಕಿದ್ದ ಕಾರ್ಮಿಕರ ಸಂಖ್ಯೆ ದೊಡ್ಡದಿತ್ತು. ಹಾಗಾಗಿ ಮಹಿಳೆಯರು ಮತ್ತು ಮಕ್ಕಳೂ ಹೆಚ್ಚಿನ ಸಂಖ್ಯೆಯಲ್ಲಿ

ಕಾರ್ಖಾನೆಗಳಲ್ಲಿ ದುಡಿಯಲಾರಂಭಿಸಿದರು. ಹೀಗೆ ದುಡಿಮೆಗಾಗಿ ಸ್ತ್ರೀ ಕೌಟುಂಬಿಕ ಚೌಕಟ್ಟನ್ನು ದಾಟಿ ಬಂದರೂ, ಕೈಗಾರಿಕಾ ಕ್ರಾಂತಿ ತಂದ ಹೊಸ, ಬಂಡವಾಳಶಾಹಿ ವ್ಯವಸ್ಥೆಯಲ್ಲೂ ಆಕೆಯ ಸ್ಥಾನಮಾನದಲ್ಲಿ ಯಾವುದೇ ಬದಲಾವಣೆಯಾಗಲಿಲ್ಲ. ಬದಲಿಗೆ ಆಕೆ ಇನ್ನಷ್ಟು ಶೋಷಣೆಗೆ ಒಳಪಡುವಂತಾಯ್ತು.

ಕಾರ್ಮಿಕರ ಶ್ರಮಶಕ್ತಿಯನ್ನು ಲಿಂಗಾಧಾರಿತವಾಗಿ ಕಾಣುವಲ್ಲಿ ಬಂಡವಾಳಶಾಹಿ ವ್ಯವಸ್ಥೆಗೆ ಹೆಚ್ಚಿನ ಲಾಭವಿತ್ತು. ಸಹಜವಾಗಿಯೇ ಸ್ತ್ರೀಯರಿಗಿದ್ದ ಅಸಮಾನತೆಯ ಸ್ಥಾನಮಾನವನ್ನು ಅದು ಅತ್ಯಂತ ಸಮರ್ಥವಾಗಿ ಬಳಸಿಕೊಂಡಿದೆ. ದುಡಿಮೆಗೆ ತಕ್ಕ ಪ್ರತಿಫಲ ನೀಡದೆ ಸ್ತ್ರೀಯರಿಗೆ ಪುರುಷರಿಗಿಂತ ಕಡಿಮೆ ವೇತನ ನೀಡುವುದು, ಮೊದಲೇ ದೈನ್ಯವಾಗಿ ಬದುಕುತ್ತಿದ್ದ ಈ ಮಹಿಳೆಯರಿಂದ ಹೆಚ್ಚಿನ ದುಡಿಮೆ ಮಾಡಿಸಿಕೊಳ್ಳುವುದರಿಂದ ಅವರಿಗೆ ಹೆಚ್ಚಿನ ಲಾಭ ದೊರೆಯುವುದು ಮಾತ್ರವಲ್ಲ ಒಟ್ಟು ಕಾರ್ಮಿಕ ಶಕ್ತಿ ಒಂದಾಗದಂತೆ ತಡೆಯುವುದಕ್ಕೂ ಇದು ಸಹಕಾರಿಯಾಗಿತ್ತು. ಹೀಗೆ ಮಹಿಳೆಯರ ಅಸಮಾನತೆಯನ್ನು ಪೋಷಿಸುವುದು ಮತ್ತು ನಿರಂತರ ಮುಂದುವರೆಸುವುದರಲ್ಲಿ ಬಂಡವಾಳಶಾಹಿ ವ್ಯವಸ್ಥೆ ಪ್ರಮುಖ ಪಾತ್ರವಹಿಸಿದೆ. ಹಾಗೆಂದೇ ಅತ್ಯಂತ ಮುಂದುವರೆದ ರಾಷ್ಟ್ರಗಳಲ್ಲೂ ಮಹಿಳೆಗೆ ಸಂಪೂರ್ಣ ಸಮಾನತೆ ದೊರೆತಿಲ್ಲ.

ಈ ಹಿನ್ನೆಲೆಯಲ್ಲಿ 20ನೇ ಶತಮಾನದ ಆದಿ ಭಾಗದಲ್ಲಿ ಎಲ್ಲ ಕೈಗಾರಿಕಾ ರಾಷ್ಟ್ರಗಳಲ್ಲೂ ಮಹಿಳೆಯರು ಅಪಾರ ಸಂಖ್ಯೆಯಲ್ಲಿ ದುಡಿಯಲಾರಂಭಿಸಿದರು. ಆ ದಿನಗಳಲ್ಲಿ ಅತ್ಯಂತ ನಿಕೃಷ್ಟ ವ್ಯವಸ್ಥೆಯಲ್ಲಿ ಯಾವುದೇ ಸೌಲಭ್ಯಗಳಿರದ ಹಲವಾರು ಗಿರಣಿಗಳಲ್ಲಿ ಈ ಮಹಿಳೆಯರು ಕಾಲದ ಮಿತಿಯಿರದೆ ನಿರಂತರವಾಗಿ ದುಡಿಯಬೇಕಿತ್ತು. ಮಹಿಳೆಯರಿಗೆ ಪುರುಷರಿಗಿಂತ ಕಡಿಮೆ ವೇತನ ನೀಡಲಾಗುತ್ತಿತ್ತು. ಮಾತ್ರವಲ್ಲ ಸಣ್ಣ-ಸಣ್ಣ ಮಕ್ಕಳಿಂದಲೂ ಹೆಚ್ಚು ಹೆಚ್ಚು ದುಡಿಮೆ ಮಾಡಿಸಲಾಗುತ್ತಿತ್ತು. ಅಂದಿನ ಸಮಾಜದಲ್ಲಿ ಮತದಾನದ ಹಕ್ಕನ್ನು ಆಸ್ತಿಯ ಆಧಾರದಲ್ಲಿ ನಿರ್ಧರಿಸಲಾಗುತ್ತಿತ್ತಲ್ಲದೆ ಯಾವುದೇ ವರ್ಗದ ಮಹಿಳೆಯರಿಗೂ ಮತದಾನದ ಹಕ್ಕೇ ಇರಲಿಲ್ಲ.

ಮಹಿಳೆಯರು ಕಾರ್ಮಿಕರಾಗಿ ದುಡಿಯಲು ಪ್ರಾರಂಭಿಸಿದ ಆರಂಭದ ದಿನಗಳಲ್ಲಿ ಪುರುಷ ಕಾರ್ಮಿಕರು ಸಂಘಟಿತರಾಗ ತೊಡಗಿದಾಗ, ಮಹಿಳಾ ಕಾರ್ಮಿಕರನ್ನು ಪುರುಷ ಕಾರ್ಮಿಕರ ಸ್ಪರ್ಧಿಗಳೆಂದೇ ಭಾವಿಸಲಾಗಿತ್ತು. ಸಮಾಜವಾದದ ಪ್ರಭಾವಕ್ಕೊಳಗಾಗಿ ತಮ್ಮ ಹಕ್ಕುಗಳಿಗಾಗಿ, ದಮನದ ವಿರುದ್ಧ ದನಿಯೆತ್ತಿದಾಗ ಅದರ ಹುಟ್ಟಡಗಿಸಲು ಮಹಿಳಾ ಕಾರ್ಮಿಕರ ದಂಡನ್ನು ಬಂಡವಾಳಶಾಹಿಗಳು ಬಳಸಿಕೊಳ್ಳತೊಡಗಿದ್ದರು. ಶತಮಾನಗಳ ಬಂಧನದಿಂದ ಹೊರಬಂದು ಆಗ ತಾನೆ ಕಾರ್ಮಿಕರಾಗಿ ರೂಪಾಂತರ ಹೊಂದುತ್ತಿದ್ದ ಮಹಿಳೆಯರಲ್ಲಿ ಕಾರ್ಮಿಕ ಪ್ರಜ್ಞೆಯನ್ನು ನಿರೀಕ್ಷಿಸುವುದು ಸಾಧ್ಯವಿರಲಿಲ್ಲ. ಆದರೆ ಆ ಮಹಿಳೆಯರ ಪ್ರಜ್ಞೆಯನ್ನು ಜಾಗೃತಗೊಳಿಸದೆ ದುಡಿಯುವ ವರ್ಗ ಮುಂದುವರೆಯುವುದು ಸಾಧ್ಯವಿರಲಿಲ್ಲ. ಆ ನಿಟ್ಟಿನಲ್ಲಿ ದುಡಿಯುವ ಮಹಿಳೆಯರ ಪ್ರತ್ಯೇಕ ಸಮ್ಮೇಳನಗಳು ಅನಿವಾರ್ಯವಾಗಿದ್ದವು.

ಮುಷ್ಕರಕ್ಕೆ ತಯಾರಿ ನಡೆಸುತ್ತಿರುವ ನ್ಯೂಯಾರ್ಕಿನ ಶರ್ಟ್ ವೇಯಿಸ್ಟ್ ಫ್ಯಾಕ್ಟರಿಯ ಕಾರ್ಮಿಕರು

1870ರಲ್ಲಿ ಮುಷ್ಕರದಲ್ಲಿ ಭಾಗವಹಿಸುತ್ತಿರುವ ಮಹಿಳಾ ಗಾರ್ಮೆಂಟ್ ಕಾರ್ಮಿಕರು–ಗೆಲ್ಲುವ ವರೆಗೂ ಹೋರಾಡುತ್ತೇವೆ ಎಂಬ ಛಲ ತೊಟ್ಟ ಕಾರ್ಮಿಕರು

ಮುಷ್ಕರದಲ್ಲಿ ಭಾಗವಹಿಸುತ್ತಿರುವ ಇಂಟರ್ ನ್ಯಾಶನಲ್ ಲೇಡೀಸ್ ಗಾರ್ಮೆಂಟ್ ವರ್ಕರ್ಸ್ ಯೂನಿಯನ್ ಸದಸ್ಯೆಯರು, 1909

ನಿನ್ನೆಯ ತೊತ್ತು
ಇಂದಿನ ಹೋರಾಟಗಾರ್ತಿ

1896 ರಲ್ಲಿ ಇಂಗ್ಲೆಂಡ್, ಜರ್ಮನಿ, ಅಮೇರಿಕ, ಬೆಲ್ಜಿಯಂ ಮತ್ತು ಪೋಲ್ಯಾಂಡ್ ದೇಶಗಳ ಸುಮಾರು 30 ಮಹಿಳೆಯರು ಇಂತಹ ಸಮ್ಮೇಳನ ನಡೆಸಲು ಪ್ರಯತ್ನಿಸಿದರು. ಹಲವಾರು ದೇಶಗಳ ಸಮಾಜವಾದಿ ಪಕ್ಷಗಳಲ್ಲಿ ಮಹಿಳೆಯರಿಗೆ ಪ್ರಾತಿನಿಧ್ಯವಿದ್ದರೂ ಒಟ್ಟಾರೆಯಾಗಿ ಮಹಿಳಾ ಕಾರ್ಮಿಕರ ಪ್ರಜ್ಞೆಯನ್ನು ಹೆಚ್ಚಿಸುವಲ್ಲಿ, ಅವರ ಸಬಲೀಕರಣ ಸಾಕಾರಗೊಳಿಸುವಂತೆ ಮಾಡುವಲ್ಲಿ ಯಾವುದೇ ಪ್ರಯತ್ನಗಳಾಗಿರಲಿಲ್ಲ. ಹಾಗಾಗಿ ಹೆಚ್ಚಿನ ದೇಶಗಳಲ್ಲಿ ಮಹಿಳಾ ಕಾರ್ಮಿಕರು ಸ್ತ್ರೀವಾದಿ(ಫೆಮಿನಿಸ್ಟ್)ಗಳ ನೆರಳಿನಲ್ಲೇ ಕಾರ್ಯ ನಡೆಸಿದ್ದರೇ ವಿನಃ ಅದಕ್ಕೆ ವರ್ಗ ಹೋರಾಟದ ಕಣ್ಣೋಟವಿರಲಿಲ್ಲ.

1896 ರಲ್ಲಿ ಲಂಡನ್‌ನಲ್ಲಿ ಅನಧಿಕೃತವಾಗಿ ಜರುಗಿದ ಸಮಾಜವಾದಿ ಮಹಿಳಾ ಪ್ರತಿನಿಧಿಗಳ ಸಮ್ಮೇಳನವು ಈ ವಿಚಾರದ ಕುರಿತು ಆತಂಕಗೊಂಡಿತ್ತು. ಮಧ್ಯಮ-ಮೇಲ್ವ ರ್ಗಗಳ ಸ್ತ್ರೀವಾದಿ ಚಳುವಳಿಗೂ ಮತ್ತು ಮಹಿಳಾ ಸಮಾಜವಾದಿ ಚಳುವಳಿಗೂ ಇರುವ ವ್ಯತ್ಯಾಸವನ್ನು ಗಮನಿಸಿ ದುಡಿಯುವ ಮಹಿಳೆಯರ ನಡುವೆ ಸಮಾಜವಾದದ ಪ್ರಚಾರವನ್ನು ತೀವ್ರಗೊಳಿಸಿ ಅವರನ್ನು ವರ್ಗ ಸಂಘರ್ಷದಲ್ಲಿ ತೊಡಗಿಸುವ ತೀವ್ರ ಅಗತ್ಯವನ್ನು ಈ ಸಮ್ಮೇಳನ ಸ್ಪಷ್ಟವಾಗಿ ಗುರುತಿಸಿತ್ತು.

ಹಲವು ದೇಶಗಳ ಆರ್ಥಿಕತೆಯಲ್ಲಿ ಮಹಿಳೆಯರ ಶ್ರಮಶಕ್ತಿ ಅತ್ಯಂತ ಹೆಚ್ಚಿನ ಸಾಮಾಜಿಕ ಶಕ್ತಿಯಾಗಿ ರೂಪುಗೊಂಡಿತ್ತು. ಯಾವುದೇ ಸಂಘಟನೆಯ ಪರಿಧಿಗೂ ಒಳಪಡದೆ ಚದುರಿಹೋಗಿದ್ದ ಮಹಿಳಾ ಕಾರ್ಮಿಕರು ಪುರುಷ ಕಾರ್ಮಿಕರ ಹೋರಾಟ ಮತ್ತು ಆ ಹೋರಾಟಗಳಿಂದ ದೊರಕಬಹುದಾದ ಫಲಕ್ಕೆ ಅಡ್ಡಿಯಾಗಿದ್ದರು. ಇಂತಹ ಮಹಿಳೆಯರನ್ನು ಸಂಘಟಿಸುವುದು ಮತ್ತು ಹೋರಾಟಗಳಲ್ಲಿ ತೊಡಗುವಂತೆ ಮಾಡುವ ತುರ್ತು ಕಾರ್ಯದಲ್ಲಿ ಬಹುತೇಕ ದೇಶಗಳ ಕಾರ್ಮಿಕ ಸಂಘಟನೆಗಳು ಕಾರ್ಯನಿರತವಾಗಿದ್ದವು. ಆಯಾ ದೇಶದ ಪರಿಸ್ಥಿತಿಗೆ ಅನುಗುಣವಾಗಿ ಈ ನಿಟ್ಟಿನಲ್ಲಿ ಬೆಳವಣಿಗೆ ಕಂಡು ಬಂದಿತು. ಸಾಧಿಸಿದ ಪ್ರಗತಿ ತೀರಾ ದೊಡ್ಡದಿಲ್ಲದಿದ್ದರೂ ಒಂದು ಮಹತ್ವವಾದ ಅಂಶವನ್ನು ಅದು ಶೃತಪಡಿಸಿತು. ಅದೇಂದರೆ ದುಡಿಯುವ ಮಹಿಳೆಯರ ಚಳುವಳಿ ಆರಂಭವಾಗಿತ್ತು, ಅಂತಹ ಚಳುವಳಿಯೊಂದು ಅಸ್ತಿತ್ವಕ್ಕೆ ಬಂದಿತ್ತು.

1907ರಲ್ಲಿ ಈ ಚಳುವಳಿಯ ಕಾರಣದಿಂದಾಗಿ ಸ್ಟುಟ್‌ಗಾರ್ಟ್‌ನಲ್ಲಿ ಪ್ರಪ್ರಥಮ ಮಹಿಳಾ ಸಮ್ಮೇಳನವೊಂದನ್ನು ಆಯೋಜಿಸಲು ಸಾಧ್ಯವಾಯಿತು. ಈ ಸಮ್ಮೇಳನದಲ್ಲಿ ವಿವಿಧ ದೇಶದ ಪ್ರತಿನಿಧಿಗಳು ಮಂಡಿಸಿದ ವಿಚಾರಗಳು ಮತ್ತು ತಮ್ಮ ತಮ್ಮ ದೇಶಗಳಲ್ಲಿ ಮಹಿಳಾ ಹೋರಾಟಗಳು ಮತ್ತು ಸಾಧಿಸಿದ ಪ್ರಗತಿ ತೀರಾ ಮಹತ್ತರವಾಗಿಲ್ಲದಿದ್ದರೂ ಭವಿಷ್ಯದಲ್ಲಿ ಒಂದು ಸಶಕ್ತ ಮಹಿಳಾ ಚಳುವಳಿ ಕಟ್ಟುವ ಸ್ಪಷ್ಟ ಭರವಸೆ ಮೂಡಿಸಿತ್ತು. ಅಂತರ್‌ರಾಷ್ಟ್ರೀಯ ಮಟ್ಟದಲ್ಲಿ ವಿವಿಧ ದೇಶಗಳ ಸಮಾಜವಾದಿ ಮಹಿಳಾ ಸಂಘಟನೆಗಳನ್ನು ಸಂಯೋಜಿಸಲು ಒಂದು ಮಹಿಳಾ ಸಂಘಟನೆ ಕಟ್ಟುವ ವಿಚಾರ ಅಲ್ಲಿ ಉದ್ಭವವಾಯ್ತು. ಇಂತಹ ಮಹಿಳಾ ಸಂಘವೊಂದು ಸ್ಟುಟ್‌ಗಾರ್ಟ್‌ನಲ್ಲಿ ಅಸ್ತಿತ್ವಕ್ಕೆ ಬಂದು ಅಲ್ಲಿನ 'ಡಿ ಗ್ಲೈಶ್‌ಹೈಟ್'(ಸಮಾನತೆ) ಪತ್ರಿಕೆಯು ಈ ಅಂತರಾಷ್ಟ್ರೀಯ ಚಳುವಳಿಯ ಮುಖವಾಣಿಯಾಯ್ತು.

ಸಮಾಜವಾದಿ ಚಳುವಳಿಯಲ್ಲಿ ಸ್ಟುಟ್‌ಗಾರ್ಟ್‌ನಲ್ಲಿ ನಡೆದ ಈ ಸಮ್ಮೇಳನ ಬಹು ಮಹತ್ತರ ಪಾತ್ರವಹಿಸಿದೆ. ಮಹಿಳೆಯರ ಹೋರಾಟ ಮತ್ತು ಚಳುವಳಿಗಳು ಸಮಗ್ರ ದುಡಿಯುವ ಹೋರಾಟ ಮತ್ತು ಚಳುವಳಿಯ ಅವಿಭಾಜ್ಯ ಅಂಗ ಎಂಬುದನ್ನು ಇದು ನಿಚ್ಚಳವಾಗಿ ತೋರಿಸಿಕೊಟ್ಟಿತು. ಪ್ರತೀ ದೇಶದ ಪ್ರಸ್ತುತ ಸಮಾಜದಲ್ಲಿನ ರಾಜಕೀಯ ಮತ್ತು ಸಾಮಾಜಿಕ ಪರಿಸ್ಥಿತಿಗಳು ನಾವು ಅನುಸರಿಸಬೇಕಾದ ರೀತಿ ಮತ್ತು ಕ್ರಮಗಳನ್ನು ರೂಪಿಸುತ್ತವೆ. ಒಟ್ಟಾರೆ ದುಡಿಯುವ ವರ್ಗದ ಕಣ್ಣೋಟದಲ್ಲೆ ಮಹಿಳೆಯರಿಗಾಗಿ ನಿರ್ದಿಷ್ಟ ನೀತಿ ಮತ್ತು ತಂತ್ರಗಳನ್ನು ರೂಪಿಸಬೇಕಾಗುತ್ತದೆ ಎಂಬ ಅರಿವನ್ನು ಇದು ಮೂಡಿಸಿತು.

ಈ ನಿಟ್ಟಿನಲ್ಲಿ ಮಹಿಳೆಯರ ವಿಚಾರದಲ್ಲಿ ಪ್ರಚಾರ ಮತ್ತು ಹೋರಾಟ ಮೊಟ್ಟಮೊದಲಿಗೆ ಜರ್ಮನಿಯಲ್ಲಿ ಆರಂಭವಾಯಿತು. ನಂತರದಲ್ಲಿ ಇತರ ದೇಶಗಳೂ ಜರ್ಮನಿಯನ್ನನುಸರಿಸಿ ಕಾರ್ಯನಿರತವಾದವು. ಈ ಅವಧಿಯಲ್ಲಿ ಕ್ಲಾರಾ ಝೆಟ್ಕಿನ್‌ರ ನೇತೃತ್ವದಲ್ಲಿ ಮಹಿಳಾ ಸಮಾಜವಾದಿ ಹೋರಾಟಗಳ ಬೀಜಾಂಕುರವಾಯಿತು.

ಈ ಅವಧಿಯಲ್ಲಿ ಜಗತ್ತು ದುಡಿಯುವ ಮಹಿಳೆಯರ ಹಲವಾರು ಹೋರಾಟಗಳನ್ನು ಕಂಡಿತ್ತು. ಹತ್ತೊಂಭತ್ತನೆಯ ಶತಮಾನದ ಆದಿ ಭಾಗದಲ್ಲೆ ಮಹಿಳಾ ಕಾರ್ಮಿಕರು ಕಾರ್ಮಿಕ ಸಂಘಟನೆಯ ಚಟುವಟಿಕೆಗಳಲ್ಲಿ ಆಸಕ್ತಿ ತೋರಿಸಲಾರಂಭಿಸಿದ್ದರು. ಅಂದಿನ ಮಹಿಳೆಯರು ಹಲವು ವೇಳೆ ಪುರುಷರಿಗಿಂತ ಸಮರಶೀಲವಾಗಿದ್ದ ಉದಾಹರಣೆಗಳಿದ್ದವು. ಎಲ್ಲ ಸಾರ್ವಜನಿಕ ಸಭೆ ಮತ್ತು ಪ್ರತಿರೋಧಿ ಮತಪ್ರದರ್ಶನಗಳಲ್ಲಿ ಅವರು ಉತ್ಸಾಹದಿಂದ ಭಾಗವಹಿಸುತ್ತಿದ್ದರು. 1833ರಲ್ಲಿ ಇಂಗ್ಲೆಂಡ್‌ನ ಡರ್ಬಿ ಸಿಲ್ಕ್ ಫ್ಯಾಕ್ಟರಿಯ 2000 ಮಹಿಳಾ ಕಾರ್ಮಿಕರು ಕಾರ್ಮಿಕ ಸಂಘಟನೆ ಸೇರುವ ಹಕ್ಕಿಗಾಗಿ ನವೆಂಬರ್ 1833 ರಿಂದ ಮಾರ್ಚ್ 1833ರವರೆಗೆ ಸುದೀರ್ಘ ಹೋರಾಟ ನಡೆಸಿದ್ದರು. 1842ರಲ್ಲಿ ಲ್ಯಾಂಕ್‌ಷೈರ್‌ನಲ್ಲಿ ಐತಿಹಾಸಿಕ ಪ್ಲಗ್‌ಪ್ಲಾಟ್ ಹೋರಾಟದಲ್ಲೂ ಮಹಿಳೆಯರು ಮಹತ್ತರ

ಹೋರಾಟ ನಡೆಸಿದ್ದರು. 1842ರಲ್ಲುಂಟಾಗಿದ್ದ ತೀವ್ರ ಆರ್ಥಿಕ ಕುಸಿತದ ಕಾರಣದಿಂದಾಗಿ ಅಲ್ಲಿನ ಜವಳಿ ಕಾರ್ಖಾನೆಗಳ ಮಾಲೀಕರು ನೌಕರರ ಸಂಬಳವನ್ನು ಕಡಿತಗೊಳಿಸುವ ನಿರ್ಧಾರ ಮಾಡಿದಾಗ ಅಲ್ಲಿನ ಕಾರ್ಖಾನೆಗಳಲ್ಲಿ ತೀವ್ರವಾದ ಹೋರಾಟದ ಅಲೆಯೆದ್ದಿತು. ಮುಷ್ಕರ ನಿರತ ಕೆಲಸಗಾರರು ಫ್ಯಾಕ್ಟರಿಯ ಬಾಯ್ಲರುಗಳ ಪ್ಲಗ್‌ಗಳನ್ನು ತೆಗೆದಿರಿಸುತ್ತಿದ್ದುದರಿಂದ ಮುಷ್ಕರಕ್ಕೆ ಈ ಹೆಸರು ನೀಡಲಾಗಿದೆ. ರಾಬರ್ಟ್ ಒವೆನ್‌ರ ನೇತೃತ್ವದಲ್ಲಿ ನಡೆಯುತ್ತಿದ್ದ ಮೊದಲ ಸಮಾಜವಾದಿ ಚಳುವಳಿಯಲ್ಲಿಯೂ ಬಹಳ ಮಹಿಳೆಯರು ಭಾಗಿಗಳಾಗಿದ್ದರು.

ಉತ್ತರ ಅಮೇರಿಕೆಯಲ್ಲೂ ಕಾರ್ಮಿಕ ಸಂಘಟನೆ ಕಟ್ಟುವ ಕೆಲಸದಲ್ಲಿ ಮತ್ತು ಸಂಘಟನೆಯ ಇತರ ಚಟುವಟಿಕೆಗಳಲ್ಲಿ ಮಹಿಳೆಯರು ಸಕ್ರಿಯವಾಗಿ ಭಾಗವಹಿಸುತ್ತಿದ್ದರು.

ಕಾರ್ಮಿಕರ ಸಂಘಟನೆಯಲ್ಲಿ ಮಹಿಳೆಯರ ಸಮಸ್ಯೆಗಳನ್ನು ಗಮನಿಸುತ್ತಿಲ್ಲವೆಂಬ ಭಾವನೆಯಿಂದ 'ಸಂತ ಕ್ರಿಸ್ಪಿನ್‌ನ ಮಕ್ಕಳು' ಎಂಬ ಹೆಸರಿನಲ್ಲಿ ಮಹಿಳಾ ಕಾರ್ಮಿಕರು ಪ್ರತ್ಯೇಕ ಸಂಘಟನೆಗಳನ್ನು ಕಟ್ಟಿದರು. ಸಿಗಾರ್, ಛತ್ರಿ, ಮುದ್ರಣ, ಹೊಲಿಗೆ ಮುಂತಾದ ಫ್ಯಾಕ್ಟರಿಗಳಲ್ಲೂ ಮಹಿಳಾ ಕಾರ್ಮಿಕರ ಪ್ರತ್ಯೇಕ ಸಂಘಟನೆಗಳಿದ್ದವು. 1820ರಲ್ಲಿ ಮಹಿಳಾ ದರ್ಜಿಗಳು ಸಾಕಷ್ಟು ಸಂಬಳ, ದುಡಿಮೆಯ ಅವಧಿಯಲ್ಲಿ ಕಡಿತ ಮತ್ತು ಕೆಲಸದ ಸೌಲಭ್ಯಗಳ ಅಭಿವೃದ್ಧಿಯ ಬೇಡಿಕೆಯೊಂದಿಗೆ ಪ್ರಪ್ರಥಮ ಮಹಿಳಾ ಮುಷ್ಕರವನ್ನು ಆಯೋಜಿಸಿದರು.

ಮ್ಯಾಸಚುಸೆಟ್ಸ್‌ನ ಲೊವೆಲ್ ಹತ್ತಿಗಿರಣಿಯ ಮಹಿಳಾ ನೌಕರರ ನೇತೃತ್ವದಲ್ಲಿ ನಡೆದ ಮುಷ್ಕರವೂ ಅತ್ಯಂತ ಮಹತ್ವವಾದದ್ದು, ಲೊವೆಲ್ ಹತ್ತಿಗಿರಣಿಯಲ್ಲಿ ಕೆಲಸ ಮಾಡುತ್ತಿದ್ದ ಮಹಿಳೆಯರು ದಿನವೊಂದಕ್ಕೆ 10–12 ಘಂಟೆಗಳ ಕಾಲ ನಿರಂತರ ದುಡಿಯಬೇಕಿತ್ತು. ಪುರುಷರು ಬೆಳಿಗ್ಗೆ ಏಳರಿಂದ ಕೆಲಸವಾರಂಭಿಸಬೇಕಾಗಿತ್ತು, ಆದರೆ ಮಹಿಳೆಯರು ಇನ್ನೂ ಮೊದಲೇ, ಬೆಳಿಗ್ಗೆ ಐದಕ್ಕೇ ಕೆಲಸವಾರಂಭಿಸಬೇಕಿತ್ತು, ಆಹಾರ ಸೇವನೆಯ ನಂತರ ಮಹಿಳೆಯರ ಕೆಲಸದ ಸಾಮರ್ಥ್ಯ ಕುಂದುತ್ತದೆ ಎಂದು ಇದಕ್ಕೆ ನೆಪ ಹೇಳಲಾಗುತ್ತಿತ್ತು. ಸಣ್ಣಸಣ್ಣ ನೆಪಹೂಡಿ ಮಹಿಳೆಯರ ಸಂಬಳಕ್ಕೆ ಕಡಿತವುಂಟು ಮಾಡಲಾಗುತ್ತಿತ್ತು. ಇದರಿಂದ ಬೇಸತ್ತ ಮಹಿಳಾ ಕಾರ್ಮಿಕರು 1834 ರಲ್ಲಿ ಕೆಲಸದ ಅವಧಿಯಲ್ಲಿ ಕಡಿತದ ಬೇಡಿಕೆ ಮುಂದಿಟ್ಟುಕೊಂಡು ಹೋರಾಟಕ್ಕಿಳಿದರೂ ಹೋರಾಟದಿಂದ ಕೆಲಸದ ಅವಧಿಯಲ್ಲಿ ಕಡಿತವುಂಟಾದರೂ ಅವರು ಕಡಿಮೆ ವೇತನಕ್ಕೆ ಒಪ್ಪಿಕೊಂಡು ಕೆಲಸಕ್ಕೆ ಹಿಂತಿರುಗುವಂತಾಯ್ತು. 1836ರಲ್ಲಿ ಅವರು ಪುನಃ ಮುಷ್ಕರ ಹೂಡಿದರೂ ಕೆಲವೇ ದಿನಗಳಲ್ಲಿ ಮತ್ತೆ ಕೆಲಸಕ್ಕೆ ಹಿಂತಿರುಗಬೇಕಾಯ್ತು. 1844 ರಲ್ಲಿ ತೀವ್ರಯತ್ನದಿಂದ "ಮಹಿಳಾ ಕಾರ್ಮಿಕರ ಸುಧಾರಣಾ ಸಂಘ" ರಚನೆಯಾಗಿ 10 ಗಂಟೆಗಳ ದುಡಿಮೆಯ ಅವಧಿಯ ಬೇಡಿಕೆಯನ್ನು ಪೂರೈಸಿಕೊಳ್ಳುವುದು ಸಾಧ್ಯವಾಯ್ತು. ಗಿರಣಿ ಕೆಲಸಗಾರರ ಪರಿಸ್ಥಿತಿಯನ್ನು ಸುಧಾರಿಸುವಲ್ಲಿ ಈ ಸಂಘ ಮಹತ್ವದ ಪಾತ್ರವಹಿಸಿತ್ತು.

ಅಂದು ವ್ಯಾಪಕವಾಗಿದ್ದ ಜವಳಿ ಉದ್ಯಮದ ಕೆಲಸಗಾರರ ಪರಿಸ್ಥಿತಿ ಅತ್ಯಂತ ನಿಕೃಷ್ಟವಾಗಿತ್ತು. ಮಹಿಳೆಯರೇ ಹೆಚ್ಚಾಗಿ ದುಡಿಯುತ್ತಿದ್ದ ಈ ವಲಯದಲ್ಲಿ 15 ವರ್ಷಗಳಿಗಿಂತ ಚಿಕ್ಕವರೂ ಸರಿಯಾದ ಗಾಳಿ ಬೆಳಕಿಲ್ಲದ, ಕಿವಿಗಡ ಚಿಕ್ಕುವ ಯಂತ್ರಗಳ ಶಬ್ದದಿಂದ ಕೂಡಿದ್ದ ಫ್ಯಾಕ್ಟರಿಗಳಲ್ಲಿ ದುಡಿಯುತ್ತಿದ್ದರು. ಇಡೀ ವಾತಾವರಣ ಹತ್ತಿಯ ಧೂಳಿನಿಂದ ತುಂಬಿಹೋಗಿರುತ್ತಿತ್ತು. ಅಗ್ನಿ ದುರಂತಗಳು ವ್ಯಾಪಕವಾಗಿದ್ದವು. ಪದೇ ಪದೇ ಈ ದುರಂತಗಳಲ್ಲಿ ಕೆಲಸಗಾರರು ಸಾವನ್ನಪ್ಪುತ್ತಿದ್ದರು. ಬಹುತೇಕ ಜನ ಸುಟ್ಟಗಾಯಗಳಿಂದ ನರಳುತ್ತಿದ್ದರು. ತೀರಾ ಚಿಕ್ಕ ಚಿಕ್ಕ ಕಾರಣಗಳಿಗೆ ಮಾತನಾಡಿದ್ದಕ್ಕೆ ನಕ್ಕಿದ್ದಕ್ಕೆ, ಹಾಡು ಗುನುಗುನಿಸಿದ್ದಕ್ಕೆ, ಹೊಲೆದ ಬಟ್ಟೆಯ ಮೇಲೆ ಎಣ್ಣೆಯ ಕಳೆಯಾದದ್ದಕ್ಕೆ, ಹೊಲಿಗೆಯ ಗಾತ್ರ ಚಿಕ್ಕದಾದದ್ದಕ್ಕೆ, ದೊಡ್ಡದಾದದ್ದಕ್ಕೆ ಹೀಗೆ ಯಾವುದೋ ನೆಪ ಹೂಡಿ ಅವರಿಂದ ದಂಡ ವಸೂಲಿ ಮಾಡಲಾಗುತ್ತಿತ್ತು. ತಮ್ಮ ಕೆಲಸದ ಅವಧಿಯನ್ನೂ ಮೀರಿ ಅವರು ದುಡಿಯಬೇಕಾಗುತ್ತಿತ್ತು, ಆದರೆ ಈ ಹೆಚ್ಚಿನ ದುಡಿಮೆಗೆ ಅವರಿಗೆ ಯಾವುದೇ ವೇತನ ದೊರೆಯುತ್ತಿರಲಿಲ್ಲ. ಅವರು ಶೌಚಾಲಯವನ್ನೂ ಬಳಸದಂತೆ ಬಾಗಿಲಿಗೆ ಬೀಗ ಹಾಕಲಾಗುತ್ತಿತ್ತು. ಇಂತಹ ಪರಿಸ್ಥಿತಿಯಲ್ಲಿ ಈ ಸಿದ್ಧ ಉಡುಪು ಕಾರ್ಖಾನೆಯ ನೌಕರರು ಹಲವಾರು ಬಲಿಷ್ಠ ಕಾರ್ಮಿಕ ಸಂಘಗಳನ್ನು ಕಟ್ಟಿದರು. ಅಂತರಾಷ್ಟ್ರೀಯ ಮಹಿಳಾ ಸಿದ್ಧ ಉಡುಪು ನೌಕರರ ಸಂಘ, ಶರ್ಟ್ ವೈಸ್ಟ್ ನೌಕರರ ಸಂಘ ಮತ್ತು ಟ್ರಯಾಂಗಲ್ ವೈಸ್ಟ್ ನೌಕರರ ಸಂಘ ಅವುಗಳಲ್ಲಿ ಪ್ರಮುಖವಾದವು. ಈ ಸಂಘಟನೆಗಳು ವೇತನ ಹೆಚ್ಚಳ ಮತ್ತು ಉತ್ತಮ ಸೌಲಭ್ಯಗಳಿಗಾಗಿ ನಿರಂತರ ಹೋರಾಟಗಳನ್ನು ನಡೆಸಿದವು. ಹಲವಾರು ಯುವತಿಯರು (16 ರಿಂದ28 ವರ್ಷಗಳ) 13 ವಾರಗಳ ಕಾಲ ಕೊರೆಯುವ ಛಳಿಯಲ್ಲೂ ತೀವ್ರವಾದ ಮುಷ್ಕರ ಮತ್ತು ಮತ ಪ್ರದರ್ಶನ ನಡೆಸಿದರು. ಮಾಲೀಕರು ಇವರ ಮೇಲೆ ದೈಹಿಕ ಹಲ್ಲೆ ಮಾಡಿಸಿದರು. ಪೋಲಿಸರು ಇವರ ಮೇಲೆ ಧಾಳಿ ನಡೆಸಿದರು. ಅವರುಗಳನ್ನು ಬಂಧಿಸಿ ಕಠಿಣ ಸಜೆ ನೀಡಲಾಯ್ತು. ನ್ಯಾಯಾಧೀಶರು ಅವರ ಮೇಲೆ ತೀವ್ರ ದಂಡ ವಿಧಿಸಿದರು. ಈ ಹೋರಾಟದಿಂದ ನೌಕರರು ಕೆಲವು ಸಣ್ಣ ಬೇಡಿಕೆಗಳನ್ನು ಈಡೇರಿಸಿಕೊಳ್ಳುವುದು ಸಾಧ್ಯವಾಯಿತು. ಸಣ್ಣ ಪುಟ್ಟ ಫ್ಯಾಕ್ಟರಿ ಮಾಲೀಕರು ಮುಷ್ಕರ ನಿರತರ ಬೇಡಿಕೆಗಳನ್ನು ಈಡೇರಿಸಲು ಸಿದ್ಧರಿದ್ದರು. ದೊಡ್ಡ ಫ್ಯಾಕ್ಟರಿಗಳ ಮಾಲೀಕರು ಸಂಬಳ ಹೆಚ್ಚಿಸಲು ಉತ್ತಮ ಸೌಲಭ್ಯ ನೀಡಲು ಸಿದ್ಧರಿದ್ದರೂ ನೌಕರರ ಕಾರ್ಮಿಕ ಸಂಘಟನೆಯ ಹಕ್ಕುಗಳನ್ನು ಮಾನ್ಯ ಮಾಡಲು ಸಿದ್ಧರಿರಲಿಲ್ಲ.

ಈ ಎಲ್ಲ ಹೋರಾಟಗಳೂ ಬಹು ಮುಖ್ಯವಾದ ವಿಚಾರವೊಂದನ್ನು ಶ್ರುತಪಡಿಸಿದವು. ಸಾಂಪ್ರದಾಯಿಕವಾಗಿ ದುರ್ಬಲರೆಂದು ಕರೆಸಿಕೊಳ್ಳುವ ಮಹಿಳೆಯರೂ ಜಾಗೃತರಾದರೆ ಹೇಗೆ ಸಮರಶೀಲರಾಗಬಹುದು, ಸಂಘಟಿತರಾಗಿ ಮುಂದುವರೆಯಬಹುದು ಎಂಬುದನ್ನು ಅದು ತೋರಿಸಿಕೊಟ್ಟಿತು. ದುಡಿಯುವ ವರ್ಗದ ಮುನ್ನಡೆಯಲ್ಲಿ ಈ

ಮಹಿಳಾ ಹೋರಾಟಗಾರರು ಐತಿಹಾಸಿಕ ಪಾತ್ರವಹಿಸಿದ್ದು ಮಾತ್ರವಲ್ಲ ಈ ಮಹಿಳೆಯರ ಪ್ರಜ್ಞಾಮಟ್ಟದಲ್ಲೂ ತೀವ್ರ ಹೆಚ್ಚಳವುಂಟಾಗಿತ್ತು. ಹಾಗೆಂದೇ ಈ ಮಹಿಳೆಯರು ತಮ್ಮ ಬದುಕಿಗೆ ನೇರವಾಗಿ ಸಂಬಂಧಿಸಿದ ಆರ್ಥಿಕ ಬೇಡಿಕೆಗಳನ್ನು ಮಾತ್ರವಲ್ಲ ರಾಜಕೀಯ ಬೇಡಿಕೆಗಳನ್ನು ಮುಂದಿಡಲಾರಂಭಿಸಿದರು. 1903ರಲ್ಲಿ ಮೊಟ್ಟ ಮೊದಲ ಬಾರಿಗೆ ಮಹಿಳಾ ಕಾರ್ಮಿಕ ನಾಯಕರುಗಳು ಮತ್ತು ಮಹಿಳಾ ತಂತ್ರಜ್ಞರು ಒಂದಾಗಿ ಮಹಿಳೆಯರಿಗೆ ಮತದಾನದ ಹಕ್ಕನ್ನು ಪ್ರತಿಪಾದಿಸುತ್ತ ಅದರ ಈಡೇರಿಕೆಗಾಗಿ ಹೋರಾಟಗಳನ್ನಾರಂಭಿಸಿದರು. ಮಹಿಳೆಯರ ಆರ್ಥಿಕ, ರಾಜಕೀಯ ಬೇಡಿಕೆಗಳ ಈಡೇರಿಕೆಗಾಗಿ "ಮಹಿಳಾ ಕಾರ್ಮಿಕ ಸಂಘಟನೆಗಳ ಲೀಗ್" ಅಸ್ತಿತ್ವಕ್ಕೆ ಬಂದಿತು. ತನ್ಮೂಲಕ ಮಹಿಳೆಯರ ಹೀನಾಯ ಕೆಲಸದ ಪರಿಸ್ಥಿತಿ, ಬಡತನ, ಕೌಟುಂಬಿಕ ದೌರ್ಜನ್ಯಗಳ ವಿರುದ್ಧವೂ ಮಹಿಳೆಯರನ್ನು ಸಂಘಟಿಸಿ ಹೋರಾಟಕ್ಕೆ ಅಣಿನೆರೆಸುವ ಪ್ರಯತ್ನ ನಡೆಸಲಾಯ್ತು.

ಈ ಎಲ್ಲ ಹೋರಾಟಗಳೂ ಉಚ್ಛ್ರಾಯ ತಲುಪಿದ್ದು 1857 ರಲ್ಲಿ. ಈ ವೇಳೆಗಾಗಲೇ ಮಹಿಳೆಯರು ದಮನಕಾರಿ ಪ್ರವೃತ್ತಿ ಮತ್ತು ಅಸಮಾನತೆಯ ವಿರುದ್ಧ ಅಸಹನೆಯಿಂದ ಹೋರಾಟವನ್ನು ಇನ್ನಷ್ಟು ತೀವ್ರಗೊಳಿಸಲು ಸನ್ನದ್ಧರಾಗಿದ್ದರು. ಮಾರ್ಚ್ 8ರಂದು ಅಂದಿನ ಮಹಿಳೆಯರು ದಿಟ್ಟವಾಗಿ ಹೆಜ್ಜೆಯಿಟ್ಟಂತೆಯೇ 50 ವರ್ಷಗಳ ನಂತರ 1908ರಲ್ಲಿ ನ್ಯೂಯಾರ್ಕ್‌ನ ನೀಡಲ್ ವರ್ಕ್‌ನ 30,000 ಮಹಿಳೆಯರು ಉತ್ತಮ ವೇತನ, ದುಡಿಮೆಯ ಸೌಲಭ್ಯ, ಎಂಟು ಗಂಟೆಗಳ ದುಡಿಮೆಯ ಅವಧಿ, ಬಾಲಕಾರ್ಮಿಕ ಪದ್ಧತಿಯ ನಿಷೇಧ ಮತ್ತು ಮತದಾನದ ಹಕ್ಕಿಗಾಗಿ ನ್ಯೂಯಾರ್ಕ್‌ನ ಬೀದಿಗಳಲ್ಲಿ ಬೃಹತ್ ಮೆರವಣಿಗೆ ನಡೆಸಿದರು. "ಹಸಿದು ದುಡಿಯುವುದಕ್ಕಿಂತ ಹಸಿದು ಹೋರಾಡುವುದು ಮೇಲು" ಎಂಬುದು ಅವರ ಘೋಷಣೆಯಾಗಿತ್ತು. ಅವರ ಮೆರವಣಿಗೆಯ ಮೇಲೆ ಪೋಲಿಸರು ತೀವ್ರವಾಗಿ ಎರಗಿದ್ದರಿಂದ ಹಲವಾರು ಮಹಿಳೆಯರು ಗಂಭೀರವಾಗಿ ಗಾಯಗೊಂಡರು.

ಹೀಗೆ ದಿನಗಳೆದಂತೆ ಮಹಿಳಾ ಕಾರ್ಮಿಕ ಚಳುವಳಿ ಬಲಯುತವಾಗುತ್ತಾ ಬೆಳೆದಿತ್ತು. ಪುರುಷ ಕಾರ್ಮಿಕರು ಸಂಘಟನೆ ಕಟ್ಟಿದ್ದರೆ, ಯಾವುದೇ ಬೇಡಿಕೆ ಮುಂದಿಟ್ಟು ಹೋರಾಟ ನಡೆಸಿದರೆ ಅವರ ಬದಲಿಗೆ ಮಹಿಳಾ ಕಾರ್ಮಿಕರನ್ನು ನೇಮಿಸಿಕೊಳ್ಳುವ, ಅವರಿಂದ ಪುರುಷರಿಗಿಂತ ಹೆಚ್ಚಿನ ದುಡಿಮೆಯನ್ನು ಸೆಳೆದುಕೊಳ್ಳುವ ಸಾಧ್ಯತೆಯಲ್ಲಿ ಸಮಾಧಾನ ಕಾಣುತ್ತಿದ್ದ ಅಂದಿನ ಉದೀಯಮಾನ ಬಂಡವಾಳಗಾರ (ಬೂರ್ಜ್ವಾ) ಶಕ್ತಿಗಳಿಗೆ ಮಹಿಳಾ ಚಳುವಳಿ ಬಹುದೊಡ್ಡ ಸವಾಲಾಗಿ ಪರಿಣಮಿಸಿತ್ತು. ನಿನ್ನೆಯ ತೊತ್ತು ಇಂದಿನ ಹೋರಾಟಗಾರ್ತಿಯಾಗಿ ಪರಿವರ್ತಿತಳಾಗಿದ್ದನ್ನು ಸಹಿಸುವುದು ಅವರಿಗೆ ಸಾಧ್ಯವಿರಲಿಲ್ಲ. ಹಾಗಾಗಿ ಮುಷ್ಕರ ನಿರತ ಮಹಿಳೆಯರ ಮೇಲೆ ನಡೆಯುತ್ತಿದ್ದ ಧಾಳಿಗಳು ಪುರುಷರನ್ನು ಹತ್ತಿಕ್ಕಲು ನಡೆಸುತ್ತಿದ್ದದ್ದಕ್ಕಿಂತ ಎಷ್ಟೋ ಪಟ್ಟು ತೀವ್ರತರದ್ದಾಗಿರುತ್ತಿದ್ದವು.

ಆದರೆ ಜಾಗೃತಗೊಂಡಿದ್ದ ಆ ಮಹಿಳೆಯರು ಈ ಎಲ್ಲಾ ಅಡೆತಡೆಗಳನ್ನು ಧೈರ್ಯವಾಗಿ ಎದುರಿಸಿದರೇ ಹೊರತು ಹೋರಾಟದಿಂದ ಹಿಂದೆಗೆಯಲಿಲ್ಲ.

ಒಟ್ಟಾರೆಯಾಗಿ ಮಹಿಳೆಯರು ನಡೆಸಿದ ಈ ಎಲ್ಲ ಹೋರಾಟಗಳು ದುಡಿಯುವ ವರ್ಗದ ಹೋರಾಟಕ್ಕೆ ಪೂರಕವಾಗಿದ್ದವು. ಪುರುಷ ಕಾರ್ಮಿಕರ ಬೇಡಿಕೆ ಮತ್ತು ಹೋರಾಟಗಳನ್ನು ಬಲಪಡಿಸಿದ್ದವು. ಹೋರಾಟ ನಿರತ ಮಹಿಳೆ ಪುರುಷ ಕಾರ್ಮಿಕರ ಪಾಲಿಗೆ ಸ್ಪರ್ಧಿಯಾಗಿರಲಿಲ್ಲ. ಬದಲಿಗೆ ಅವರ ಹೋರಾಟದ ಪಾಲುದಾರಳಾಗಿದ್ದಳು. ಕೇವಲ ಆರ್ಥಿಕ ಬೇಡಿಕೆಗೆ ಮಾತ್ರವೇ ಮಹಿಳಾ ಚಳುವಳಿ ಮತ್ತು ಹೋರಾಟ ಸೀಮಿತವಾಗಿರಲಿಲ್ಲ. ಅದರ ವ್ಯಾಪ್ತಿಯಾಚೆಗೂ ಅದು ಬೆಳೆದಿತ್ತು. ಬಾಲಕಾರ್ಮಿಕ ಪದ್ಧತಿಯ ನಿಷೇಧದಿಂದ ಹಿಡಿದು ಮತದಾನದ ಹಕ್ಕಿನವರೆಗಿನ ಈ ಹೋರಾಟಕ್ಕೆ ತನ್ನದೇ ಆದ ಸಾಮಾಜಿಕ ಮತ್ತು ರಾಜಕೀಯ ಆಯಾಮಗಳಿದ್ದವು. ಹೀಗೆ ಮಹಿಳಾ ಚಳುವಳಿ ಹೋರಾಟದ ಇತಿಹಾಸದಲ್ಲಿ ತನ್ನ ಸ್ಪಷ್ಟ ಹೆಜ್ಜೆಗುರುತು ಮೂಡಿಸಿತ್ತು.

ಈ ಹಿನ್ನೆಲೆಯಲ್ಲಿ ಎರಡನೆಯ ದುಡಿಯುವ ಮಹಿಳೆಯರ ಅಂತರ್ರಾಷ್ಟ್ರೀಯ ಸಮ್ಮೇಳನವು ಕೋಪನ್ ಹೇಗನ್‌ನಲ್ಲಿ ನಡೆಯಿತು. ಈಗಾಗಲೇ ಜರ್ಮನಿಯ ಸ್ಟುಟ್‌ಗಾರ್ಟ್‌ನಲ್ಲಿ ಮೊದಲ ಅಂತರ್ರಾಷ್ಟ್ರೀಯ ಸಮಾಜವಾದಿ ಸಮ್ಮೇಳನದ ಜೊತೆಗೆ ಇಂತಹ ಮಹಿಳಾ ಸಮ್ಮೇಳನ ನಡೆದಿತ್ತು. ಅದರ ಮುಂದುವರಿದ ಭಾಗವಾದ ಎರಡನೆಯ ಸಮ್ಮೇಳನದ ಚುಕ್ಕಾಣಿ ಹಿಡಿದಿದ್ದವರು ಜರ್ಮನಿಯ ಖ್ಯಾತ ಸಮಾಜವಾದಿ ನಾಯಕಿ ಕ್ಲಾರಾ ಜೆಟ್ಕಿನ್.

18 ಮಹಿಳಾ ವಿಮೋಚನೆಯ ಹೋರಾಟಗಳ

ರೊಟ್ಟಿ ಮತ್ತು ಗುಲಾಬಿ

ಸ್ಟುಟ್‌ಗಾರ್ಟ್‌ನಲ್ಲಿ ಮೊದಲ ಸಮ್ಮೇಳನ ನಡೆದಾಗ ಮಹಿಳಾ ಚಳುವಳಿ ಇನ್ನೂ ತನ್ನ ಶೈಶವಾವಸ್ಥೆಯಲ್ಲಿತ್ತು. ಮೂರು ವರ್ಷಗಳ ನಂತರ ಎರಡನೆ ಸಮ್ಮೇಳನ ನಡೆಯುವಾಗ ಈ ಚಳುವಳಿಗೆ ಸ್ಪಷ್ಟ ರೂಪ ದೊರಕಿತ್ತು. ಮಹಿಳಾ ಚಳುವಳಿ ಒಟ್ಟಾರೆ ದುಡಿಯುವ ವರ್ಗದ ಚಳುವಳಿಯ ಮಹತ್ವದ ಅಂಗವಾಗಿತ್ತು. ಜರ್ಮನಿಯಲ್ಲಂತೂ ಅದು ಅಗಾಧ ಪ್ರಗತಿ ಸಾಧಿಸಿತ್ತು. 1907ರಲ್ಲಿ ಸೋಷಿಯಲ್ ಡೆಮಾಕ್ರಟಿಕ್ ಪಕ್ಷದಲ್ಲಿ 10,000 ಮಹಿಳಾ ಸದಸ್ಯರಿದ್ದರೆ 1910ರಲ್ಲಿ ಅದು 82000ವನ್ನೂ ಮೀರಿತ್ತು. ಪಕ್ಷದ ಮುಖವಾಣಿಯಾದ 'ಡಿ ಗ್ಲೈಚಿಟ್' ಪತ್ರಿಕೆಯ ಚಂದಾದಾರರ ಸಂಖ್ಯೆಯೇ 80,000ದಷ್ಟಿತ್ತು. ಆಸ್ಟ್ರಿಯಾದಲ್ಲೂ ಇಂತಹ ಪ್ರಬಲ ಬೆಳವಣಿಗೆಯಾಗಿತ್ತು. 1909ರಲ್ಲಿ ಪಕ್ಷದಲ್ಲಿ ಕೇವಲ 7 ಸಾವಿರದಷ್ಟಿದ್ದ ಮಹಿಳಾ ಸದಸ್ಯರ ಸಂಖ್ಯೆ 1910ರಲ್ಲಿ 14 ಸಾವಿರಕ್ಕೇರಿತ್ತು. ವಿವಿಧ ಕಾರ್ಮಿಕ ಸಂಘಟನೆಗಳಲ್ಲಿ ಮಹಿಳಾ ಸದಸ್ಯರ ಸಂಖ್ಯೆ 44 ಸಾವಿರಕ್ಕೇರಿತ್ತು. ಚಿಕ್ಕ ರಾಷ್ಟ್ರವಾದ ಫಿನ್ಲೆಂಡ್‌ನಲ್ಲಿ ವರ್ಕರ್ಸ್ ಪಾರ್ಟಿಯ ಶೇ 31 ರಷ್ಟು ಮಹಿಳಾ ಸದಸ್ಯರಿದ್ದರು. ಹೀಗೆ ಡೆನ್ಮಾರ್ಕ್, ಸ್ವೀಡನ್, ನಾರ್ವೆ, ಇಟಲಿ, ಅಮೇರಿಕಾ ಹೀಗೆ ಎಲ್ಲ ರಾಷ್ಟ್ರಗಳಲ್ಲೂ ಮಹಿಳಾ ಕಾರ್ಮಿಕರ ಸಂಖ್ಯೆ ಹೆಚ್ಚಾಗಿದ್ದು ಅವರಲ್ಲೊಂದು ಹೊಸ ಅರಿವು ಮೂಡಿತ್ತು.

ಸ್ವಿಟ್ಜರ್ಲೆಂಡ್‌ನ ಪ್ರತಿನಿಧಿಗಳ ಅಂದಾಜಿನಂತೆ ಸಂಘಟಿತ ವಲಯದಲ್ಲಿ ಮಹಿಳಾ ಮತ್ತು ಪುರುಷ ದುಡಿಮೆಗಾರರ ಅನುಪಾತ ಹೀಗಿತ್ತು: ಫಿನ್ಲಂಡ್‌ನಲ್ಲಿ ಪ್ರತಿ ಒಬ್ಬ ಮಹಿಳಾ ಉದ್ಯೋಗಿಗೆ ಪ್ರತಿಯಾಗಿ 6 ಪುರುಷ ಉದ್ಯೋಗಿಗಳಿದ್ದರು. ಡೆನ್ಮಾರ್ಕ್‌ನಲ್ಲಿ ಈ ಅನುಪಾತ 1:8 ರಷ್ಟಿದ್ದರೆ ಆಸ್ಟ್ರಿಯದಲ್ಲಿ 1:10, ಇಂಗ್ಲೆಂಡ್‌ನಲ್ಲಿ 1:11, ಇಟಲಿಯಲ್ಲಿ 1:12, ಜರ್ಮನಿಯಲ್ಲಿ 1:14 ಮತ್ತು ಸ್ವಿಟ್ಜರ್ಲೆಂಡ್‌ನಲ್ಲಿ 1:18ರಷ್ಟಿತ್ತು.

ತುಲನಾತ್ಮಕವಾಗಿ ಅಧ್ಯಯನ ಮಾಡಿದರೆ ಒಟ್ಟು ದುಡಿಮೆಗಾರರಲ್ಲಿ ಮಹಿಳೆಯರ ಸಂಖ್ಯೆ ನಗಣ್ಯವೆನಿಸುವಷ್ಟು ಚಿಕ್ಕದಿತ್ತು. ಆದರೆ ಅದರ ಪ್ರಾಮುಖ್ಯತೆಯನ್ನರಿಯಲು ನಾವು ಬಹುಮುಖ್ಯವಾಗಿ ಎರಡು ಅಂಶಗಳನ್ನು ಗಮನಿಸಲೇ ಬೇಕಿದೆ. ಕೇವಲ 15–20 ವರ್ಷಗಳಷ್ಟು ಹಿಂದೆ ಇಂತಹದೊಂದು ಚಳುವಳಿಯನ್ನು ಕಲ್ಪಿಸಿಕೊಳ್ಳುವುದೂ

ಅಂತರ್ರಾಷ್ಟ್ರೀಯ ಮಹಿಳಾ ದಿನಾಚರಣೆಯ ನಿರ್ಣಯ ಕೈಗೊಂಡ
ಕೊಪನ್ ಹೇಗನ್ ಸಮ್ಮೇಳನದ ಸ್ಥಳ ಮತ್ತು ಸಭಾಂಗಣ 1910

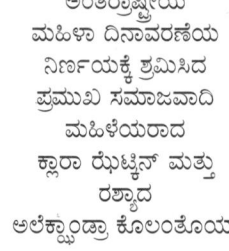

ಅಂತರ್ರಾಷ್ಟ್ರೀಯ
ಮಹಿಳಾ ದಿನಾವರಣೆಯ
ನಿರ್ಣಯಕ್ಕೆ ಶ್ರಮಿಸಿದ
ಪ್ರಮುಖ ಸಮಾಜವಾದಿ
ಮಹಿಳೆಯರಾದ
ಕ್ಲಾರಾ ಝೆಟ್ಕಿನ್ ಮತ್ತು
ರಶ್ಯಾದ
ಅಲೆಕ್ಸಾಂಡ್ರಾ ಕೊಲಂತೊಯ್

ಸಾಧ್ಯವಿರಲಿಲ್ಲ ಎಂಬ ಅಂಶ ಮತ್ತು ಮುಂಬರುವ ದಿನಗಳಲ್ಲಿ ಅದು ತೆರೆದಿಡಬಹುದಾದ ಸಾಧ್ಯತೆಗಳು ಈ ನೆಲೆಯಲ್ಲಿ ಮಹಿಳಾ ಕಾರ್ಮಿಕರ ಸಂಖ್ಯೆ ಚಿಕ್ಕದಿದ್ದರೂ ಅದಕ್ಕೆ ಮಹತ್ವ ಬಹಳಷ್ಟಿದೆ. ಮತದಾನದ ಪದ್ಧತಿಯನ್ನು ಪ್ರಜಾಸತ್ತಾತ್ಮಕವಾಗಿಸಬೇಕೆಂಬ ಬೇಡಿಕೆ ಒಂದಲ್ಲ ಒಂದು ರೂಪದಲ್ಲಿ ಮೇಲೇಳುತ್ತಿರುವ ಎಲ್ಲ ದೇಶಗಳಲ್ಲಿ ಇದರ ಪರಿಣಾಮ ಮಹಿಳಾ ಕಾರ್ಮಿಕ ಚಳುವಳಿಯ ಮೇಲೂ ಆಗಲಿದೆ. ಮಹಿಳಾ ಕಾರ್ಮಿಕ ಚಳುವಳಿಯೆಂಬುದು ಕೇವಲ ಸೊಬಗಿನ ಮಾತಾಗದೆ ದಿನ ನಿತ್ಯದ ಬದುಕಿನ ಅಗತ್ಯವಾಗಿದೆ ಎಂದು ಪ್ರತಿನಿಧಿಗಳು ಅಭಿಪ್ರಾಯ ಪಟ್ಟರು.

ಹೀಗೆ ಕೋಪನ್‌ಹೇಗನ್‌ನ ಸಮ್ಮೇಳನದಲ್ಲಿ ಮಹಿಳಾ ಕಾರ್ಮಿಕ ಚಳುವಳಿಯ ಪ್ರಗತಿ ಗಮನಾರ್ಹವಾಗಿತ್ತು. ಸ್ಟುಟ್‌ಗಾರ್ಟ್‌ನ ಸಮ್ಮೇಳನದಲ್ಲಿ ಕೇವಲ 52 ಮಹಿಳಾ ಪ್ರತಿನಿಧಿಗಳಿದ್ದರೆ ಕೋಪನ್‌ಹೇಗನ್ ಸಮ್ಮೇಳನದಲ್ಲಿ 17 ರಾಷ್ಟ್ರಗಳ ಒಟ್ಟು ನೂರಕ್ಕೂ ಹೆಚ್ಚು ಪ್ರತಿನಿಧಿಗಳಿದ್ದರು. ಹಲವಾರು ಕ್ಲಬ್, ಮಹಿಳಾ ಸಂಘಟನೆಗಳೊಂದಿಗೆ ಸಮಾಜವಾದಿ ಪಕ್ಷ ಮತ್ತು ಕಾರ್ಮಿಕ ಸಂಘಟನೆಗಳ ಸದಸ್ಯ ಮಹಿಳೆಯರು,ವಿಶೇಷವಾಗಿ ಫಿನ್ಲೆಂಡಿನಲ್ಲಿ ಮೊದಲ ಬಾರಿಗೆ ಪಾರ್ಲಿಮೆಂಟಿಗೆ ಚುನಾಯಿತರಾಗಿದ್ದ ಮೂವರು ಮಹಿಳೆಯರು ಇದರಲ್ಲಿ ಭಾಗಿಗಳಾಗಿದ್ದು ಮಹಿಳಾ ಚಳುವಳಿಯ ವರ್ಗದೃಷ್ಟಿಕೋನವನ್ನು ಸ್ವೀಕರಿಸಿದರು.

ವಿವಿಧ ದೇಶಗಳ ಸಮಾಜವಾದಿ ಮಹಿಳೆಯರ ನಿಕಟ ಸಂಪರ್ಕ ಸಾಧಿಸುವುದಲ್ಲದೆ ಇನ್ನೂ ಎರಡು ಬಹು ಮುಖ್ಯ ಉದ್ದೇಶಗಳನ್ನು ಈ ಸಮ್ಮೇಳನ ಚರ್ಚಿಸಿತು. ಆ ಎರಡು ಮುಖ್ಯ ಉದ್ದೇಶಗಳೆಂದರೆ ಸಾರ್ವತ್ರಿಕ ಮತದಾನದ ಹಕ್ಕಿನ ಗಳಿಕೆ ಹಾಗೂ ತಾಯಿ ಮತ್ತು ಮಗುವಿಗೆ ಸಾಮಾಜಿಕ ಭದ್ರತೆ ಮತ್ತು ರಕ್ಷಣಾ ಯೋಜನೆಗಳ ಗಳಿಸುವಿಕೆ. ಇದಲ್ಲದೆ ಚರ್ಚೆಯಲ್ಲಿ ಬಂದ ವಿಷಯಗಳೆಂದರೆ ಯುದ್ಧ, ಶಾಂತಿ ಮತ್ತು ಮಿಲಿಟರಿ ಶಕ್ತಿಗಳ ವಿರುದ್ಧದ ಹೋರಾಟ, ರಾತ್ರಿ ಪಾಳಿಯ ವಿರುದ್ಧದ ಹೋರಾಟ ಮುಂತಾದವು. ಈ ಎಲ್ಲವೂ ಸಮ್ಮೇಳನವು ಸಾಂಪ್ರದಾಯಿಕ ಸ್ತ್ರೀವಾದಿ ನಿಲುವಿನಿಂದ ಮುಕ್ತವಾಗಿ ವರ್ಗ ನಿಲುವಿನಿಂದ ಕೂಡಿತ್ತು ಎಂಬುದನ್ನು ಸೂಚಿಸಿತು ಮತ್ತು ಈ ಎಲ್ಲ ಸಮಸ್ಯೆಗಳ ಪರಿಹಾರಕ್ಕೆ ಸಂಘಟಿತ ದುಡಿಯುವ ವರ್ಗದ ಜೊತೆ ಜೊತೆಯಾಗಿ ಹೆಜ್ಜೆ ಹಾಕಬೇಕಾದ ಅನಿವಾರ್ಯತೆಯ ತಿಳಿವನ್ನು ಹೊರಹೊಮ್ಮಿಸಿತು.

ಮತದಾನದ ಹಕ್ಕು ಸಮ್ಮೇಳನದಲ್ಲಿ ಮುಖ್ಯವಾಗಿ ಚರ್ಚಿತವಾದ ವಿಷಯ. ಸಮಾಜವಾದಿ ಪಕ್ಷಗಳ ನೇತೃತ್ವದಲ್ಲಿ ಮಹಿಳೆಯರು ಮುಂದಿಟ್ಟ ಸಾರ್ವಜನಿಕ ಮತದಾನದ ಹಕ್ಕಿನ ಪರವಾದ ಠರಾವನ್ನು ಇಂಗ್ಲೀಷ್ ಪ್ರತಿನಿಧಿ ತಂಡವು ವಿರೋಧಿಸಿ ಸಾರ್ವತ್ರಿಕ ಮತದಾನದ ಹಕ್ಕಿಗೆ ಪ್ರತಿಯಾಗಿ ಯೋಗ್ಯತಾನುಸಾರ ಮತದಾನದ ಪ್ರಸ್ತಾಪವನ್ನು ಮುಂದಿಟ್ಟಿತು. ಆದರೆ ಸಮಾಜವಾದಿ ಮಹಿಳೆಯರ ನಿಲುವು ಎಷ್ಟು ಪ್ರಬಲವಾಗಿತ್ತೆಂದರೆ ಇಂಗ್ಲಿಷ್ ಮಹಿಳೆಯರ ಪ್ರಸ್ತಾಪಕ್ಕೆ ಯಾವುದೇ ಬೆಂಬಲ ದೊರೆಯಲಿಲ್ಲ. ಪ್ರಾಪ್ತ

ವಯಸ್ಕರಾದ ಎಲ್ಲ ಪ್ರಜೆಗಳಿಗೆ ಅವರ ಆಸ್ತಿ, ಅಂತಸ್ತು, ವಿದ್ಯಾಭ್ಯಾಸ ಮತ್ತು ಲಿಂಗ ಬೇಧವಿಲ್ಲದೆ ಮತದಾನದ ಹಕ್ಕನ್ನು ನೀಡಬೇಕೆಂದು ಈ ಸಮ್ಮೇಳನದಲ್ಲಿ ತೆಗೆದುಕೊಂಡ ನಿರ್ಣಯವು ಈ ಜಗತ್ತಿನ ಪ್ರಜಾಪ್ರಭುತ್ವಕ್ಕೆ ಸಮಾಜವಾದಿ ಮಹಿಳೆಯರು ನೀಡಿದ ಬಹುದೊಡ್ಡ ಕೊಡುಗೆ. ತನ್ಮೂಲಕ ಅವರು ಹೋರಾಟದ ಭಾಗವೇ ಆಗಿರದಿದ್ದ ಮೇಲ್ವರ್ಗಗಳ ಮಹಿಳೆಯರಿಗೂ ರಾಜಕೀಯ ಸಮಾನತೆಯ ಅವಕಾಶವನ್ನು ಗಳಿಸಿಕೊಟ್ಟರು.

ಸಮ್ಮೇಳನದಲ್ಲಿ ಚರ್ಚಿತವಾದ ಮತ್ತೊಂದು ಮುಖ್ಯ ವಿಚಾರವೆಂದರೆ ತಾಯ್ತನದ ವಿಮೆ ಮತ್ತು ತಾಯ್ತನದ ರಜೆ; 16 ವಾರಗಳ ತಾಯ್ತನದ ರಜೆ, ಕಡ್ಡಾಯ ತಾಯ್ತನದ ವಿಮೆ ಈ ಬೇಡಿಕೆಗಳೂ ಅಲ್ಲಿ ಚರ್ಚಿತವಾದವು. ಈ ವಿಚಾರದಲ್ಲಿ ತಲೆದೋರಿದ ಮುಖ್ಯ ಭಿನ್ನಾಭಿಪ್ರಾಯವೆಂದರೆ ಈ ಸವಲತ್ತುಗಳು ಕೇವಲ ವಿವಾಹ ಸಂಬಂಧಿ ಶಿಶು ಜನನಕ್ಕೆ ಮಾತ್ರವೇ ನೀಡಬೇಕೆ ಅಥವ ವಿವಾಹ ಬಾಹಿರ ಶಿಶು ಜನನಕ್ಕೂ ನೀಡಬೇಕೇ ಎಂಬುದು. ನೈತಿಕ ನೆಲೆಗಟ್ಟಿನಲ್ಲಿ ಇದನ್ನು ನೋಡದೆ ಶಿಶು ಜನನ ಅಥವ ತಾಯ್ತನವೆಂಬುದು ಕೇವಲ ವೈಯಕ್ತಿಕ ವಿಚಾರವಲ್ಲ, ಬದಲಿಗೆ ಅದೊಂದು ಸಾಮಾಜಿಕ ಕರ್ತವ್ಯ ಎಂಬುದನ್ನು ವೈವಾಹಿಕ ಚೌಕಟ್ಟಿನಾಚೆಯೂ ಒಪ್ಪಿಕೊಳ್ಳಬೇಕೆಂದು ಸಮ್ಮೇಳನ ಘೋಷಿಸಿದ್ದು ಒಂದು ಬಹು ಮುಖ್ಯ ಮೈಲಿಗಲ್ಲು. ಹೆರಿಗೆ ವಿಮೆ ಇತರ ಸಾಮಾಜಿಕ ವಿಮೆಯ ಭಾಗವಾಗಿರಬೇಕೆ ಅಥವ ಪ್ರತ್ಯೇಕವಾಗಿರಬೇಕೇ ಎಂಬ ಬಗ್ಗೆಯೂ ದೀರ್ಘ ಚರ್ಚೆಗಳಾದವು. ಹೆರಿಗೆಯಾದಾಗ ಇಂತಹ ವಿಮೆ ಸೌಲಭ್ಯ ಒದಗಿಸುವುದು ಆಸ್ಪತ್ರೆಗಳ ಕರ್ತವ್ಯ ಎಂಬುದನ್ನು ನಿರ್ಣಯ ಸ್ಪಷ್ಟಪಡಿಸಿತ್ತು. ಆದರೆ ಈ ಸೌಲಭ್ಯವನ್ನು ಗೃಹಿಣಿಯರಾಗಿರುವ ಇತರ ಮಹಿಳೆಯರಿಗೂ ವಿಸ್ತರಿಸಬೇಕೇ ಎಂಬ ಬಗ್ಗೆ ಚರ್ಚೆಯಾಗಲಿಲ್ಲ.

ವಿಸ್ತೃತವಾಗಿ ಚರ್ಚಿತವಾದ ಮತ್ತೊಂದು ವಿಚಾರವೆಂದರೆ ರಾತ್ರಿಪಾಳಿಯ ಕೆಲಸ. ಅಂದಿನ ದಿನಗಳಲ್ಲಿ ಮುದ್ರಣ ಉದ್ದಿಮೆಯಲ್ಲಿ ರಾತ್ರಿ ಪಾಳಿಯ ಕೆಲಸ ಚಾಲ್ತಿಯಲ್ಲಿದ್ದು ಅಲ್ಲಿ ಮೊಳೆ ಜೋಡಿಸುವ ಮತ್ತು ಮುದ್ರಿಸುವ ಕೆಲಸವನ್ನು ಮೇಲ್ಮಟ್ಟದ ತಾಂತ್ರಿಕ ಕೆಲಸವೆಂದು ಗುರುತಿಸಲಾಗುತ್ತಿತ್ತು. ಮಹಿಳೆಯನ್ನು ರಾತ್ರಿ ಪಾಳಿಯ ಕೆಲಸಕ್ಕೆ ನೇಮಿಸಿಕೊಳ್ಳಬಾರದೆಂದು ಕಾನೂನು ಜಾರಿಯಾದಲ್ಲಿ ಮಹಿಳೆಯರು ಈ ಉನ್ನತ ಕೆಲಸದಿಂದ ವಂಚಿತರಾಗುತ್ತಾರೆಂಬ ಕೂಗಿದ್ದಿತು. ಆದರೆ ಸಮ್ಮೇಳನವು ರಾತ್ರಿ ಪಾಳಿಯ ಕೆಲಸ ಮಹಿಳೆ ಮತ್ತು ಪುರುಷರಿಬ್ಬರ ಮೇಲೂ ದುಷ್ಪರಿಣಾಮ ಬೀರುತ್ತದೆ ಹಾಗಾಗಿ ಒಟ್ಟಾರೆಯಾಗಿ ರಾತ್ರಿ ಪಾಳಿಯನ್ನು ವಜಾ ಮಾಡಬೇಕೆಂಬ ನಿರ್ಣಯವನ್ನು ಸ್ವೀಕರಿಸಿತು.

ಇದಲ್ಲದೆ ಎಂಟು ಘಂಟೆಗಳ ಕೆಲಸದ ಅವಧಿ, ಪುರುಷ ಪ್ರಧಾನ ಮೌಲ್ಯಗಳ ವಿರೋಧ ಹಾಗೂ ಮಿಲಿಟರಿ ಶಕ್ತಿಗಳ ವಿರೋಧಿಯಾಗಿ ಮಕ್ಕಳನ್ನು ಬೆಳೆಸುವಿಕೆ ಮುಂತಾದ ಠರಾವುಗಳು ಒಮ್ಮತದಿಂದ ಸ್ವೀಕೃತವಾದವು.

ಹೀಗೆ ಮಹಿಳಾ ಚಳುವಳಿಯ ದೊಡ್ಡ ಮೈಲಿಗಲ್ಲಾಗಿ ಅಂತರಾಷ್ಟ್ರೀಯ ಮಹಿಳಾ ದಿನ ಅಸ್ತಿತ್ವಕ್ಕೆ ಬಂದಿತು.

ಕೋಪನ್‌ಹೇಗನ್‌ನಲ್ಲಿ ಎರಡನೆಯ ದುಡಿಯುವ ಮಹಿಳೆಯರ ಸಮ್ಮೇಳನದಲ್ಲಿ ಅಂತರಾಷ್ಟ್ರೀಯ ಮಹಿಳಾ ದಿನವನ್ನಾಚರಿಸುವ ನಿರ್ಧಾರದ ಸ್ಫೂರ್ತಿಯಿಂದ ಪ್ರೇರಿತರಾಗಿ ಭಾಗವಹಿಸಿದ್ದ ಹಲವಾರು ದೇಶಗಳಲ್ಲಿ 1911ರಲ್ಲಿ ಪ್ರಪ್ರಥಮ ಬಾರಿಗೆ ಅಂತರಾಷ್ಟ್ರೀಯ ಮಹಿಳಾ ದಿನವನ್ನು ಆಚರಿಸಲಾಯ್ತು. ಇದರಲ್ಲೂ ಜರ್ಮನಿ ಇತರ ರಾಷ್ಟ್ರಗಳಿಗಿಂತ ಮುಂದಿತ್ತು. ಜರ್ಮನಿಯಲ್ಲಿ 1911ರ ಮಾರ್ಚ್ 19 ರಂದು ಅಂತರ್ರಾಷ್ಟ್ರೀಯ ಮಹಿಳಾ ದಿನವನ್ನು ಆಚರಿಸಲಾಯ್ತು. ಮಹಿಳಾದಿನವನ್ನಾಚರಿಸಲು ಮಾರ್ಚ್ 19ನ್ನು ಆಯ್ಕೆ ಮಾಡಲು ಮಹತ್ವವಾದ ಕಾರಣವಿತ್ತು. 1848ರಲ್ಲಿ ಅದೇ ದಿನದಂದು ದುಡಿಯುವ ವರ್ಗದ ಬಲವನ್ನು ಗುರುತಿಸಿದ ಪ್ರಷ್ಯನ್ ದೊರೆ ಅವರ ಮುಂದೆ ತಲೆಬಾಗಿದ್ದ. ಅವರ ಇನ್ನಿತರ ಬೇಡಿಕೆಗಳೊಂದಿಗೆ ಮಹಿಳೆಯರಿಗೆ ಮತದಾನದ ಹಕ್ಕನ್ನು ನೀಡುವ ಭರವಸೆಯನ್ನೂ ನೀಡಿದ್ದ. ಹಾಗಾಗಿ ಜರ್ಮನಿಯಲ್ಲಿ ಮಾರ್ಚ್ 19ರಂದು ಪ್ರಪ್ರಥಮವಾಗಿ ಮಹಿಳಾ ದಿನವನ್ನು ಆಚರಿಸಲಾಯ್ತು.

ಜನವರಿ ತಿಂಗಳಲ್ಲೆ ಆಸ್ಟ್ರಿಯ ಮತ್ತು ಜರ್ಮನಿಗಳೆರಡರಲ್ಲೂ ಅಂತರಾಷ್ಟ್ರೀಯ ಮಹಿಳಾ ದಿನದ ಆಚರಣೆಗೆ ಸಿದ್ಧತೆಗಳು ಆರಂಭವಾದವು. ಬಾಯಿ ಮಾತಿನಲ್ಲಿ ಮತ್ತು ಬರವಣಿಗೆಯಲ್ಲಿ ಈ ಕಾರ್ಯಕ್ರಮಕ್ಕೆ ದೊಡ್ಡ ಮಟ್ಟದ ಪ್ರಚಾರ ನೀಡಲಾಗಿತ್ತು. ಜರ್ಮನಿಯಲ್ಲಿ "ಮಹಿಳೆಯರಿಗೆ ಮತದಾನದ ಹಕ್ಕು" ಮತ್ತು ಆಸ್ಟ್ರಿಯಾದಲ್ಲಿ "ಮಹಿಳಾದಿನ" ಎಂಬ ಎರಡು ಪತ್ರಿಕೆಗಳನ್ನು ಹೊರತರಲಾಗಿತ್ತು. ಅವುಗಳಲ್ಲಿ ಪ್ರಕಟವಾದ ಮಹಿಳೆ ಮತ್ತು ಮುನಿಸಿಪಲ್ ಆಡಳಿತ, ಮಹಿಳೆ ಮತ್ತು ಪಾರ್ಲಿಮೆಂಟ್, ರಾಜಕೀಯಕ್ಕೂ ಗೃಹಿಣಿಯರಿಗೂ ಏನು ಸಂಬಂಧ ಎಂಬ ಪ್ರಬಂಧಗಳು ಸಮಾಜ ಮತ್ತು ಸರ್ಕಾರಗಳಲ್ಲಿ ಮಹಿಳಾ ಸಮಾನತೆಯ ವಿಚಾರವನ್ನು ಅತ್ಯಂತ ಸಮರ್ಥವಾಗಿ ವಿಮರ್ಶಿಸಿದ್ದವು. ಈ ಎಲ್ಲವೂ ನಿಚ್ಚಳವಾಗಿ ಸ್ಪಷ್ಟಪಡಿಸಿದ್ದ ಒಂದು ವಿಚಾರವೆಂದರೆ ಮಹಿಳೆಯರಿಗೆ ಮತದಾನದ ಹಕ್ಕನ್ನು ನೀಡುವ ಮೂಲಕ ಪಾರ್ಲಿಮೆಂಟನ್ನು ಹೆಚ್ಚು ಪ್ರಜಾಸತ್ತಾತ್ಮಕಗೊಳಿಸುವುದು.

1911ರಲ್ಲಿ ನಡೆದ ಅಂತರಾಷ್ಟ್ರೀಯ ಮಹಿಳಾ ದಿನ ಎಲ್ಲ ನಿರೀಕ್ಷೆಗಳನ್ನೂ ಮೀರಿ ಯಶಸ್ವಿಯಾಗಿತ್ತು. ಆ ದಿನ ಎಲ್ಲೆಡೆಯೂ ಧೀರ ಮಹಿಳೆಯರ ಸಾಗರವೇ ಹರಿದು ಬಂದಿತ್ತು. ಚಿಕ್ಕ ಚಿಕ್ಕ ಪಟ್ಟಣ ಮತ್ತು ಹಳ್ಳಿಗಳಲ್ಲೂ ಸಭೆಗಳು ನಡೆದವು. ಈ ಸಭೆಗಳಲ್ಲಿ ಭಾಗವಹಿಸಿದ್ದ ಮಹಿಳೆಯರ ಸಂಖ್ಯೆ ಅದೆಷ್ಟು ದೊಡ್ಡದಿತ್ತೆಂದರೆ ಅಲ್ಲಿದ್ದ ಪುರುಷ ಸಂಗಾತಿಗಳು ಅವರಿಗಾಗಿ ಸ್ಥಳ ತೆರವು ಮಾಡಬೇಕಾಯ್ತು.

ಇದು ಸಮರಶೀಲತೆಯ ಬಹುದೊಡ್ಡ ಪ್ರದರ್ಶನವಾಗಿತ್ತು. ಪುರುಷರು ಮನೆಯಲ್ಲುಳಿದು ಮನೆಯ ಸ್ತ್ರೀಯರನ್ನು ಸಭೆಗಳಿಗೆ ಕಳಿಸಿದರು. ಬೃಹತ್ ಮೆರಣಿಗೆಯಲ್ಲಿ

ಸುಮಾರು 30000 ಮಹಿಳೆಯರು ಭಾಗವಹಿಸಿದ್ದರು. ಈ ಮೆರಣಿಗೆಯ ಬ್ಯಾನರನ್ನು ತೆಗೆಯಲು ಪೋಲಿಸರು ನಡೆಸಿದ ಘರ್ಷಣೆಯಲ್ಲಿ ರಕ್ತಪಾತವನ್ನು ತಪ್ಪಿಸಲು ಸೋಷಿಯಲಿಸ್ಟ್ ಪಾರ್ಟಿಯ ಪಾರ್ಲಿಮೆಂಟ್ ಸದಸ್ಯರು ಮಧ್ಯಪ್ರವೇಶ ಮಾಡಬೇಕಾಯ್ತು.

ಅಮೇರಿಕ ಮತ್ತು ಯುರೋಪುಗಳಲ್ಲೂ ಅಂತರ್ರಾಷ್ಟ್ರೀಯ ಮಹಿಳಾ ದಿನಾಚರಣೆ ಅದ್ಭುತ ಫಲಿತಾಂಶ ನೀಡಿತ್ತು. ಅಂದಿನ ದಿನಗಳಲ್ಲೂ ಬಂಡವಾಳಶಾಹಿಗಳು ದುಡಿಯುವ ಜನತೆಗೆ ಯಾವುದೇ ರೀಯಾಯತಿ ಅಥವ ಸೌಲಭ್ಯ ನೀಡಲು ತಯಾರಿರಲಿಲ್ಲ. ಅಂತಹ ಪರಿಸ್ಥಿತಿಯಲ್ಲೂ ಮಹಿಳಾ ದಿನ ಏನನ್ನೋ ಸಾಧಿಸಿತು. ದುಡಿಯುವ ವರ್ಗದ ಅಂಗವಾಗಿ ಕಡಿಮೆ ರಾಜಕೀಯ ಪ್ರಜ್ಞೆ ಹೊಂದಿದ್ದ ಮಹಿಳಾ ನೌಕರರ ಪಾಲಿಗೆ ಅದು ಹೋರಾಟದ ಒಂದು ಮಾಧ್ಯಮವಾಯ್ತು. ಮಹಿಳಾ ದಿನಕ್ಕೆ ಸಂಬಂಧಿಸಿದ ಸಭೆ, ಕರಪತ್ರ, ಬರವಣಿಗೆ, ಕೈಬರಹ ಇವುಗಳನ್ನು ಗಮನಿಸದಿರುವುದು ಅವರಿಗೆ ಸಾಧ್ಯವೇ ಇರಲಿಲ್ಲ. "ಮಹಿಳಾ ದಿನ ನನ್ನ ದಿನ; ದುಡಿಯುವ ಮಹಿಳೆಯರ ಸಂಭ್ರಮದ ದಿನ" ಎಂದು ಪ್ರತಿಯೊಬ್ಬ ಮಹಿಳಾ ದುಡಿಮೆಗಾರರೂ ಭಾವಿಸುತ್ತಿದ್ದರು. ಹಾಗಾಗಿ ಅಂದಿನ ಎಲ್ಲ ಕಾರ್ಯಕ್ರಮಗಳಲ್ಲೂ ಎಲ್ಲಾ ಮಹಿಳಾ ಕಾರ್ಮಿಕರೂ ಭಾಗವಹಿಸುತ್ತಿದ್ದರು. ಕಾಲಕಳೆದಂತೆ ಪ್ರತೀ ಮಹಿಳಾ ದಿನಾಚರಣೆಯ ನಂತರವೂ ಹೆಚ್ಚು ಹೆಚ್ಚು ಮಹಿಳಾ ಸಂಗಾತಿಗಳು ಸಮಾಜವಾದಿ ಪಕ್ಷ ಸೇರುತ್ತಿದ್ದರು ಮತ್ತು ಕಾರ್ಮಿಕ ಸಂಘಟನೆಗಳೂ ಬೆಳೆಯತೊಡಗಿದವು. ರಾಜಕೀಯ ಪ್ರಜ್ಞೆ ಬೆಳೆಯತೊಡಗಿತು.

ಅಂತರ್ರಾಷ್ಟ್ರೀಯ ಮಹಿಳಾದಿನ ಇನ್ನೊಂದು ಉದ್ದೇಶವನ್ನು ಈಡೇರಿಸಿತು. ಅಂತರ್ರಾಷ್ಟ್ರೀಯವಾಗಿ ದುಡಿಯುವ ವರ್ಗದ ಸೌಹಾರ್ದತೆ ಇದರಿಂದ ಸಾಧ್ಯವಾಯಿತು. ಸಮಾಜವಾದಿ ಪಕ್ಷಗಳು ಈ ಸಂದರ್ಭದಲ್ಲಿ ಭಾಷಣಕಾರರನ್ನು ವಿನಿಮಯ ಮಾಡಿಕೊಳ್ಳುತ್ತಿದ್ದವು. ಒಂದು ದೇಶದ ಭಾಷಣಕಾರರು ಇನ್ನೊಂದು ದೇಶಕ್ಕೆ ಅತಿಥಿಗಳಾಗಿ ತೆರಳುತ್ತಿದ್ದರು. ಇದರಿಂದ ಅಂತರ್ರಾಷ್ಟ್ರೀಯ ಮಟ್ಟದಲ್ಲಿ ದುಡಿಯುವ ವರ್ಗದ ತಿಳುವಳಿಕೆ ಹೆಚ್ಚಾಗಿ ದುಡಿಮೆಗಾರರ ಹೋರಾಟದ ಶಕ್ತಿ ಹೆಚ್ಚಾಯಿತು. ಮಹಿಳಾ ದುಡಿಮೆಗಾರರ ಈ ಸಮರಶೀಲತೆಯಿಂದಾಗಿ ಅವರ ಅರಿವಿನ ಮಟ್ಟ ಹೆಚ್ಚಿದ್ದಷ್ಟೇ ಅಲ್ಲ ಇಡೀ ದುಡಿಯುವ ವರ್ಗದ ಹೋರಾಟಕ್ಕೆ ಅದರ ಲಾಭ ದೊರೆಯಿತು.

1911ರಲ್ಲಿ ಅಮೇರಿಕ ಮತ್ತೊಂದು ಧೀರೋದ್ದಾತ ಹೋರಾಟವನ್ನು ಕಂಡಿತು. ನೌಕರರ ಶೋಷಣೆಗೆ ಹೆಸರಾಗಿದ್ದ ಟ್ರಯಾಂಗಲ್ ವೈಸ್ಟ್ ಕಂಪನಿಯ ಬೆಂಕಿ ದುರಂತದಲ್ಲಿ ಮಾರ್ಚ್ 14 ರಂದು 140ಕ್ಕೂ ಹೆಚ್ಚು ಮಹಿಳಾ ಕೆಲಸಗಾರರು ಸುಟ್ಟು ಭಸ್ಮವಾದರು. ಈ ಘಟನೆ ಮಹಿಳಾ ಕಾರ್ಮಿಕರ ಹೀನಾಯ ಪರಿಸ್ಥಿತಿಯತ್ತ ಸರ್ಕಾರದ ಗಮನ ಸೆಳೆಯಿತಲ್ಲದೆ ಅದರ ಸುಧಾರಣೆಗಾಗಿ ಸೂಕ್ತ ಕಾರ್ಮಿಕ ಕಾನೂನು ಜಾರಿ ಮಾಡಬೇಕೆಂಬ ಬೇಡಿಕೆಯತ್ತಲೂ ಬೆಳಕು ಚೆಲ್ಲಿತು. ನಂತರದ ವರ್ಷಗಳಲ್ಲಿ ಅಂತರ್ರಾಷ್ಟ್ರೀಯ ಮಹಿಳಾ ದಿನದ ಮುಖ್ಯ ಗುರಿ ಇದೇ ಆಗಿತ್ತು.

1912 ರಲ್ಲಿ ಮೆಸಾಚೂಸೆಟ್ಸ್‌ನಲ್ಲಿ ಮತ್ತೊಂದು ದೊಡ್ಡ ಹೋರಾಟ ನಡೆಯಿತು. ಅಲ್ಲಿಯ ಜವಳಿ ಕೆಲಸಗಾರರು 10 ವಾರಗಳ ನಿರಂತರ ಮುಷ್ಕರ ನಡೆಸಿದರು. ತಮ್ಮ ಕೂಲಿಯನ್ನು ಶೇ 15 ರಷ್ಟು ಹೆಚ್ಚಿಸಬೇಕು, ಓವರ್‌ಟೈಮ್ ಕೆಲಸಕ್ಕೆ ದುಪ್ಪಟ್ಟು ಸಂಬಳ, ಮುಷ್ಕರಗಳಲ್ಲಿ ಭಾಗವಹಿಸಿದ್ದಕ್ಕೆ ಯಾವುದೇ ನೌಕರರ ವಿರುದ್ಧ ತಾರತಮ್ಯ ಮಾಡಬಾರದೆಂಬುದು ಅವರ ಪ್ರಮುಖ ಬೇಡಿಕೆಗಳಾಗಿತ್ತು. ಈ ಹೋರಾಟಗಳಲ್ಲಿ ಮಹಿಳಾ ಕೆಲಸಗಾರರು ಉತ್ಸಾಹದಿಂದ ಭಾಗವಹಿಸಿದರು. ಆ ಸಮಯದಲ್ಲಿ ಅವರು ಗುನುಗುನಿಸಿದ ಹಾಡೇ ರೊಟ್ಟಿ ಮತ್ತು ಗುಲಾಬಿ. ತನ್ಮೂಲಕ ಅವರು ತಮ್ಮ ಉದ್ಯೋಗ ತಮ್ಮ ಬದುಕಿಗಾಗಿ ಮಾತ್ರವಲ್ಲ ಬದುಕಿನ ಘನತೆಗಾಗಿಯೂ ಎಂಬುದನ್ನು ಸಾರಿ ಹೇಳಿದರು. ಈ ಹೋರಾಟ ನಿರತ ಮಹಿಳೆಯರನ್ನು ಚದುರಿಸಲು ಪೋಲಿಸರು ನೀರು ಧಾರೆ(ವಾಟರ್‌ಜೆಟ್)ಯನ್ನೇ ಸುರಿಸಿದರು. 36 ಮಹಿಳಾ ಕಾರ್ಮಿಕರನ್ನು ಬಂಧಿಸಿ ಬಹುತೇಕ ಜನಕ್ಕೆ ಒಂದು ವರ್ಷದ ಕಠಿಣ ಸಜೆ ವಿಧಿಸಲಾಯಿತು. ನಂತರದ ದಿನಗಳಲ್ಲಿ 'ರೊಟ್ಟಿ ಮತ್ತು ಗುಲಾಬಿ' ಅಂತರಾಷ್ಟ್ರೀಯ ಮಹಿಳಾ ದಿನದ ಪರಮಗೀತೆಯಾಗಿತ್ತು.

ರಷ್ಯಾದಲ್ಲಿ ಪ್ರಥಮ ಬಾರಿಗೆ ದುಡಿಯುವ ಮಹಿಳೆಯರ ದಿನವನ್ನು 1913ರಲ್ಲಿ ಆಚರಿಸಲಾಯ್ತು. ದೇಶದ ಕಾರ್ಮಿಕರು ಮತ್ತು ಕೃಷಿಕರನ್ನು ಝಾರ್‌ದೊರೆ ಸಂಪೂರ್ಣವಾಗಿ ತನ್ನ ಹಿಡಿತದಲ್ಲಿಟ್ಟುಕೊಂಡ ಕಾಲ ಆದಾಗಿತ್ತು. ಮುಕ್ತವಾಗಿ ಮಹಿಳಾ ದಿನವನ್ನಾಚರಿಸುವುದು ಕಲ್ಪನೆಗೂ ನಿಲುಕದ ಮಾತಾಗಿತ್ತು. ಹಾಗಿದ್ದೂ ಅಲ್ಲಿನ ಮಹಿಳೆಯರು ತಮ್ಮ ದಿನವನ್ನು ಗುರುತಿಸಿಕೊಳ್ಳುವುದು ಸಾಧ್ಯವಿತ್ತು. ಅಂದಿನ ದುಡಿಯುವ ವರ್ಗದ ಪತ್ರಿಕೆಗಳಾದ ಬೊಲ್ಶೆವಿಕ್ ಪ್ರಾವ್ಡ ಮತ್ತು ಮೆನ್ಶೆವಿಕ್ ಪಾವ್ಡ ಈ ಎರಡೂ ಪತ್ರಿಕೆಗಳು ಅಂತರ್‍ರಾಷ್ಟ್ರೀಯ ಮಹಿಳಾ ದಿನದ ಕುರಿತು ಲೇಖನಗಳನ್ನು ಪ್ರಕಟಿಸಿದ್ದವು. ಹೋರಾಟ ನಿರತ ಮಹಿಳೆಯರ ಚಿತ್ರಗಳು ಮತ್ತು ಮಹಿಳಾ ಕಾರ್ಮಿಕ ನಾಯಕಿಯರಾದ ಕ್ಲಾರ ಜೆಟ್ಕಿನ್ ಮತ್ತು ಬೆಬೆಲ್‌ರ ಶುಭಾಶಯ ಸಂದೇಶಗಳನ್ನೂ ಪ್ರಕಟಿಸಲಾಗಿತ್ತು. ಅಂದಿನ ಕರಾಳ ದಿನಗಳಲ್ಲಿ ಸಭೆ ಸೇರುವುದನ್ನೂ ನಿಷೇಧಿಸಲಾಗಿತ್ತು. ಮಹಿಳಾ ಪ್ರಶ್ನೆಗಳೆಂಬ ವಿಷಯದ ಮೇಲೆ ಪಕ್ಷದ ಮಹಿಳಾ ಸದಸ್ಯರು ಪೆಟ್ರೊಗ್ರಾಡ್‌ನ ಕಲಷ್ಣೆವೊಸ್ಕಿ ಎಕ್ಸ್‌ಛೇಂಜ್‌ನಲ್ಲಿ ಒಂದು ಸಭೆ ಏರ್ಪಡಿಸಿದ್ದರು. ಸಭೆಗೆ ಪ್ರವೇಶಧನ 5 ಕೊಪೆಕ್‌ಗಳು. ಇದೊಂದು ನಿಷೇಧಿತ ಸಭೆಯಾಗಿದ್ದರೂ ಮಹಿಳೆಯರು ಕಿಕ್ಕಿರಿದು ನೆರೆದಿದ್ದರು. ಈ ಸಭೆಯನ್ನುದ್ದೇಶಿಸಿ ಪಕ್ಷದ ಹಲವಾರು ನಾಯಕರು ಮಾತನಾಡಿದರು. ಈ ಸಭೆ ಮುಗಿವ ಮೊದಲೆ ಪೋಲೀಸರು ಮಧ್ಯಪ್ರವೇಶಿಸಿ ಅವರನ್ನು ಬಂಧಿಸಿದರು.

ಝಾರ್‌ದೊರೆಯ ದೌರ್ಜನ್ಯ ವಿಪರೀತಕ್ಕೇರಿದ್ದ ಕಾಲದಲ್ಲಿ ಮಹಿಳೆಯರು ಒಂದಾಗಿ ಅಂತರಾಷ್ಟ್ರೀಯ ಮಹಿಳಾ ದಿನವಾಚರಿಸಿದ್ದು ಐತಿಹಾಸಿಕವೂ, ಸ್ಫೂರ್ತಿದಾಯಕವೂ ಆಗಿತ್ತು. ರಷ್ಯಾ ಎಚ್ಚೆತ್ತುಕೊಳ್ಳುತ್ತಿದೆ, ದೊರೆಯ ದೌರ್ಜನ್ಯ ದುಡಿಯುವ ವರ್ಗದ

ಹೋರಾಟ ಮತ್ತು ಪ್ರತಿರೋಧದೆದುರು ನಿಸ್ಸಹಾಯಕವಾಗಿದೆಯೆಂಬುದನ್ನು ಇದು ಸಾರಿ ಹೇಳಿತು.

ಪ್ರಥಮ ಮಹಾಯುದ್ಧ ಆರಂಭವಾದಾಗ ಯುದ್ಧದ ಅವಧಿಯಲ್ಲಿ ಅಂತರಾಷ್ಟ್ರೀಯ ಮಹಿಳಾ ದಿನದ ಆಚರಣೆ ಸ್ವಲ್ಪ ಮಬ್ಬಾಯಿತು. ಆದರೂ 1914 ರಲ್ಲಿ ಸಮಾಜವಾದಿ ಪಕ್ಷಕ್ಕೆ ಸೇರಿದ ಮಹಿಳೆಯರು ಆ ದಿನವನ್ನು ಯುದ್ಧ ವಿರೋಧಿ ದಿನವನ್ನಾಗಿ ಆಚರಿಸಿದರು. ಆದರೆ ಯುದ್ಧಕ್ಕೆ ಬೆಂಬಲ ನೀಡುತ್ತಿದ್ದ ದ್ರೋಹಿಗಳು ಈ ಆಚರಣೆಗೆ ತಡೆಯೊಡ್ಡಿದ್ದು ಮಾತ್ರವಲ್ಲ ತಟಸ್ಥ ದೇಶಗಳಲ್ಲಿ ಮಹಿಳಾ ದಿನಾಚರಣೆಯ ಆಚರಣೆಯಲ್ಲಿ ಭಾಗವಹಿಸಲು ತೆರಳಬೇಕಿದ್ದ ಮಹಿಳೆಯರಿಗೆ ಹಲವಾರು ಅಡ್ಡಿಯನ್ನುಂಟು ಮಾಡಿದ್ದರು.

1915ರಲ್ಲಿ ನಾರ್ವೆ ದೇಶದಲ್ಲಿ ಮಾತ್ರವೇ ಮಹಿಳಾ ದಿನವನ್ನು ಆಚರಿಸುವುದು ಸಾಧ್ಯವಾಯಿತು. ರಷ್ಯಾ ಮತ್ತು ಇತರ ತಟಸ್ಥ ದೇಶಗಳ ಪ್ರತಿನಿಧಿಗಳು ಇದರಲ್ಲಿ ಭಾಗವಹಿಸಿದ್ದರು.

1917 ಜಗತ್ತು ಕಂಡ ಅತ್ಯಂತ ಕಠಿಣ ವರ್ಷ. ಯುದ್ಧ, ಹಸಿವು ಮತ್ತು ಚಳಿಯಲ್ಲಿ ಜಗತ್ತು ತತ್ತರಿಸುತ್ತಿತ್ತು. 1917ರ ಮಾರ್ಚ್ 8ರಂದು ರಷ್ಯಾದಲ್ಲಿ ಲಕ್ಷಾಂತರ ಮಹಿಳೆಯರು ಬೀದಿಗಿಳಿದು ಯುದ್ಧ ವಿರೋಧಿ ಮತ ಪ್ರದರ್ಶನ ನಡೆಸಿದರು. ಅವರಲ್ಲಿ ಕೆಲವರು ದುಡಿಯುವ ಮಹಿಳೆಯರು ಮತ್ತೆ ಕೆಲವರು ಸೈನಿಕರ ಪತ್ನಿಯರು. 'ನಮ್ಮ ಮಕ್ಕಳಿಗೆ ರೊಟ್ಟಿ', 'ಯುದ್ಧದಿಂದ ಪತಿಯ ವಾಪಸಾತಿ' ಇವೆರಡು ಅವರ ಮುಖ್ಯ ಬೇಡಿಕೆಗಳಾಗಿದ್ದವು. ರಷ್ಯನ್ ಮಹಿಳೆಯರು ಅಂದು ಆರಂಭಿಸಿದ ಈ ಹೋರಾಟದ ತೀವ್ರತೆ ಎಷ್ಟಿತ್ತೆಂದರೆ ಸಾಮಾನ್ಯವಾಗಿ ಮತಪ್ರದರ್ಶನ ಮಾಡುವವರ ಮೇಲೆರಗಿ ದಮನ ಮಾಡುತ್ತಿದ್ದ ಝಾರ್ ದೊರೆಯ ಭದ್ರತಾ ಸಿಬ್ಬಂದಿಯೂ ವ್ಯಾಕುಲರಾಗಿ ಜನತೆಯ ಪ್ರತಿರೋಧದ ಅಲೆಯನ್ನು ಗಮನಿಸುವಂತಾಯ್ತು.

'ರೊಟ್ಟಿ ಮತ್ತು ಶಾಂತಿ'ಎಂಬ ಘೋಷವಾಕ್ಯದೊಂದಿಗೆ ನಡೆದ ಈ ಹೋರಾಟಕ್ಕೆ ತನ್ನದೇ ಆದ ಮಹತ್ವವಿದೆ. ಈ ಚಳುವಳಿ ಆರಂಭವಾದ ನಾಲ್ಕೇ ದಿನಗಳಲ್ಲಿ ಜಾರ್ ದೊರೆ ಸಿಂಹಾಸನ ಬಿಟ್ಟು ಓಡಿ ಹೋಗಬೇಕಾಗಿ ಬಂತು. ರಷ್ಯಾದಲ್ಲಿ ಅಧಿಕಾರ ವಹಿಸಿಕೊಂಡ ಹಂಗಾಮಿ ಪ್ರಜಾಪ್ರಭುತ್ವ ಸರಕಾರ ಮಹಿಳೆಯರಿಗೆ ಮತದಾನದ ಹಕ್ಕಿನ ಬೇಡಿಕೆಯನ್ನು ಮಾನ್ಯ ಮಾಡಿತು. ಹೀಗೆ 1917ರ ಮಾರ್ಚ್ 8 ರಂದು ರಷ್ಯಾದ ಮಹಿಳೆಯರು ಆರಂಭಿಸಿದ ಹೋರಾಟ ಮುಂದೆ ಅಕ್ಟೋಬರಿನಲ್ಲಿ ನಡೆದ ಐತಿಹಾಸಿಕ ರಷ್ಯನ್ ಸಮಾಜವಾದಿ ಕ್ರಾಂತಿಯ ಮೊದಲ ಘಟ್ಟವಾದ ಫೆಬ್ರುವರಿ ಕ್ರಾಂತಿಯ ಆರಂಭದ ದಿನವಾಗಿತ್ತು. ಮಹಿಳೆಯರು ಒಂದು ಐತಿಹಾಸಿಕ ಕ್ರಾಂತಿಗೆ ನಾಂದಿ ಹಾಕಿದ ಈ ದಿನವನ್ನು ನಂತರ ಲಿಂಗ ಸಮಾನತೆಯ ಬೇಡಿಕೆಗಳ ಆಗ್ರಹಕ್ಕಾಗಿ ಮಾತ್ರವಲ್ಲ, ಮಹಿಳೆಯರು ಒಂದಾಗಿ ರಂಗಕ್ಕಿಳಿದಾಗ ಎಂತಹ ಅಗಾಧ ಶಕ್ತಿಯಾಗಬಲ್ಲರು

ಎಂಬುದನ್ನು ಮಾನ್ಯ ಮಾಡುವ ಅಂತರ್‍ರಾಷ್ಟ್ರೀಯ ಮಹಿಳಾ ದಿನವಾಗಿ ಸಾರ್ವತ್ರಿಕವಾಗಿ ಸ್ವೀಕರಿಸಲಾಯಿತು.

ಹೀಗೆ ವರ್ಷದಿಂದ ವರ್ಷಕ್ಕೆ ಅಂತರ್‍ರಾಷ್ಟ್ರೀಯ ಮಹಿಳಾದಿನ ಪ್ರಬಲವಾಗಿ ಬೆಳೆಯುತ್ತ ಬಂದಿತು. ಅಂತರಾಷ್ಟ್ರೀಯ ಮಹಿಳಾ ದಿನ ಸಂಭ್ರಮದ ಆಚರಣೆಯಲ್ಲ. ಬದಲಿಗೆ ಮಹಿಳಾ ವಿಮೋಚನೆಯ ಹಾದಿಯ ಮೈಲಿಗಲ್ಲು. ಇಡೀ ದುಡಿಯುವ ವರ್ಗದ ಅಂಗವಾಗಿ ವರ್ಗಪ್ರಜ್ಞೆ ಬೆಳೆದು ತನ್ನ ವೇತನ ಹೆಚ್ಚಳದ ಆರ್ಥಿಕ ಬೇಡಿಕೆಯ ಹೋರಾಟದಿಂದ ಆರಂಭವಾದ ಅದು ಮತದಾನದಂತಹ ರಾಜಕೀಯ ಅಂಶ ಒಳಗೊಂಡದ್ದು, ಮಹಿಳೆಯರ ಬದುಕಿನ ಘನತೆಗಾಗಿ ನಡೆದ ರೊಟ್ಟಿ ಮತ್ತು ಗುಲಾಬಿ ಹೋರಾಟ, ಕೊನೆಗೆ ರಷ್ಯಾದ ಕ್ರಾಂತಿಗೆ ಕಾರಣವಾದ ರೊಟ್ಟಿ ಮತ್ತು ಶಾಂತಿಯ ಹೋರಾಟ ಈ ಎಲ್ಲವೂ ಮಹಿಳೆಯರ ಹೆಚ್ಚಿದ ಪ್ರಜ್ಞಾ ಮಟ್ಟಕ್ಕೆ ಸಾಕ್ಷಿ. ಎಲ್ಲಕ್ಕಿಂತ ಮುಖ್ಯವಾಗಿ ಮಹಿಳೆಯರು ಸಂಘಟನೆ ಕಟ್ಟಿ ಹೋರಾಟ ನಡೆಸಲಾರರೆಂಬ ಮಹಾನ್ ಮಿಥ್ಯೆಯನ್ನು ಇದು ಚೂರು ಚೂರಾಗಿಸಿತು.

ರಶ್ಯನ್ ಕ್ರಾಂತಿಗೆ ನಾಂದಿ ಹಾಡಿದ 1917ರ ಮಹಿಳಾ ದಿನಾಚರಣೆ– ರಷ್ಯಾದಲ್ಲಿ

ಜುಲೈ 1917: ಸಾವಿಗಂಜದೆ ಹೊರಟ ರಶ್ಯನ್ ಮಹಿಳಾ ಕ್ರಾಂತಿ ತುಕಡಿ

ಸೋವಿಯೆತ್ ರಶ್ಯಾದ ಎರಡು ಪೋಸ್ಟರುಗಳು:

ಅಡುಗೆ ಕೋಣೆಗೆ ಸೀಮಿತರಾಗಿದ್ದ ಮಹಿಳೆಯರಿಗೆ ಹೊರ ಜಗತ್ತನ್ನು ತೆರೆದು ಕೊಟ್ಟ ಕ್ರಾಂತಿ;

ಇವು ಕ್ರಾಂತಿಯ ಫಲಗಳು: ಶಾಲೆ, ಲೈಬ್ರೆರಿ, ಶಿಶು ಗೃಹ, ಕೆಫೆಟೇರಿಯಾ

ಸಮಾನತೆಯ ವ್ಯವಸ್ಥೆಯಲ್ಲಿ ಒಂದು ಅನುಭವ

ಕೈಗಾರಿಕಾ ಕ್ರಾಂತಿಯ ನಂತರ ಕಾರ್ಮಿಕ ಚಳುವಳಿಯ ಅಲೆಯೆದ್ದು ಅದರಲ್ಲಿ ಮಹಿಳೆಯರು ನೇರವಾಗಿ ಭಾಗವಹಿಸಿ ನಂತರದ ಯುದ್ಧವಿರೋಧಿ ಚಳುವಳಿಗಳಲ್ಲೂ ಅವರು ಗಮನಾರ್ಹ ಪಾತ್ರವಹಿಸಿದರು. ರಷ್ಯಾದ ಜಾರ್ ದೊರೆಯನ್ನು ಕೆಳಗುರುಳಿಸಿ ಪ್ರಜಾಪ್ರಭುತ್ವಕ್ಕೆ ದಾರಿಯಾದ ಕ್ರಾಂತಿಯಲ್ಲೂ ಮಹಿಳೆಯರು ಮಹತ್ತರ ಪಾತ್ರವಹಿಸಿದರು. ಪರಿಣಾಮವಾಗಿ ರಚನೆಯಾದ ಸಮಾಜವಾದಿ ರಾಷ್ಟ್ರಗಳು ಮಹಿಳಾ ಸಮಾನತೆಯಲ್ಲಿ ಮೈಲಿಗಲ್ಲಾದವು.

ಸೋವಿಯತ್ ರಷ್ಯಾ ರಚನೆಯಾದಾಗ ಲೆನಿನ್ ಹೇಳಿದ ಮಾತು ಮಹಿಳೆಯರ ಸ್ಥಾನಮಾನ ಎತ್ತಿ ಹಿಡಿಯುವಂತಹುದು. ಸ್ವತಂತ್ರವಾಗಿ ಆಲೋಚಿಸಲಾರದ, ಕ್ರಿಯಾಶೀಲರಲ್ಲದ ಗುಂಪು ಮಹಿಳೆಯರದ್ದು ಎಂಬುದಕ್ಕೆ ತದ್ವಿರುದ್ಧವಾಗಿ ಲೆನಿನ್ 'ಎಲ್ಲ ವಿಮುಕ್ತಿಯ ಹೋರಾಟದ ಅನುಭವಗಳೂ ಕ್ರಾಂತಿಯ ಯಶಸ್ಸು ಅದರಲ್ಲಿ ಎಷ್ಟು ಮಹಿಳೆಯರು ಭಾಗವಹಿಸುತ್ತಾರೆ ಎಂಬುದರ ಮೇಲೆ ಆಧಾರವಾಗಿರುತ್ತದೆ ಎಂಬುದನ್ನು ತೋರಿಸಿಕೊಟ್ಟಿದೆ' ಎಂದಿದ್ದಾರೆ. ಸಮಾಜವಾದಿ, ಸಮಾನತೆಯ ಸಂರಚನೆಯಲ್ಲಿ ಮಹಿಳೆ ವಹಿಸಿದ, ವಹಿಸಬಹುದಾದ ಪಾತ್ರಕ್ಕೆ ಲೆನಿನ್‌ರು ಮಾತು ಸಾಕ್ಷಿಯಾಗಿದೆ. ಕ್ರಾಂತಿಯಾಗಿ, ಹೊಸ ದೇಶ ರಚನೆಯಾದಂತೆ ತನ್ನಿಂದ ತಾನೆ ಮಹಿಳೆಯರ ಸ್ಥಾನಮಾನ ಹೆಚ್ಚುವುದಿಲ್ಲ ಎಂಬುದನ್ನರಿತಿದ್ದ ನಾಯಕತ್ವ ಮಹಿಳಾ ಸಬಲೀಕರಣ ಸಾಮಾಜಿಕ ಕ್ರಾಂತಿಯು ಅವಿಭಾಜ್ಯ ಅಂಗವೆಂದು ಘೋಷಿಸಿ ಅದರತ್ತ ಪ್ರಯತ್ನಶೀಲವಾಯಿತು.

ಕ್ರಾಂತಿಯ ಮೊದಲು ಮಹಿಳೆಯರನ್ನು ವಸ್ತುಗಳಂತೆ ಮಾರಾಟ ಮಾಡುವುದು ಸಾಧ್ಯವಿತ್ತು. ಹೆಣ್ಣು ಮಕ್ಕಳೆಂದರೆ ಹೊರೆಯೆಂಬ ಭಾವನೆಯಿತ್ತು. ಮೊತ್ತ ಮೊದಲಿಗೆ ಹೆಣ್ಣು ಮಕ್ಕಳ ಮಾರಾಟವನ್ನು ನಿಷೇಧಿಸಲು ಎಲ್ಲ ಕ್ರಮ ಕೈಗೊಳ್ಳಲಾಯ್ತು.

ಎಲ್ಲ ಹಂತಗಳಲ್ಲಿ ಮಹಿಳಾ ಸಬಲೀಕರಣದ ಚರ್ಚೆಗಳಾದವು. ಮಹಿಳೆಯರಿಗೆ ವಿವಾಹ ವಿಚ್ಛೇದನದ ಹಕ್ಕು, ಸಮಾನ ವೇತನದ ಹಕ್ಕು ನೀಡಲಾಯ್ತು. ಗರ್ಭಪಾತವನ್ನು ಶಿಕ್ಷಾರ್ಹ ಅಪರಾಧವಲ್ಲವೆಂದು ಘೋಷಿಸಲಾಯ್ತು. ವಿವಾಹ ಧಾರ್ಮಿಕ ವಿಧಿಯಾಗಿ ಅಲ್ಲ ಒಂದು ನಾಗರಿಕ ವಿಧಿಯಾಗಿ ಬದಲಾಯಿತು. ವೇಶ್ಯಾವಾಟಿಕೆಯನ್ನು ತೊಡೆದು

ಹಾಕಲಾಯಿತು. ಬಾಲ್ಯವಿವಾಹ ಮತ್ತು ಮಹಿಳೆಯರ ಮಾರಾಟವನ್ನು ಸಂಪೂರ್ಣವಾಗಿ ನಿಷೇಧಿಸಲಾಯ್ತು. ಮಹಿಳೆಯರಿಗೆ ಹೆರಿಗೆಯ ಮತ್ತು ಗರ್ಭಪಾತ ಸಮಯದ ರಜೆ ನೀಡಲಾಯ್ತು. ಈ ಎಲ್ಲವೂ ಸಾಮಾಜಿಕವಾಗಿ ಮಹಿಳೆಗೆ ಹೆಚ್ಚಿನ ಸ್ಥಾನಮಾನ ಮತ್ತು ಭದ್ರತೆ ನೀಡಿದವು.

ಮಹಿಳೆ ಸಾಮಾಜಿಕ ಮತ್ತು ಆರ್ಥಿಕ ಪ್ರಕ್ರಿಯೆಯಲ್ಲಿ ಸಂಪೂರ್ಣವಾಗಿ ತೊಡಗಿಕೊಂಡು ಆಕೆಯ ಉತ್ಪಾದನಾ ಸಾಮರ್ಥ್ಯ ಸಂಪೂರ್ಣವಾಗಿ ಬಳಸಲ್ಪಡಬೇಕೆಂದರೆ ಅದು ಕೇವಲ ಕಾನೂನಿನಿಂದ ಮಾತ್ರವೇ ಸಾಧ್ಯವಿಲ್ಲ. ಸಮಾಜದಲ್ಲಿ ಮಹಿಳೆಯ ಸಾಂಪ್ರದಾಯಿಕ ಪಾತ್ರವೇ ಬದಲಾಗಬೇಕಾದ ಅನಿವಾರ್ಯತೆಯಿದೆಯೆಂದು ಮನಗೊಂಡು ಆ ನಿಟ್ಟಿನಲ್ಲಿ ಕಾರ್ಯಪ್ರವೃತ್ತರಾದರು. ಅಲ್ಲಿಯವರೆಗೆ ಮಹಿಳೆಯರ ವ್ಯಯುಕ್ತಿಕ ಜವಾಬ್ದಾರಿಯೆಂದು ಭಾವಿಸಿದ್ದ ಗೃಹಕೃತ್ಯದ ಕೆಲಸಗಳು–ಅಡಿಗೆ ಮಾಡುವುದು, ಬಟ್ಟೆ ಒಗೆಯುವುದು, ಶಿಶುಪಾಲನೆ, ಶುಶ್ರೂಷೆ ಇವುಗಳನ್ನು ಸಾಮುದಾಯಿಕವಾಗಿಸಲಾಯ್ತು. 1920–21 ರ ಅವಧಿಯಲ್ಲಿ ಸುಮಾರು 12 ಮಿಲಿಯನ್ ಜನತೆ ಒಟ್ಟಾಗಿ ಊಟ ಮಾಡುತ್ತಿದ್ದರು. ಮನೆಗೆಲಸದಿಂದ ವಿರಾಮ ದೊರೆತ ಸ್ತ್ರೀಯರು ಶಿಕ್ಷಣದ ಲಾಭ ಪಡೆದರು 1930ರಲ್ಲಿ ಶೇ.40 ರಷ್ಟು ಮಾತ್ರವೇ ಅಕ್ಷರಸ್ಥರಿದ್ದಾರೆ 40 ರ ದಶಕದಲ್ಲಿ ಆ ಸಂಖ್ಯೆ ಶೇ.70ಕ್ಕೇರಿತ್ತು. ಸಾಂಪ್ರದಾಯಿಕವಲ್ಲದ ಕ್ಷೇತ್ರಗಳಾದ ವಿಜ್ಞಾನ, ಗಗನಯಾನದಂತಹ ಕ್ಷೇತ್ರಗಳಿಗೂ ಮಹಿಳೆಯರು ಕಾಲಿಟ್ಟರು. ಎಲ್ಲೆಡೆ ಪುರುಷರಿಗೆ ಸರಿಸಮಾನವಾಗಿ ಹೆಜ್ಜೆ ಹಾಕಿದ ಮಹಿಳೆಯರು ಎಲ್ಲ ಕ್ಷೇತ್ರಗಳಲ್ಲಿ ಸಾಧನೆ ಮಾಡಿದರು. ದೊರೆತ ಹೆಚ್ಚಿನ ಪೌಷ್ಠಿಕಾಂಶ ವಿಶ್ರಾಂತಿ ಮತ್ತು ಆರೋಗ್ಯ ಸೇವೆಗಳಿಂದಾಗಿ ಈ ಮಹಿಳೆಯರು ಆಟೋಟಗಳಲ್ಲೂ ಮುಂದಿದ್ದರು. ಮುಂದುವರೆದ ರಾಷ್ಟ್ರಗಳ ಮಹಿಳೆಯರಿಗಿಂತ ಸೋವಿಯತ್ ಒಕ್ಕೂಟದ ಮಹಿಳೆಯರು ಹೆಚ್ಚಿನ ಸಾಧನೆ ಮಾಡಿ ತೋರಿದ್ದಾರೆ. ಹೆಣ್ಣೆಂಬ ಕೀಳರಿಮೆ ತೊರೆದು ಪರಿಪೂರ್ಣ ವ್ಯಕ್ತಿಗಳಾಗಿ ದೇಶದ ಬೆಳವಣಿಗೆಗೆ ಅವರು ಅತಿದೊಡ್ಡ ಕೊಡುಗೆ ನೀಡಿದ್ದಾರೆ.

ಸಮಾಜವಾದಿ ಜಾಡು ಹಿಡಿದ ಚೀನಾ ಕೂಡ ಮಹಿಳಾ ಸಬಲೀಕರಣಕ್ಕೆ ಸಾಕಷ್ಟು ಒತ್ತು ನೀಡಿತು. ಆರಂಭದ ದಿನಗಳಲ್ಲೇ ಮಹಿಳಾ ಸಮಾನತೆಯನ್ನು ತನ್ನ ನೀತಿಯ ಅಂಗವಾಗಿ ಸ್ವೀಕರಿಸಿದ ಅದು 1950ರಲ್ಲಿ ಹೊಸ ಮದುವೆಯ ಕಾನೂನು ತಂದು ಮಹಿಳೆಗೆ ಆಯ್ಕೆಯ ಸ್ವಾತಂತ್ರ್ಯ ಘೋಷಿಸಿತು. ಶಿಶು ವಧುಗಳು ಅಥವ ಬಾಲ್ಯ ವಿವಾಹವನ್ನು ಕಡ್ಡಾಯವಾಗಿ ನಿಷೇಧಿಸಿತು. ಹೆಂಡತಿಯನ್ನು ಹೊಡೆಯುವುದರ ವಿರುದ್ಧ ಕಾನೂನು ಜಾರಿ ಮಾಡಿತು. ಚೀನಾದಲ್ಲೂ ಸಾಮೂಹಿಕ ಅಡಿಗೆ ಕೋಣೆ ಮತ್ತು ಶಿಶುಪಾಲನಾ ಕೇಂದ್ರಗಳನ್ನು ತೆರೆದು ಮಹಿಳೆಯ ಮೇಲಿನ ಕೆಲಸದ ಒತ್ತಡ ತಗ್ಗಿಸಲಾಯಿತು. ಮಹಿಳೆಯರ ಶಿಕ್ಷಣಕ್ಕೆ ಆದ್ಯತೆ ನೀಡಲಾಯಿತು. 1958–59ರಲ್ಲಿ ನಡೆದ ರೈತಾಪಿ ಜನರ ಚಳುವಳಿಯಲ್ಲಿ ಚೀನೀ ಮಹಿಳೆಯರು ನೇರವಾಗಿ ಭಾಗವಹಿಸಿದ್ದರು.

ನಂತರ ಆರಂಭವಾದ ಸಾಮೂಹಿಕ ಕೃಷಿಯು ಲಾಭ ಎಲ್ಲ ಜನತೆಗೆ ದೊರೆಯುವಂತಾಯ್ತು.ನಂತರದ ಸಾಂಸ್ಕೃತಿಕ ಚಳುವಳಿ ಮಹಿಳೆಯರ ಭಾಗವಹಿಸುವಿಕೆಗೆ ಅತಿ ದೊಡ್ಡ ಅವಕಾಶ ನಿರ್ಮಿಸಿತು. ಚೀನಾದ ಕೆಂಪು ಸೇನೆಯಲ್ಲಿ ಲಕ್ಷಾಂತರ ಮಹಿಳೆಯರು ಸೇರಿದ್ದರು. ನಂತರದ ವರ್ಷಗಳಲ್ಲಿ ಆರ್ಥಿಕ ದೈತ್ಯವಾಗಿ ಚೀನಾ ಬೆಳೆಯುವಲ್ಲಿ ಮಹಿಳೆಯರ ಕೊಡುಗೆ ಅಪಾರವಾದುದು.

ಮಾವೊ ಹೇಳುವಂತೆ 'ಮಹಿಳೆಯರು ಅರ್ಧ ಆಕಾಶ ಎತ್ತಿ ಹಿಡಿದಿದ್ದಾರೆ' ಈ ಮಾತು ಆಕೆಗಿರುವ ಸಮಾನ ಅವಕಾಶ, ಆಕೆ ಏರಬಲ್ಲ ಎತ್ತರ ಎರಡನ್ನೂ ಧ್ವನಿಸುತ್ತದೆ.'

ಸಾಮ್ರಾಜ್ಯಶಾಹಿಗೆ ಸೆಡ್ಡು ಹೊಡೆದು ತಲೆಯೆತ್ತಿ ನಿಂತಿರುವ ಪುಟ್ಟ ದೇಶ ಕ್ಯೂಬಾ ಇತರೆಲ್ಲ ದೇಶಗಳಿಗೆ ಮಾದರಿಯಾಗಿದೆ. ಶಿಕ್ಷಣ ಮತ್ತು ವಿದ್ಯಾಭ್ಯಾಸಕ್ಕೆ ಆದ್ಯತೆ ನೀಡಿದ ಕ್ಯೂಬ ಇಡೀ ಜಗತ್ತಿನಲ್ಲೆ ಅತ್ಯಂತ ಹೆಚ್ಚು ವೈದ್ಯರನ್ನು ಹೊಂದಿರುವ ದೇಶ. ಜಗತ್ತಿನ ಯಾವುದೇ ಮೂಲೆಯಲ್ಲಿ ಅವಘಡಗಳಾದಾಗ ತನ್ನ ವೈದ್ಯಕೀಯ ನೆರವು ನೀಡುವ ಕ್ಯೂಬಾದಲ್ಲಿ ಒಟ್ಟು ವೈದ್ಯರಲ್ಲಿ ಮಹಿಳೆಯರ ಸಂಖ್ಯೆ ದೊಡ್ಡದಿದೆ. ಎಲ್ಲ ವಲಯಗಳಲ್ಲಿ ಮಹಿಳೆಯರು ಪುರುಷರಿಗೆ ಸರಿಸಮಾನವಾಗಿ ದುಡಿಯುತ್ತಿದೆ. ಮಹಿಳೆಯರಿಗೆ ಗೃಹಕೃತ್ಯಗಳಲ್ಲಿ ಪುರುಷ ನೆರವು ನೀಡುವುದು ಕಡ್ಡಾಯವೆಂದು ಕಾನೂನು ಮಾಡಿರುವ ಏಕೈಕ ದೇಶ ಕ್ಯೂಬಾ. ಆರ್ಥಿಕ ದಿಗ್ಬಂಧನವಿದ್ದಾಗ್ಯೂ ಗಾತ್ರದಲ್ಲಿ ಪುಟ್ಟದಿದ್ದರೂ ಮಾನವ ಅಭಿವೃದ್ಧಿ ಸೂಚ್ಯಂಕದಲ್ಲಿ ಕ್ಯೂಬಾ ಬಹಳಷ್ಟು ಅಭಿವೃದ್ಧಿ ಹೊಂದಿದ ದೇಶಗಳಿಗಿಂತ ಮುಂದಿದೆ.

ಒಟ್ಟಾರೆಯಾಗಿ ಸಮಾಜವಾದಿ ರಾಷ್ಟ್ರಗಳಲ್ಲಿ ಮಹಿಳೆಯರ ಸ್ಥಾನಮಾನ ಗಮನಿಸಿದರೆ ಒಂದು ಅಂಶ ಸ್ಪಷ್ಟವಾಗುತ್ತದೆ. ಎಲ್ಲಿ ಒಟ್ಟಾರೆ ಸಮುದಾಯ ಮತ್ತು ಸಮಷ್ಟಿಯ ಅಭಿವೃದ್ಧಿಗೆ ಗಮನಹರಿಸಲಾಗುತ್ತದೆಯೋ ಅಲ್ಲಿ ಮಾತ್ರವೇ ಮಹಿಳೆಯ ಅಭಿವೃದ್ಧಿ ಮತ್ತು ಸಮಾನತೆ ಸಾಧ್ಯವಾಗುತ್ತದೆ. ಹಾಗಾಗಿ ಮಹಿಳಾ ಸಮಾನತೆಯೆಂಬುದು ಸಮಾಜವಾದಿ ವ್ಯವಸ್ಥೆಯಲ್ಲಿ ಬರಿಯ ಘೋಷಣೆಯಲ್ಲ, ಬದಲಿಗೆ ನೀತಿಯ ಅವಿಭಾಜ್ಯ ಅಂಗ ಮತ್ತು ಅಭಿವೃದ್ಧಿಯೆಂಬುದು ಎಲ್ಲರನ್ನೊಳಗೊಂಡ ಪ್ರಕ್ರಿಯೆ. ಹಾಗೆಂದೇ ಸಮಾಜವಾದಿ ರಾಷ್ಟ್ರಗಳ ಮಹಿಳೆಯರ ಸ್ಥಾನಮಾನ ಇತರ ದೇಶಗಳ ಮಹಿಳೆಯರ ಸ್ಥಾನಮಾನಕ್ಕಿಂತ ಭಿನ್ನವಾದುದು.

ಸಮಾಜವಾದಿ ಆಶಯಗಳಿಗೂ ಮಹಿಳಾ ಸಮಾನತೆಗೂ ಇರುವ ಅವಿನಾಭಾವ ಸಂಬಂಧವನ್ನು ಬದಲಾದ ಸೋವಿಯತ್ ರಾಷ್ಟ್ರಗಳ ಕುಸಿತದ ನಂತರದ ದಿನಗಳಲ್ಲಿ ಅನುಭವದಲ್ಲಿ ಸ್ಪಷ್ಟವಾಗಿ ಗುರುತಿಸಬಹುದಾಗಿದೆ. ಸೋವಿಯತ್ ರಾಷ್ಟ್ರಗಳ ಕುಸಿತದ ನಂತರ ಅಲ್ಲಿ ಕಾಲಿಟ್ಟ ಅಸಮಾನತೆ, ಲಾಭಕೋರತನ ಈ ಎಲ್ಲವೂ ಅಲ್ಲಿಯ ಮಹಿಳೆಯರ ಬದುಕಿನ ಮೇಲೆ ನೇರ ಪರಿಣಾಮ ಬೀರಿವೆ. ಮಾರುಕಟ್ಟೆಯ ದೃಷ್ಟಿಕೋನ ಆವರಿಸಿ ಮಹಿಳೆಯರನ್ನು ಸರಕಾಗಿ ತೋರಿಸುವ ಪ್ರವೃತ್ತಿ ಹೆಚ್ಚಾಗಿದೆ. ಪರಿಪೂರ್ಣ ವ್ಯಕ್ತಿಯಾಗಿ,

ಅಭಿವೃದ್ಧಿಯ ಪಾಲುದಾರಳಾಗಿದ್ದ ಮಹಿಳೆ ಇಂದು ಅದರಿಂದ ಹೊರತಾಗಿ, ಸರಕಾಗಿ ರೂಪಾಂತರಗೊಂಡಿದ್ದಾಳೆ. ಪರಿಣಾಮ? ಆರೋಗ್ಯ, ಶಿಕ್ಷಣ ಮತ್ತು ಇತರ ಸಾಮಾಜಿಕ ಯೋಜನೆಗಳಲ್ಲಿ ಸರ್ಕಾರದ ಹೂಡಿಕೆ ಕಡಿತವಾದ ಕಾರಣ ಮಹಿಳೆಯರಿಗಿದ್ದ ಸಾಮಾಜಿಕ ಭದ್ರತೆ ಇಲ್ಲವಾಗಿದೆ. ಬದಲಿ ವ್ಯವಸ್ಥೆಯಾಗಿ ಆಧಾರವಾಗಿದ್ದ ಸಾಮೂಹಿಕ ಅಡಿಗೆ ಕೋಣೆ, ಶಿಶುಪಾಲನಾ ಕೇಂದ್ರ, ಶುಶ್ರೂಷಾ ವ್ಯವಸ್ಥೆಗಳು ಇಲ್ಲವಾಗಿ ಆಕೆಯ ಮೇಲೆ ಅನುತ್ಪಾದಕ ಕೆಲಸದ ಹೊರೆ ಹೆಚ್ಚಿದೆ. ಆಕೆ ಮತ್ತೆ ಮನೆಯೊಳಗೇ ತಳ್ಳಲ್ಪಟ್ಟಿದ್ದಾಳೆ. ಎಲ್ಲಕ್ಕಿಂತ ಹೆಚ್ಚಾಗಿ ಮಹಿಳೆಯರ ಮೇಲಿನ ಹಿಂಸಾಚಾರ ಹೆಚ್ಚಿದೆ. ವೇಶ್ಯಾವಾಟಿಕೆಯಲ್ಲಿ ಗಣನೀಯ ಪ್ರಮಾಣದ ಹೆಚ್ಚಳವುಂಟಾಗಿದೆ. ಕುಸಿತವುಂಟಾದ ಆರಂಭದ ದಿನಗಳಲ್ಲಿ ಈ ಎಲ್ಲ ವಿದ್ಯಮಾನಗಳೂ ತಾತ್ಕಾಲಿಕ, ವ್ಯವಸ್ಥೆಯ ಬದಲಾವಣೆಯ ಆರಂಭಿಕ ಲಕ್ಷಣಗಳು ಮಾತ್ರ ದಿನಕಳೆದಂತೆ ಇವು ಇಲ್ಲವಾಗುತ್ತದೆಂದು ಹೇಳಲಾಗುತ್ತಿತ್ತು. ಆದರೆ ದಶಕಗಳ ನಂತರದ ಅನುಭವ ಬೇರೆಯದೇ ವಾಸ್ತವವನ್ನು ಮುಂದಿಡುತ್ತದೆ. ಕಾಲಾಂತರದಲ್ಲಿ ಈ ಎಲ್ಲ ದೋಷಗಳು ತೊಡೆದು ಹೋಗುವ ಬದಲಿಗೆ ಇನ್ನಷ್ಟು ತೀವ್ರವಾಗುತ್ತಿವೆ. ಅಸಮಾನತೆಯೆಂಬುದು ಬಂಡವಾಳಶಾಹಿ ವ್ಯವಸ್ಥೆಯ ಆಂತರಿಕ ಲಕ್ಷಣವೇ ಆಗಿರುವಾಗ ಆ ವ್ಯವಸ್ಥೆಯಲ್ಲಿ ಸಮಾನತೆಯ ಸಾಧ್ಯತೆಯಿಲ್ಲ ಎಂಬುದನ್ನು ಸಮಾಜವಾದಿ ರಾಷ್ಟ್ರದ ಅನುಭವಗಳು ನಿಸ್ಸಂದೇಹವಾಗಿ ದೃಢಪಡಿಸಿವೆ.

ದಿನ, ವರ್ಷ, ದಶಕ ಮತ್ತು ನಂತರ... ವಿಶ್ವ ಸಂಸ್ಥೆಯ ಹಿರಿತನದಲ್ಲಿ

ಮಹಿಳಾ ಸಮಾನತೆಯ ಪ್ರಶ್ನೆಗಳ ಕುರಿತಂತೆ ಅಂತರಾಷ್ಟ್ರೀಯ ಮಹಿಳಾ ದಿನಾಚರಣೆ ಹರಡಿದ ಪ್ರಜ್ಞೆ ವಿಶ್ವಸಂಸ್ಥೆಯ ಗಮನ ಸೆಳೆಯುವಲ್ಲಿಯೂ ಸಂಪೂರ್ಣವಾಗಿ ಯಶಸ್ವಿಯಾಯಿತು. ಈ ಹೋರಾಟಗಳು ಬೆಳಕಿಗೆ ತಂದ ಎಲ್ಲ ಮಹಿಳಾಪರ ವಿಚಾರಗಳನ್ನು ಮನ್ನಿಸಿದ ವಿಶ್ವಸಂಸ್ಥೆ ಹಲವಾರು ಮಹಿಳಾ ಪರ ನೀತಿಗಳನ್ನು ಜಾರಿಗೆ ತಂದಿತು. 1946ರಲ್ಲಿ ಅದು ಮಹಿಳೆಯರ ಸ್ಥಿತಿಗತಿಗಳನ್ನರಿಯಲು ಆಯೋಗ ರಚಿಸಿ ಮಹಿಳೆಯರ ಅಭಿವೃದ್ಧಿಗಾಗಿ ಅದರ ಶಾಖೆಯನ್ನು ವಿಸ್ತರಿಸಿತು. 1948ರಲ್ಲಿ ಅದು ಮಾನವ ಹಕ್ಕುಗಳ ಕುರಿತು ಘೋಷಣೆಯೊಂದನ್ನು ಅಂಗೀಕರಿಸಿ ಮಹಿಳೆಯರ ರಾಜಕೀಯ ಹಕ್ಕುಗಳನ್ನು ಮಾನವ ಹಕ್ಕುಗಳೆಂದು ಗುರುತಿಸಿತು. 1953ರಲ್ಲಿ ಮಹಿಳೆಯರ ರಾಜಕೀಯ ಹಕ್ಕುಗಳ ಅಧಿನಿರ್ಣಯವನ್ನು ಅಂಗೀಕರಿಸಿತು. ವಿವಾಹಿತ ಮಹಿಳೆಯರ ರಾಷ್ಟ್ರೀಯತೆಯನ್ನು ಕುರಿತಂತೆ ನಿರ್ಣಯವನ್ನು 1957ರಲ್ಲಿ ವಿಶ್ವಸಂಸ್ಥೆ ಸ್ವೀಕರಿಸಿತು.

1960ರಲ್ಲಿ ಅಂತರ್ರಾಷ್ಟ್ರೀಯ ಮಹಿಳಾದಿನ 50ನೇ ವರ್ಷಕ್ಕೆ ಕಾಲಿಟ್ಟಾಗ 73 ದೇಶಗಳ 729 ಪ್ರತಿನಿಧಿಗಳು ಕೋಪೆನ್‌ಹೇಗನ್‌ನಲ್ಲಿ ಒಂದು ಸಮ್ಮೇಳನ ನಡೆಸಿದರು. ಮಹಿಳೆಯರ ರಾಜಕೀಯ ಮತ್ತು ಆರ್ಥಿಕ ಹಕ್ಕುಗಳನ್ನು ಕುರಿತಂತೆ ಈ ಸಮಾವೇಶ ನಿರ್ಣಯವೊಂದನ್ನು ಸ್ವೀಕರಿಸಿತು.

1962ರಲ್ಲಿ ಮದುವೆಗೆ ಒಪ್ಪಿಗೆ, ಮದುವೆಯಾಗಲು ಕನಿಷ್ಠ ವಯಸ್ಸು ಮತ್ತು ಮದುವೆಯ ದಾಖಲಾತಿಯ ಕುರಿತು ನಿರ್ಣಯ ಸ್ವೀಕರಿಸಲಾಯಿತು. ಮಹಿಳೆಯರ ವಿರುದ್ಧ ಎಲ್ಲ ತಾರತಮ್ಯಗಳ ವಿರುದ್ಧ ನಿರ್ಣಯವನ್ನು ಅಂಗೀಕರಿಸಲಾಗಿದ್ದು 1967ರಲ್ಲಿ.

1975 ಜಗತ್ತಿನೆಲ್ಲ ಮಹಿಳೆಯರ ಪಾಲಿಗೆ ಅತ್ಯಂತ ಮಹತ್ವದ ವರ್ಷ. ವಿಶ್ವಸಂಸ್ಥೆ 1975ನ್ನು 'ಅಂತರಾಷ್ಟ್ರೀಯ ಮಹಿಳಾ ವರ್ಷ'ವೆಂದು ಘೋಷಿಸಿತಲ್ಲದೆ ಮಾರ್ಚ್ 8ನ್ನು ವಿಧ್ಯುಕ್ತವಾಗಿ ಅಂತರ್ರಾಷ್ಟ್ರೀಯ ಮಹಿಳಾ ದಿನವೆಂದು ಘೋಷಿಸಿತು. ತಮ್ಮ ಧೀರೋದ್ದಾತ ಹೋರಾಟದಿಂದ ಸಮಾಜವಾದಿ ಮಹಿಳೆಯರು ಇಡೀ ಜಗತ್ತಿನ ಗಮನ ಸೆಳೆದಿದ್ದರೂ ಸಮಾಜದಲ್ಲಿ ಮಹಿಳೆಯರ ಸ್ಥಾನಮಾನ ಮತ್ತು ಅವರಿಗೆ ತೋರುವ ತಾರತಮ್ಯ ಹೋಗಲಾಡಿಸುವತ್ತ ಬಹುತೇಕ ರಾಷ್ಟ್ರಗಳು ಅದುವರೆಗೆ

ಮೆಕ್ಸಿಕೊ ಸಿಟಿಯಲ್ಲಿ ಅಂತರ್ರಾಷ್ಟ್ರೀಯ
ಮಹಿಳಾ ದಶಕವನ್ನು ಆಚರಿಸಲು ಕರೆ ಕೊಟ್ಟ
ಮಹಿಳಾ ವರ್ಷದ ಸಮ್ಮೇಳನ, 1975

"ಒಂದು ದಿನವಲ್ಲ, ಒಂದು ವರ್ಷವಲ್ಲ,
ಒಂದು ಬದುಕು"–ಸಿಡ್ನಿಯಲ್ಲಿ 1975ರ
ಮಹಿಳಾ ದಿನಾಚರಣೆಯ ಒಂದು
ಮೆರವಣಿಗೆಯಲ್ಲಿನ ಘೋಷಣೆ

ಮಹಿಳಾ ದಶಕದ ಮಧ್ಯಂತರ ಸಾಧನೆಗಳನ್ನು ಪರಾಮರ್ಶಿಸಲು
ಕೊಪನ್ ಹೆಗನ್ ನಲ್ಲಿ ವಿಶ್ವ ಸಮ್ಮೇಳನ, 1980

　ಮಹಿಳಾ ವಿಮೋಚನೆಯ ಹೋರಾಟಗಳ

ಕಾರ್ಯನಿರತವಾಗಿರಲಿಲ್ಲ. ಅಂತರ್ರಾಷ್ಟ್ರೀಯ ಮಹಿಳಾ ವರ್ಷ ಹಲವಾರು ರಾಷ್ಟ್ರಗಳಲ್ಲಿ ಮಹಿಳೆಯರ ಸ್ಥಿತಿಗತಿಗಳತ್ತ ಬೆಳಕು ಚೆಲ್ಲಲು ಅತ್ಯಂತ ಸಹಕಾರಿಯಾಯ್ತು. ವಿಶ್ವಸಂಸ್ಥೆಯ ಈ ಘೋಷಣೆಯನ್ನು ಬಹುತೇಕ ರಾಷ್ಟ್ರಗಳು ಉತ್ಸಾಹದಿಂದ ಸ್ವಾಗತಿಸಿದವು. ವರ್ಷದುದ್ದಕ್ಕೂ ಮಹಿಳೆಯರಿಗೆಂದೇ ಹಲವಾರು ಕಾರ್ಯಕ್ರಮಗಳನ್ನೇರ್ಪಡಿಸಿ ಸರ್ಕಾರಗಳೂ ಅದರಲ್ಲಿ ನೇರವಾಗಿ ಭಾಗವಹಿಸಿದ್ದವು. ಹಾಗಾಗಿ ಆಡಳಿತ ಯಂತ್ರ ಮತ್ತು ಮಹಿಳೆಯರ ನಡುವೆ ಹೊಸತೊಂದು ಕೊಂಡಿ ಬೆಸೆಯಲು ಇದು ಸಹಕಾರಿಯಾಯ್ತು.

ಅಂತರ್ರಾಷ್ಟ್ರೀಯ ಮಹಿಳಾ ವರ್ಷದಿಂದ ಪ್ರೇರಿತವಾದ ವಿಶ್ವಸಂಸ್ಥೆ ಮೆಕ್ಸಿಕೊ ಸಿಟಿಯಲ್ಲಿ ಅಂತರಾಷ್ಟ್ರೀಯ ಮಹಿಳಾ ವರ್ಷದ ಜಾಗತಿಕ ಸಮ್ಮೇಳನ ನಡೆಸಿತು. ಈ ಸಮ್ಮೇಳನವು ಅಂತರ್ರಾಷ್ಟ್ರೀಯ ಮಹಿಳಾ ವರ್ಷದಲ್ಲಿ ಹೊರಹೊಮ್ಮಿದ ಹಲವು ಅಭಿಪ್ರಾಯಗಳನ್ನು ಕ್ರೋಢೀಕರಿಸಿ 1975 ರಿಂದ 1985ರ ಒಂದು ದಶಕವನ್ನು 'ಅಂತರಾಷ್ಟ್ರೀಯ ಮಹಿಳಾ ದಶಕ'ವೆಂದು ಘೋಷಿಸಲು ಶಿಫಾರಸ್ಸು ಮಾಡಿತು. ಈ ಶಿಫಾರಸ್ಸಿನ ಆಧಾರದಲ್ಲಿ 'ಪ್ರಗತಿ, ಸಮಾನತೆ ಮತ್ತು ಶಾಂತಿ'ಯ ಘೋಷಣೆಯೊಂದಿಗೆ ವಿಶ್ವಸಂಸ್ಥೆ ಈ ದಶಕವನ್ನು ಅಂತರಾಷ್ಟ್ರೀಯ ಮಹಿಳಾ ದಶಕವೆಂದು ಘೋಷಿಸಿತು. ಸ್ಥಳೀಯ, ರಾಷ್ಟ್ರೀಯ ಮತ್ತು ಅಂತರಾಷ್ಟ್ರೀಯವಾಗಿ ಮಹಿಳೆಯರಿಗೆ ಸಮಾನತೆ ಸಾಧಿಸಲು ಇರುವ ತೊಡಕುಗಳನ್ನು ನಿವಾರಿಸುವುದು ಇದರ ಮುಖ್ಯ ಉದ್ದೇಶವಾಗಿತ್ತು. ಈ ಎಲ್ಲ ಹಂತಗಳಲ್ಲಿ ಮಹಿಳೆಯರ ವಿರುದ್ಧದ ತಾರತಮ್ಯ ನಿವಾರಣೆ ಮತ್ತು ಸಾಮಾಜಿಕವಾಗಿ ಮಹಿಳೆಯರ ಭಾಗವಹಿಸುವಿಕೆ ಸಾಧ್ಯವಾಗುವಂತೆ ಎಲ್ಲ ಕ್ರಮಕೈಗೊಳ್ಳುವಂತೆ ಮಾಡುವುದು ಈ ದಶಕದ ಮುಖ್ಯ ಗುರಿಯಾಗಿತ್ತು.

ಮಹಿಳೆಯ ಉತ್ಪಾದಕತೆ ಮತ್ತು ಸಂತಾನೋತ್ಪತ್ತಿಯ ಪಾತ್ರ ಆಯಾ ದೇಶದ ರಾಜಕೀಯ, ಸಾಮಾಜಿಕ, ಸಾಂಸ್ಕೃತಿಕ, ಕಾನೂನು ಮತ್ತು ವಿದ್ಯಾಭ್ಯಾಸದ ಪರಿಸ್ಥಿತಿಯನ್ನು ಅವಲಂಬಿಸಿರುತ್ತದೆ. ಮಹಿಳೆಯ ಶೋಷಣೆ ದಮನ ಮತ್ತು ನಿಕೃಷ್ಟ ಪರಿಸ್ಥಿತಿಗೆ ಕೌಟುಂಬಿಕ, ಸಾಮುದಾಯಿಕ, ರಾಷ್ಟ್ರೀಯ ಮತ್ತು ಅಂತರ್ರಾಷ್ಟ್ರೀಯ ಮಟ್ಟದಲ್ಲಿರುವ ಅಸಮಾನತೆಯೇ ಕಾರಣ, ಹಾಗಾಗಿ ಮಹಿಳೆಯರ ಅಭಿವೃದ್ಧಿಗಾಗಿ ಈ ಅಸಮಾನತೆಯ ನಿರ್ಮೂಲನಕ್ಕೆ ಎಲ್ಲ ಹಂತಗಳಲ್ಲೂ ಸ್ಪಷ್ಟ ಕ್ರಮ ಕೈಗೊಳ್ಳಬೇಕೆಂಬುದು ಈ ದಶಕದ ಪ್ರಮುಖ ಆಶಯವಾಗಿತ್ತು. ಮಹಿಳೆಯರ ಸಮಾನತೆ, ಅಭಿವೃದ್ಧಿ ಮತ್ತು ಶಾಂತಿಗಾಗಿ ಉದ್ಯೋಗ, ಆರೋಗ್ಯ ಮತ್ತು ವಿದ್ಯಾಭ್ಯಾಸದ ಗುರಿಯನ್ನೂ ವಿಶ್ವಸಂಸ್ಥೆ ಮುಂದಿಟ್ಟಿತು. ಸುಮಾರು 157 ದೇಶಗಳು ವಿಶ್ವಸಂಸ್ಥೆಯ ಈ ಪ್ರಸ್ತಾಪಕ್ಕೆ ಸಹಿ ಮಾಡಿ ತಮ್ಮ ತಮ್ಮ ದೇಶಗಳಲ್ಲಿ ಆ ಬಗ್ಗೆ ಕ್ರಮ ಕೈಗೊಳ್ಳಲು ತಮ್ಮ ಒಪ್ಪಿಗೆ ಸೂಚಿಸಿದವು.

1980ರಲ್ಲಿ ಅಂದರೆ ಈ ದಶಕದ ಮಧ್ಯ ಭಾಗದಲ್ಲಿ ಮಹಿಳಾ ದಶಕದ ಸಾಧನೆಗಳನ್ನು ಪರಾಮರ್ಶಿಸಲು ಕೋಪನ್‌ಹೇಗನ್‌ನಲ್ಲಿ ವಿಶ್ವ ಸಮ್ಮೇಳನವನ್ನು ಆಯೋಜಿಸಲಾಗಿತ್ತು.

ದಶಕದ ಉಳಿದರ್ಧ ಭಾಗಕ್ಕೆ ಕಾರ್ಯಸೂಚಿಯನ್ನೂ ಆ ಸಮ್ಮೇಳನದಲ್ಲಿ ನಿರ್ಧರಿಸಲಾಯಿತು. ಸಮಾನತೆ, ಅಭಿವೃದ್ಧಿ ಮತ್ತು ಶಾಂತಿಯನ್ನು ಸಾಧಿಸಲು ಇರುವ ಎಲ್ಲ ತೊಡಕುಗಳನ್ನು ಮತ್ತು ಮಹಿಳಾ ಅಭಿವೃದ್ಧಿಗಾಗಿ ಆ ತೊಡಕುಗಳನ್ನು ಮೀರಲು ತೆಗೆದುಕೊಳ್ಳಬೇಕಾದ ಕ್ರಮಗಳನ್ನೂ ಈ ಸಮ್ಮೇಳನ ವಿಶದವಾಗಿ ಚರ್ಚಿಸಿತು. ಮಹಿಳಾ ಸಮಾನತೆಯು ಸಾಧ್ಯವಾಗುವಂತೆ ಸಾಮಾಜಿಕ ಮತ್ತು ಆರ್ಥಿಕ ಬದಲಾವಣೆಗಳನ್ನು ತರುವ ಮೂಲಕ ಮಹಿಳೆಯರ ಅಸಮಾನತೆಗೆ ಕಾರಣವಾಗುವ ಮತ್ತು ಆ ಅಸಮಾನತೆಯನ್ನು ಮುಂದುವರೆಸುವ ಎಲ್ಲ ಅಸಮತೋಲನವನ್ನು ತೊಡೆದು ಹಾಕಬೇಕೆಂದು ಅದು ಕರೆ ನೀಡಿತು. ಕೋಪನ್‌ಹೇಗನ್‌ನ ಈ ಸಮ್ಮೇಳನದ ಕಾರ್ಯಸೂಚಿಯನ್ನು ವಿಶ್ವಸಂಸ್ಥೆಯ ಮಹಾಸಭೆ ಅಂಗೀಕರಿಸಿತು. ಈ ಕಾರ್ಯತಂತ್ರದಲ್ಲಿ ಮಹಿಳೆ ಅಭಿವೃದ್ಧಿಯ ವಾಹಕಗಳಾಗಿ ಹಾಗೂ ಅಭಿವೃದ್ಧಿಯ ಪಾಲುದಾರಳಾಗಿ ಅಭಿವೃದ್ಧಿ ಪ್ರಕ್ರಿಯೆಯಲ್ಲಿ ಭಾಗವಹಿಸುವ ಬಗ್ಗೆ ಒತ್ತು ನೀಡಲಾಗಿತ್ತು.

ಈ ಸಮ್ಮೇಳನವು ಮಹಿಳೆಯರ ವಿರುದ್ಧದ ಎಲ್ಲ ತಾರತಮ್ಯಗಳ ನಿವಾರಣೆಗೆ ಸರ್ಕಾರಗಳು ಪ್ರಯತ್ನಿಸಬೇಕೆಂದು ಕರೆ ನೀಡಿತು. ಮಹಿಳೆ ದುರ್ಬಲಳು, ಮಹಿಳೆ ಅಸಹಾಯಕಳು ಎಂಬ ಸಾಂಪ್ರದಾಯಿಕ ನಂಬಿಕೆಗಳನ್ನು ದೂರ ಮಾಡುವ ಪ್ರಯತ್ನಗಳಾಗಬೇಕು, ಆ ಬಗ್ಗೆ ಶಿಕ್ಷಣ ನೀಡಬೇಕೆಂದೂ ಈ ಸಮ್ಮೇಳನ ಶೀಫಾರಸ್ಸು ಮಾಡಿತು. ಈ ಸಮ್ಮೇಳನದ ಬಹು ಮುಖ್ಯ ಶಿಫಾರಸ್ಸೆಂದರೆ ಮಹಿಳಾ ಸ್ಥಿತಿಗತಿಗಳ ಅಧ್ಯಯನ ಮಾಡಲು ಮತ್ತು ಅವರ ಸ್ಥಿತಿಗತಿಗಳನ್ನು ಉತ್ತಮಪಡಿಸಲು ಸರ್ಕಾರಗಳು ಕಾರ್ಯಶೀಲವಾಗಬೇಕೆಂಬುದು. ಮಹಿಳೆಯ ಅಸಂಪ್ರದಾಯಿಕ, ಅದೃಶ್ಯ ಕೆಲಸಗಳನ್ನೂ ಆರ್ಥಿಕ ಚಟುವಟಿಕೆಯೆಂದು ಗುರುತಿಸಬೇಕೆಂದೂ ಅದು ಶಿಫಾರಸ್ಸು ಮಾಡಿತು. ಮಹಿಳೆಯರ ವಿರುದ್ಧದ ಎಲ್ಲ ತಾರತಮ್ಯಗಳನ್ನೂ ನಿರ್ಮೂಲ ಮಾಡಬೇಕೆಂಬ ವಿಶ್ವಸಂಸ್ಥೆಯ ಮಹಾಧಿವೇಶನದ ತೀರ್ಮಾನಕ್ಕೆ ಎಲ್ಲ ದೇಶಗಳೂ ಅಂಗೀಕಾರ ನೀಡಬೇಕು ಮತ್ತು ಆ ದಿಕ್ಕಿನಲ್ಲಿ ಕಾನೂನಿನ ರಚನೆ ಮತ್ತು ಪರಿಪಾಲನೆ ಮಾಡಬೇಕೆಂದು ಈ ಸಮ್ಮೇಳನ ಶಿಫಾರಸ್ಸು ಮಾಡಿತು. ಶಿಕ್ಷಣ ಮತ್ತು ಉದ್ಯೋಗಗಳಲ್ಲಿ ಮಹಿಳೆಗೆ ಸಮಾನ ಅವಕಾಶ ಸೃಷ್ಟಿಸಬೇಕು ಎಂದೂ ಅದು ಶಿಫಾರಸು ಮಾಡಿತು. ಜಾತಿ, ಧರ್ಮ, ಬಣ್ಣ, ಬುಡಕಟ್ಟುಗಳ ಹೆಸರಿನಲ್ಲಿ ನಡೆಯುವ ತಾರತಮ್ಯಗಳನ್ನು ಕೊನೆಗೊಳಿಸಲೂ ಸರ್ಕಾರಗಳು ಪ್ರಯತ್ನಿಸಬೇಕು. ಸರ್ಕಾರದ ನೀತಿಗಳಲ್ಲಿ ಲಿಂಗಾಧಾರಿತ ಪೂರ್ವಗ್ರಹಗಳನ್ನು ದೂರವಿಟ್ಟು ಮಹಿಳಾ–ಪರ ನೀತಿಗಳನ್ನು ಅನುಷ್ಠಾನಗೊಳಿಸಬೇಕು. ಮನೆಗೆಲಸ, ಮಕ್ಕಳ ಪಾಲನೆ ಪೋಷಣೆಯಂತಹ ವಿಚಾರದಲ್ಲೂ ಸಾಮಾಜಿಕ ನಿಲುವು ಬದಲಾಗುವಂತೆ ಸರ್ಕಾರಗಳು ಪ್ರಯತ್ನಿಸಬೇಕೆಂದು ಈ ಸಮ್ಮೇಳನ ಒತ್ತಾಯಿಸಿತು.

ಮನೆ, ಸಮುದಾಯದ ಅಭಿವೃದ್ಧಿ, ಸಾರಿಗೆ ಮತ್ತು ಪರಿಸರ ಅಭಿವೃದ್ಧಿಗಳು ಮಹಿಳೆಯರ ಬದುಕಿಗೆ ಪೂರಕವಾಗುವಂತೆ ಅವರ ಕೆಲಸದ ಹೊರೆಯನ್ನು ಕಡಿಮೆ ಮಾಡುವಂತೆ ರೂಪಿಸಬೇಕೆಂದೂ ಸಮ್ಮೇಳನ ಕರೆ ನೀಡಿತು.

ವಿಶ್ವಶಾಂತಿಗಾಗಿ ಪ್ರಯತ್ನಿಸುವಲ್ಲಿ ಹೆಚ್ಚು ಹೆಚ್ಚು ಮಹಿಳೆಯರು ಕ್ರಿಯಾಶೀಲರಾದಷ್ಟೂ ರಾಜಕೀಯದ ಅಸ್ತ್ರವಾಗಿ ಯುದ್ಧವನ್ನು ನಿಷ್ಕ್ರಿಯಗೊಳಿಸಬಹುದೆಂದು ಈ ಸಮ್ಮೇಳನ ಅಭಿಪ್ರಾಯಪಟ್ಟಿತು.

ಯುದ್ಧ ಶಸ್ತ್ರಾಸ್ತ್ರಗಳ ಪೈಪೋಟಿ, ದಮನ, ಸಾಮ್ರಾಜ್ಯಶಾಹಿ ವ್ಯವಸ್ಥೆ, ವರ್ಣಬೇಧ, ಭಯೋತ್ಪಾದನೆ, ಲಿಂಗ ತಾರತಮ್ಯ ಈ ಎಲ್ಲವುಗಳನ್ನೂ ಅದು ಶಾಂತಿಯ ವಿರೋಧಿಯೆಂದು ಗುರುತಿಸಿತು. ಈ ಎಲ್ಲವುಗಳ ವಿರುದ್ಧ ಮಹಿಳೆಯರ ಹೋರಾಟಗಳನ್ನು ಜಗತ್ತು ಗಮನಿಸಿಲ್ಲವೆಂಬುದನ್ನು ಸಮ್ಮೇಳನ ಗುರುತಿಸಿತು.

ಸ್ತ್ರೀಯರ ಮಾರಾಟ, ಲೈಂಗಿಕ ಪ್ರವಾಸೋದ್ಯಮ, ನಿರಾಶ್ರಿತರ ಅಸಹಾಯಕತೆ, ಬಲವಂತದ ವೇಶ್ಯಾವೃತ್ತಿ ಈ ಎಲ್ಲವೂ ಮಹಿಳೆಯನ್ನು ಕೇವಲ ಲೈಂಗಿಕ ವಸ್ತುವಾಗಿ ಕಾಣುತ್ತಿವೆ. ಈ ಎಲ್ಲವುಗಳನ್ನು ಇಲ್ಲವಾಗಿಸಲು ಮಹಿಳೆಯರಿಗೆ ಘನತೆಯ ಜೀವನೋಪಾಯ ಮತ್ತು ಉದ್ಯೋಗಾವಕಾಶ ಸೃಷ್ಟಿಸಬೇಕೆಂದೂ ಈ ಸಮ್ಮೇಳನ ಕರೆಕೊಟ್ಟಿತು.

ಮಹಿಳೆಯರ ಸಮಸ್ಯೆಗಳು ಅವರಿರುವ ದೇಶದ ಸಂದರ್ಭಕ್ಕನುಗುಣವಾಗಿ ಬೇರೆಯಾಗುತ್ತವೆ. ಆಯಾ ದೇಶದ ಆರ್ಥಿಕ, ರಾಜಕೀಯ ಪರಿಸ್ಥಿತಿಗಳು ಅವುಗಳನ್ನು ನಿರ್ಧರಿಸುವುದರಿಂದ ಆಯಾ ದೇಶಗಳು ಈ ಸಮಸ್ಯೆಗಳ ಪರಿಹಾರಕ್ಕೆ ತಮ್ಮದೇ ಆದ ಕಾರ್ಯನೀತಿ ರೂಪಿಸಬೇಕೆಂಬುದು ಈ ಸಮ್ಮೇಳನದ ಮುಖ್ಯ ಬೇಡಿಕೆಯಾಗಿತ್ತು.

ಇದಲ್ಲದೆ ಮಹಿಳೆ ಮತ್ತು ಅಧಿಕಾರ, ಒಂಟಿ ಮಹಿಳೆಯರು, ಜನಸಂಖ್ಯಾ ನಿಯಂತ್ರಣ ಮತ್ತು ಕುಟುಂಬ ಯೋಜನೆ –ಈ ಎಲ್ಲ ವಿಚಾರಗಳನ್ನು ಸಮ್ಮೇಳನವು ಚರ್ಚೆ ಮಾಡಿ ಮಹಿಳೆಯ ಆಯ್ಕೆಯ ಹಕ್ಕನ್ನು ಸರ್ಕಾರಗಳು ಮಾನ್ಯ ಮಾಡಬೇಕೆಂಬ ಅಭಿಪ್ರಾಯ ನೀಡಿತು.

ಮಹಿಳೆಯರ ಭವಿಷ್ಯದ ಕುರಿತು ಸೂಕ್ತ ಕಣ್ಣೋಟ ಹೊಂದಲು ಈ ಕಾರ್ಯಸೂಚಿ ಅನುಕೂಲಕರವಾಗಿದ್ದರೂ ಬಹಳಷ್ಟು ವಿಚಾರಗಳಲ್ಲಿ ಇನ್ನೂ ಹೆಚ್ಚಿನ ಕಾರ್ಯಶೀಲತೆಯ ಅಗತ್ಯವಿತ್ತು. ಆ ದೃಷ್ಟಿಯಿಂದ ಮಹಿಳಾ ಪರವಾದ ಅಭಿವೃದ್ಧಿ, ಸಮಾನತೆ ಮತ್ತು ಶಾಂತಿಯನ್ನು ಗಳಿಸಲು ಮಹಿಳಾ ದಶಕದಾಚೆಗೂ 1986 ರಿಂದ 2000ದ ವರ್ಷದವರೆಗೆ ಈ ಕಾರ್ಯಸೂಚಿಯನ್ನು ವಿಸ್ತರಿಸಬೇಕೆಂದು ವಿಶ್ವಸಂಸ್ಥೆಯು ನಿರ್ಧರಿಸಿತು.

ಹಾಗೆಂದೇ ಜುಲೈ 1985ರಲ್ಲಿ ಕೀನ್ಯಾದ ರಾಜಧಾನಿ ನೈರೋಬಿಯಲ್ಲಿ ನಡೆದ ಮೂರನೆಯ ವಿಶ್ವ ಸಮ್ಮೇಳನ ಆ ದಿಕ್ಕಿನಲ್ಲಿ 'ಮುನ್ನೋಟದ ಕಾರ್ಯತಂತ್ರಗಳ'ನ್ನು (Forward looking Strategies) ರೂಪಿಸಿತು.

ಮಹಿಳಾ ದಶಕವನ್ನು ಘೋಷಿಸಿದ ಸಂದರ್ಭದಲ್ಲಿ ಜಾಗತಿಕವಾಗಿ ಹೆಚ್ಚಿದ ಆರ್ಥಿಕ ಚಟುವಟಿಕೆ ಮತ್ತು ಹಣಕಾಸಿನ ಹರಿದಾಟ ಮತ್ತು ಅಂತರಾಷ್ಟ್ರೀಯ ವ್ಯವಹಾರ

ಜುಲೈ 1985ರಲ್ಲಿ ಕೀನ್ಯಾದ ರಾಜಧಾನಿ ನೈರೋಬಿಯಲ್ಲಿ ನಡೆದ ಮೂರನೆಯ ವಿಶ್ವ ಸಮ್ಮೇಳನ 'ಮುನ್ನೋಟದ ಕಾರ್ಯತಂತ್ರಗಳ'ನ್ನು (Forward looking Strategies) ರೂಪಿಸಿತು.

ಬೀಜಿಂಗ್‌ನಲ್ಲಿ 1995ರಲ್ಲಿ ನಡೆದ ನಾಲ್ಕನೇ ವಿಶ್ವ ಮಹಿಳಾ ಸಮ್ಮೇಳನದ ಸಂದರ್ಭದಲ್ಲಿ

ಮಹಿಳಾ ವಿಮೋಚನೆಯ ಹೋರಾಟಗಳ

ಹಾಗೂ ತಂತ್ರಜ್ಞಾನದ ಪ್ರಗತಿಯು ಮಹಿಳೆಯ ಹೆಚ್ಚಿನ ಭಾಗವಹಿಸುವಿಕೆಯನ್ನು ಸಾಧ್ಯವಾಗಿಸಬಹುದು ಎಂಬ ಆಶಯವಿತ್ತು. ಆದರೆ ಅಭಿವೃದ್ಧಿಶೀಲ ದೇಶಗಳಲ್ಲಿನ ಆರ್ಥಿಕ ಬಿಕ್ಕಟ್ಟು ಮಹಿಳಾ ಅಭಿವೃದ್ಧಿಯ ಕಾರ್ಯಕ್ರಮಗಳನ್ನು ಜಾರಿ ಮಾಡಲು ಬಹು ದೊಡ್ಡ ತಡೆಯಾಗಿತ್ತು. ಹಾಗಾಗಿ ನಿರೀಕ್ಷಿತ ಪ್ರಮಾಣದಲ್ಲಿ ಮಹಿಳಾ ಅಭಿವೃದ್ಧಿ ದಾಖಲಾಗಿರಲಿಲ್ಲ.

70ರ ದಶಕದ ಆರ್ಥಿಕ ಬೆಳವಣಿಗೆಗಳು ಅಭಿವೃದ್ಧಿಶೀಲ ದೇಶಗಳನ್ನು ತೀವ್ರವಾಗಿ ಬಾಧಿಸಿದ್ದು ಅಲ್ಲಿಯ ಮಹಿಳೆಯರ ಮೇಲೆ ತೀವ್ರ ಪರಿಣಾಮ ಬೀರಿತ್ತು. ಬರಪೀಡಿತ ಆಫ್ರಿಕ, ಸಾಲದ ಹೊರೆ ಹೊತ್ತಿದ್ದ ಕಡಿಮೆ ಆದಾಯದ ದೇಶಗಳು ಆರ್ಥಿಕ ಅಸಮತೋಲನಕ್ಕೆ ನಾಂದಿಯಾಗಿ ಮಹಿಳಾ ಅಭಿವೃದ್ಧಿಗೆ ತೊಡಕುಗಳನ್ನು ಸೃಷ್ಟಿಸಿದ್ದವು. ಈ ತೊಡಕು ಮಹಿಳೆಯರ ಅಭಿವೃದ್ಧಿಗಾಗಿ ಹೊಸ ಹೊಸ ಯೋಜನೆಗಳನ್ನು ರೂಪಿಸುವುದನ್ನು ಮಾತ್ರವಲ್ಲ ಜಾರಿಯಲ್ಲಿದ್ದ ಹಳೆಯ ಯೋಜನೆಗಳನ್ನು ಜಾರಿ ಮಾಡುವುದನ್ನು ಕಠಿಣಗೊಳಿಸಿದ್ದವು.

1970ರ ಕೊನೆಯಲ್ಲಿದ್ದ ಆರ್ಥಿಕ ಪರಿಸ್ಥಿತಿಯು ಮುಖ್ಯವಾಗಿ ಅಭಿವೃದ್ಧಿಶೀಲ ದೇಶಗಳನ್ನು ಅದರಲ್ಲೂ ಮುಖ್ಯವಾಗಿ ಅಲ್ಲಿನ ಮಹಿಳೆಯರನ್ನು ಬಾಧಿಸಿತ್ತು. ಅಭಿವೃದ್ಧಿ ಹೊಂದಿದ ಮತ್ತು ಅಭಿವೃದ್ದಿ ಹೊಂದದ ದೇಶಗಳ ನಡುವಿನ ಅಂತರ ಇನ್ನಷ್ಟು ಹೆಚ್ಚಾಗಿತ್ತು. ಈ ಅಂತರವನ್ನು ತಗ್ಗಿಸಿ ಅಲ್ಲಿಯೂ ಅಭಿವೃದ್ಧಿ ಸಾಧಿಸಬೇಕೆಂದರೆ ಮುಂದುವರೆದ ದೇಶಗಳು ಸಮಾನತೆ, ಪರಸ್ಪರ ಅವಲಂಬನೆ ಮತ್ತು ಸಮಾನ ಆಸಕ್ತಿಯ ಹೊಸತೊಂದು ಆರ್ಥಿಕ ಮಾದರಿಯನ್ನು ಆಯ್ಕೆ ಮಾಡಿಕೊಳ್ಳಬೇಕಿದೆ. ಮಹಿಳಾ ದಶಕದ ಉದ್ದೇಶಗಳಾದ ಸಮಾನತೆ, ಅಭಿವೃದ್ಧಿ ಮತ್ತು ಶಾಂತಿ ಒಂದು ವ್ಯಾಪಕವಾದ, ಆದರೆ ಪರಸ್ಪರ ಪೂರಕವಾದ ವಿಚಾರಗಳು. ಇದರಲ್ಲಿ ಯಾವುದೇ ಒಂದು ಸಾಧನೆಯಾದರೆ ಅದು ಇನ್ನೊಂದರ ಸಾಧನೆಗೆ ಕೊಡುಗೆ ನೀಡಬಲ್ಲದು.

ಅಭಿವೃದ್ಧಿ ಮತ್ತು ಶಾಂತಿಗಾಗಿ ಸಮಾನತೆಯನ್ನು ಸಾಧಿಸುವುದು ಬಹುಮುಖ್ಯ ಇಲ್ಲವಾದಲ್ಲಿ ಮುಂದುವರೆದ ಅಸಮಾನತೆ ಅಸಮಾಧಾನಕ್ಕೆ ದಾರಿ ಮಾಡಿ ಶಾಂತಿಯನ್ನು ಭಂಗಗೊಳಿಸಬಲ್ಲದು ಮತ್ತು ತನ್ಮೂಲಕ ಅಭಿವೃದ್ಧಿಗೆ ತಡೆಯಾಗಬಲ್ಲದು. ಅಭಿವೃದ್ಧಿಯ ಪ್ರಕ್ರಿಯೆಯಲ್ಲಿ ಮಹಿಳೆ ನೇರವಾಗಿ ಭಾಗವಹಿಸಿ ಅದರಲ್ಲಿ ಆಕೆಯೂ ಪಾಲುದಾರಳಾಗುವಂತೆ ಆಕೆಗೆ ಸಮಾನ ಅವಕಾಶಗಳನ್ನು ನಿರ್ಮಿಸಬೇಕು. ಅಭಿವೃದ್ಧಿಗೆ ಒಂದು ನೈತಿಕ ಆಯಾಮವಿದೆ. ಅಭಿವೃದ್ಧಿಯೆಂಬುದು ನ್ಯಾಯಯುತವೂ ವ್ಯಕ್ತಿಯ ಹಕ್ಕಿಗೆ ಧಕ್ಕೆ ತಾರದಂತೆಯೂ ಇರಬೇಕು. ಪರಿಸರ ರಕ್ಷಣೆಯ ಮಿತಿಯಲ್ಲೇ ತಂತ್ರಜ್ಞಾನದ ಬಳಕೆಯಾಗಬೇಕು. ಭಯ, ಧಾಳಿ, ಸೈನ್ಯದ ಆಕ್ರಮಣ, ಇನ್ನೊಂದು ದೇಶದ ಆಂತರಿಕ ವ್ಯವಹಾರದಲ್ಲಿ ಮಧ್ಯಪ್ರವೇಶ ಮಾಡದಿರುವುದು, ಇತರರ ಹಕ್ಕುಗಳನ್ನು ಮಾನ್ಯ ಮಾಡಿದಾಗ ಮಾತ್ರವೇ ಶಾಂತಿ ನೆಲೆಸಬಲ್ಲದು ಆ ನಿಟ್ಟಿನಲ್ಲಿ ವಿಶ್ವಸಂಸ್ಥೆಯ ಮಾನವ

ಹಕ್ಕುಗಳ ಘೋಷಣೆಯನ್ನು ಎಲ್ಲ ರಾಷ್ಟ್ರಗಳೂ ಮಾನ್ಯ ಮಾಡಬೇಕು.

ಒಟ್ಟಾರೆಯಾಗಿ ಈ ಸಮ್ಮೇಳನವೂ ರಾಷ್ಟ್ರೀಯ ಮತ್ತು ಅಂತರ್ರಾಷ್ಟ್ರೀಯ ವಲಯದಲ್ಲಿ ಹೇಗೆ ಮಹಿಳೆಯರ ಸಮಾನತೆ, ಅಭಿವೃದ್ಧಿ ಮತ್ತು ಶಾಂತಿಯನ್ನು ಸಾಧಿಸಬೇಕೆಂಬುದನ್ನು ತಿಳಿಸುತ್ತಲೇ ಶೋಷಣಾರಹಿತ ವ್ಯವಸ್ಥೆಯಲ್ಲಿ ಮಾತ್ರವೇ ಈ ಗುರಿಯನ್ನು ತಲುಪಲು ಸಾಧ್ಯ ಎಂಬುದನ್ನು ಸ್ಪಷ್ಟವಾಗಿ ಗುರುತಿಸಿತು.

ವಿಶ್ವಶಾಂತಿಗಾಗಿ ನಿಶ್ಶಸ್ತ್ರೀಕರಣಕ್ಕೆ ಸಮ್ಮೇಳನ ಕರೆ ನೀಡಿತು. ಇದು ಕೇವಲ ಶಾಂತಿಗೆ ಮಾತ್ರವಲ್ಲ, ಅಭಿವೃದ್ಧಿಗೂ ಪೂರಕ ಎಂಬುದನ್ನು ಸಮ್ಮೇಳನ ಒತ್ತಿ ಹೇಳಿತು. ಏಕೆಂದರೆ ಅಭಿವೃದ್ಧಿಶೀಲ ರಾಷ್ಟ್ರಗಳಲ್ಲಿ ಶಸ್ತ್ರಾಸ್ತ್ರ ಕೊಳ್ಳಲು ಉಪಯೋಗಿಸುವ ಹಣವನ್ನು ರಚನಾತ್ಮಕವಾದ ಅಭಿವೃದ್ಧಿ ಕೆಲಸಗಳಿಗೆ ಬಳಸಿದರೆ ಅದರ ಲಾಭ ಸಾಮಾನ್ಯ ಜನತೆಗೆ ಲಭ್ಯವಾಗುವುದೆಂಬುದನ್ನು ಸಮ್ಮೇಳನ ಸ್ಪಷ್ಟವಾಗಿ ಗುರುತಿಸಿತು.

ಈ ಸಮ್ಮೇಳನದಲ್ಲಿ ಮಹಿಳಾ ದಶಕದ ಉದ್ದೇಶದ ಸಾಧನೆಯನ್ನು ವಿಮರ್ಶಿಸಿದಾಗ ಆ ಸಾಧನೆ ಒಂದೇ ತೆರನಾಗಿರಲಿಲ್ಲ ಎಂಬ ಅಂಶ ಗೋಚರಿಸಿತು. ದಶಕದ ಆದಿ ಭಾಗದಲ್ಲಿ ಆರ್ಥಿಕ ಪರಿಸ್ಥಿತಿ ಪೂರಕವಾಗಿದ್ದರೂ ಎರಡನೆಯ ಭಾಗದಲ್ಲಿ ಅದು ಪೂರಕವಾಗಿರಲಿಲ್ಲ. ಅಭಿವೃದ್ಧಿಶೀಲ ದೇಶಗಳಲ್ಲಿನ ಆರ್ಥಿಕ ಬೆಳವಣಿಗೆಯ ಇಳಿತ ಅಲ್ಲಿಯ ಮಹಿಳೆಯರ ಮೇಲೆ ತೀವ್ರ ಪರಿಣಾಮ ಬೀರಿತ್ತು. ಆರ್ಥಿಕ ಚಟುವಟಿಕೆಗಳಲ್ಲಿ ಮಹಿಳೆಯರ ಭಾಗವಹಿಸುವಿಕೆ ಹೆಚ್ಚಿದ್ದರೂ ಅವರ ಆರ್ಥಿಕ ಸಾಮರ್ಥ್ಯ ಅದಕ್ಕೆ ತಕ್ಕಂತೆ ಹೆಚ್ಚಾಗಿರಲಿಲ್ಲ. ಬಹುತೇಕ ದೇಶಗಳಲ್ಲಿ ಅಭಿವೃದ್ಧಿಗೆ ತಡೆಯುಂಟು ಮಾಡಿದ್ದ ಬಹು ಮುಖ್ಯ ಅಂಶವೆಂದರೆ ಬಡತನ. ಮಹಿಳೆ ದೇಶದ ಉತ್ಪಾದನಾ ಪಡೆಯ ಬಹು ಮುಖ್ಯ ಅಂಗ. ಹೀಗಾಗಿ ಆರ್ಥಿಕ ಹಿನ್ನಡೆಯಾದಾಗ ಮಹಿಳೆಯರ ಆರ್ಥಿಕ ಮಟ್ಟ ರಕ್ಷಿಸಲು ಮತ್ತು ಅವರ ಸಾಮಾಜಿಕ ಸ್ಥಾನಮಾನ ಕಾಯ್ದುಕೊಳ್ಳಲು ಕ್ರಮ ತೆಗೆದುಕೊಳ್ಳುವುದು ಬಹುಮುಖ್ಯ ಎಂದು ಸಮ್ಮೇಳನ ತನ್ನ ಕಾರ್ಯಸೂಚಿಯಲ್ಲಿ ತಿಳಿಸಿತು.

ಒಟ್ಟಾರೆಯಾಗಿ ಮಹಿಳಾ ದಶಕದ ಆಶಯಗಳು ಈಡೇರಬೇಕೆಂದರೆ ಮತ್ತು ಮುನ್ನಡೆಯ ಕಾರ್ಯಸೂಚಿಯ ಅನುಷ್ಠಾನವಾಗಬೇಕೆಂದರೆ ಬೇರೆಲ್ಲಕ್ಕಿಂತ ಹೆಚ್ಚಾಗಿ ಅದಕ್ಕೆ ಆಳುವ ವರ್ಗದ ಬಲಿಷ್ಠ ರಾಜಕೀಯ ಇಚ್ಛಾಶಕ್ತಿಯ ಅಗತ್ಯವಿದೆ. ಮಹಿಳೆಯನ್ನು ಎರಡನೆ ದರ್ಜೆಯ ಪ್ರಜೆಯಂತೆ ಕಾಣುವ ದೃಷ್ಟಿಕೋನ ಬದಲಾಗಬೇಕಿದೆಯೆಂಬುದನ್ನು ಸಮ್ಮೇಳನ ಒತ್ತಿ ಹೇಳಿತು.

ನೈರೋಬಿಯ ವಿಶ್ವ ಸಮ್ಮೇಳನದ ನಂತರ ಚೀನಾದ ಬೀಜಿಂಗ್‌ನಲ್ಲಿ 1995ರಲ್ಲಿ ನಾಲ್ಕನೆ ಮಹಿಳಾ ಜಾಗತಿಕ ಸಮಾವೇಶ ನಡೆಯಿತು. ಈ ಸಮ್ಮೇಳನವನ್ನು ಭಾರತವೂ ಸೇರಿದಂತೆ ಹಲವಾರು ರಾಷ್ಟ್ರಗಳು ಉತ್ಸಾಹದಿಂದ ಸ್ವಾಗತಿಸಿದವು. ವಿಶ್ವದಾದ್ಯಂತ

ಜಿಲ್ಲೆ, ರಾಜ್ಯ, ಪ್ರಾಂತೀಯ ಮತ್ತು ರಾಷ್ಟ್ರೀಯ ಮಟ್ಟದಲ್ಲಿ ಹಲವಾರು ಕಾರ್ಯಾಗಾರಗಳು ನಡೆದು ಮಹಿಳೆಯ ಸಮಾನತೆ ಮತ್ತು ಅಭಿವೃದ್ಧಿಯ ವಿಚಾರಗಳನ್ನು ಚರ್ಚಿಸಲಾಯಿತು. ಸಮ್ಮೇಳನದಲ್ಲಿ ಮಂಡಿಸಲು ಎಲ್ಲ ದೇಶಗಳ ಸರ್ಕಾರಗಳೂ ತಮ್ಮ ತಮ್ಮ ದೇಶಗಳಲ್ಲಿ ಮಹಿಳೆಯರ ಸ್ಥಿತಿಗತಿಯನ್ನು ಕುರಿತು ದಸ್ತಾವೇಜನ್ನು ಮಂಡಿಸುವಂತೆ ತಿಳಿಸಿತ್ತು.

ವಿಶ್ವಸಂಸ್ಥೆ ಬೀಜಿಂಗ್‌ನಲ್ಲಿ ನಡೆಸಿದ್ದ ಸಮ್ಮೇಳನವು ಸೆಪ್ಟಂಬರ್ 4 ರಿಂದ 14ರ ವರೆಗೆ ನಡೆದು ಇಲ್ಲಿ ಪ್ರಗತಿ, ಸಮಾನತೆ ಮತ್ತು ಶಾಂತಿಗಾಗಿ ಕಾರ್ಯಕ್ರಮಗಳನ್ನು ಚರ್ಚಿಸಲಾಗಿತ್ತು.

ಆಗಸ್ಟ್ 30 ರಿಂದ ಸೆಪ್ಟಂಬರ್ 8ರ ವರೆಗೆ ನಡೆದ ಸಮ್ಮೇಳನದಲ್ಲಿ 185 ದೇಶಗಳ 3600 ಮಂದಿ ಭಾಗವಹಿಸಿ 'ಮಹಿಳೆಯರ ದೃಷ್ಟಿಯಲ್ಲಿ ವಿಶ್ವದ ಅವಲೋಕನ' ಎಂಬ ವಿಚಾರವಾಗಿ ಚರ್ಚೆ ನಡೆಸಿದರು. ಇಲ್ಲಿ ಕೌಟುಂಬಿಕ ದೌರ್ಜನ್ಯವೂ ಸೇರಿದಂತೆ ಮಹಿಳೆಯರ ಮೇಲಿನ ಎಲ್ಲ ದೌರ್ಜನ್ಯಗಳ ವಿರುದ್ಧ ಪ್ರತಿರೋಧದ ಅಲೆಯೆದ್ದಿತು. ಜಾಗತೀಕರಣದ ಆರಂಭದ ದಿನಗಳಲ್ಲಿ ಅಭಿವೃದ್ಧಿ ಹೊಂದಿದ ದೇಶಗಳು ತೃತೀಯ ಜಗತ್ತಿನ ಮೇಲೆ ಹೇರಿದ 'ಸಂರಚನಾತ್ಮಕ ಹೊಂದಾಣಿಕೆ ಕಾರ್ಯಕ್ರಮ' (ಖಣಡಿಣಾಛಿ–ಣಡಿಚಿಟ ಂಜರಿಣಾಣಟಜಟಣ ಕಡಿಠಿರಡಿಚಿಟ) ವಿಸ್ತೃತವಾಗಿ ಚರ್ಚೆಯಾಯಿತು. ಈ ಒತ್ತಾಯದ ಹೇರುವಿಕೆಯಲ್ಲಿ ಸಾಮ್ರಾಜ್ಯಶಾಹಿ ಅಂಗ ಸಂಸ್ಥೆಗಳಾದ ವಿಶ್ವಬ್ಯಾಂಕ್ ಮತ್ತು ವಿಶ್ವ ವಾಣಿಜ್ಯ ಸಂಸ್ಥೆಗಳು ವಹಿಸುವ ಪಾತ್ರವನ್ನೂ ಸಮ್ಮೇಳನ ಚರ್ಚಿಸಿತು.

ನೈರೋಬಿಯ ಸಮ್ಮೇಳನದ ಕಾಲಕ್ಕೂ ಬೀಜಿಂಗ್ ಸಮ್ಮೇಳನದ ಕಾಲಕ್ಕೂ ಬಹಳ ಅಂತರವಿತ್ತು. ಜಗತ್ತು ಹಲವು ಮಹತ್ತರ ಬದಲಾವಣೆಗಳನ್ನು ಕಂಡಿತ್ತು. ಸೋವಿಯತ್ ಪತನದ ನಂತರದ ಏಕಧೃವೀ ಜಗತ್ತು ಅದಾಗಿತ್ತಾದ್ದರಿಂದ ಅಭಿವೃದ್ಧಿ ಹೊಂದಿದ ದೇಶಗಳ ಯಜಮಾನಿಕೆಯನ್ನು ಬೀಜಿಂಗ್ ಸಮಾವೇಶದಲ್ಲಿ ಸ್ಪಷ್ಟವಾಗಿ ಕಾಣಬಹುದಿತ್ತು. ಹೆಚ್ಚುತ್ತಿದ್ದ ಭಯೋತ್ಪಾದನೆಯ ಬಗ್ಗೆ ಕಳವಳ ವ್ಯಕ್ತಪಡಿಸಿದ ಅಲಿಪ್ತ ದೇಶಗಳು ಅದನ್ನು ತಡೆಯಲು ಸಹಕಾರ ನೀಡಬೇಕೆಂದು ಅಂತರಾಷ್ಟ್ರೀಯ ಸಮೂಹಕ್ಕೆ ಮನವಿ ಮಾಡಿದವು. ಇದನ್ನೇ 'ಬೀಜಿಂಗ್ ಸಂದೇಶ' ಎಂದು ಕರೆಯಲಾಗುತ್ತಿದೆ.

ಅಂತರಾಷ್ಟ್ರೀಯ ಮಹಿಳಾ ದಶಕದ ಅವಧಿಯಲ್ಲಿ ಅದರ ಉದ್ದೇಶದ ಈಡೇರಿಕೆ ಮತ್ತು ಮಹಿಳೆಯರ ಪ್ರಗತಿ ಗಣನೀಯವಾಗೇನೂ ಇರಲಿಲ್ಲ. ಆದರೆ ಅಲ್ಲಿಯವರೆಗೆ ನಗಣ್ಯರೆನಿಸಿದ್ದ ಮಹಿಳೆಯರ ವಿಚಾರಗಳನ್ನು ಮುಖ್ಯವಾಹಿನಿಗೆ ತರುವಲ್ಲಿ ಈ ಸಮಾವೇಶಗಳು ಬಹು ಪ್ರಯೋಜನಕಾರಿಯಾಗಿದ್ದವು. ಅಭಿವೃದ್ಧಿ ಹೊಂದಿದ ಮತ್ತು ಅಭಿವೃದ್ಧಿ ಹೊಂದದ ದೇಶಗಳ ಪ್ರತಿನಿಧಿಗಳು ಮುಖಾಮುಖಿಯಾದಾಗ ತೃತೀಯ ಜಗತ್ತಿನ ಮೇಲೆ ಮುಂದುವರೆದ ರಾಷ್ಟ್ರಗಳ ಹಿಡಿತ ಮತ್ತು ಅಧಿಪತ್ಯವನ್ನು ತೃತೀಯ ಜಗತ್ತಿನ ಮಹಿಳೆಯರು ನೇರವಾಗಿ ಪ್ರಶ್ನಿಸಿದರು. ಇದು ಆ ಎರಡೂ ಗುಂಪಿನ ದೇಶಗಳ ಮಹಿಳೆಯರ ಅರಿವು ಮತ್ತು ಅನುಭವವನ್ನು ವಿಸ್ತರಿಸಲು ಸಹಕಾರಿಯಾಯಿತು.

ಶತಮಾನದ ಗುರಿಗಳನ್ನು ನಿರ್ಧರಿಸಿದ ವಿಶ್ವ ಸಂಸ್ಥೆಯ ಸಮ್ಮೇಳನ, 2000

ಶತಮಾನದ ಗುರಿಗಳು

Develop a global partnership for development

Eradicate extreme poverty and hunger

Achieve universal primary education

Ensure environmental sustainability

2015 MILLENIUM DEVELOPMENT GOALS

Promote gender equality and empower women

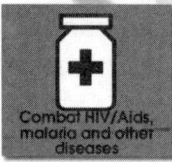
Combat HIV/Aids, malaria and other diseases

Improve maternal health

Reduce child mortality

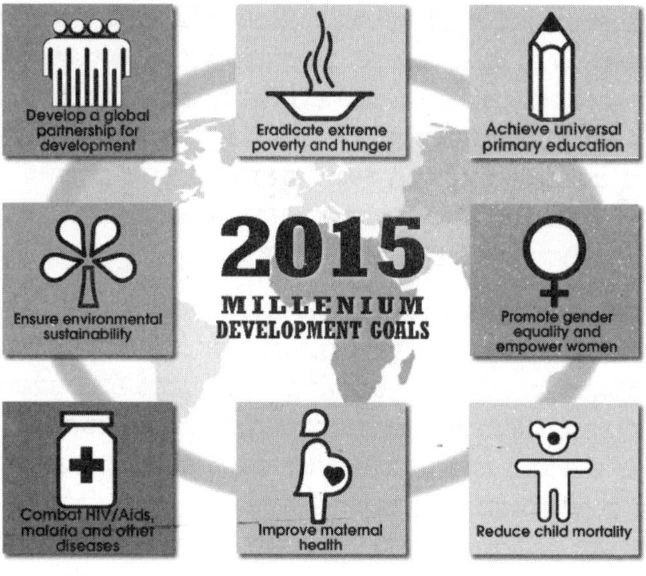

ಮಹಿಳಾ ವಿಮೋಚನೆಯ ಹೋರಾಟಗಳ

ಇಪ್ಪತ್ತೊಂದನೇ ಶತಮಾನದ ಗುರಿಗಳು

ಮಹಿಳಾ ದಶಕ ಮತ್ತು ಅದರಾಚೆಯ 2000ನೇ ವರ್ಷದ ನಂತರ ವಿಶ್ವಸಂಸ್ಥೆಯ ಮಹತ್ವಾಕಾಂಕ್ಷೆಯ ಯೋಜನೆಯೆಂದರೆ 'ಶತಮಾನದ ಅಭಿವೃದ್ಧಿ ಗುರಿಗಳು'(ಎಂಡಿಜಿ). 2000 ವರ್ಷದ ಮೊದಲ ಭಾಗದಲ್ಲಿ ವಿಶ್ವಸಂಸ್ಥೆಯ ಎಲ್ಲ 189 ರಾಷ್ಟ್ರಗಳೂ ಜತೆಗೂಡಿ ಈ ಯೋಜನೆಗೆ ಸಹಿಮಾಡಿದವು. ವಿಶ್ವಸಂಸ್ಥೆ ಈ ಯೋಜನೆಯ ತಯಾರಿ ಮಾಡುವಾಗ ಮುಖ್ಯವಾದ ಒಂದು ಅಂಶವನ್ನು ಗುರುತಿಸಿತ್ತು. ಜಾಗತಿಕವಾಗಿ ಮಹತ್ತರ ಆರ್ಥಿಕ ಬೆಳವಣಿಗೆಗಳಾಗಿದ್ದರೂ ಅದು ಏಕ ಪ್ರಕಾರವಾಗಿಲ್ಲ ಮತ್ತು ಕೆಲವೇ ದೇಶಗಳು ಅಭಿವೃದ್ಧಿಯ ಫಲವನ್ನು ಅನುಭವಿಸುತ್ತಿವೆ. ಜಾಗತಿಕವಾಗಿ ಈ ತಾರತಮ್ಯ ಮುಂದುವರೆದಲ್ಲಿ ಅದು ಆಘಾತಕಾರಿಯಾಗಬಲ್ಲದು. ಹಾಗಾಗಿ ಆರ್ಥಿಕ ಬೆಳವಣಿಗೆಯ ಲಾಭ ಪಡೆದ ಮುಂದುವರೆದ ರಾಷ್ಟ್ರಗಳು ಹಿಂದುಳಿದಿರುವ ರಾಷ್ಟ್ರಗಳ ಬೆಳವಣಿಗೆಗೆ ಕೊಡುಗೆ ನೀಡಬೇಕು ಮತ್ತು ಅದನ್ನು ತನ್ನ ಜವಾಬ್ದಾರಿಯೆಂದು ಸ್ವೀಕರಿಸಬೇಕೆಂಬುದು. ಈ ನಿಟ್ಟಿನಲ್ಲಿ ಎಲ್ಲ ಮುಂದುವರೆದ ರಾಷ್ಟ್ರಗಳೂ ತಮ್ಮ ಒಟ್ಟು ದೇಶಿಯ ಆದಾಯದ ಶೇ 0.6 ರಷ್ಟನ್ನು ಶತಮಾನ ಅಭಿವೃದ್ಧಿ ಗುರಿಗಳಿಗೆ ಮೀಸಲಿಡಬೇಕೆಂದು ನಿರ್ಣಯಿಸಲಾಗಿತ್ತು. 2000 ದಿಂದ 2015ರ ಅವಧಿಯಲ್ಲಿ ಈ ಕೆಳಗಿನ ಬೆಳವಣಿಗೆ ಸಾಧಿಸುವುದು ಅದರ ಉದ್ದೇಶ.

1. ವಿಶ್ವದಲ್ಲಿನ ಕಡುಬಡತನದ ನಿರ್ಮೂಲನೆ
2. ಪ್ರಾಥಮಿಕ ವಿದ್ಯಾಭ್ಯಾಸದ ಸಾರ್ವತ್ರೀಕರಣ
3. ಶಿಶುಗಳ ಸಾವಿನ ಸಂಖ್ಯೆಯಲ್ಲಿ ಇಳಿಕೆ
4. ತಾಯ್ತನದ ಆರೋಗ್ಯದಲ್ಲಿ ಸುಧಾರಣೆ
5. ಹೆಚ್.ಐ.ವಿ/ಏಡ್ಸ್, ಮಲೇರಿಯಾ ಇನ್ನಿತರ ಖಾಯಿಲೆಗಳನ್ನು ಇಲ್ಲವಾಗಿಸುವುದು.
6. ಪರಿಸರ ರಕ್ಷಣೆ
7. ಅಭಿವೃದ್ಧಿಗಾಗಿ ಜಾಗತಿಕ ಸಹಭಾಗಿತ್ವ ಮತ್ತು
8. ಲಿಂಗ ಸಮಾನತೆ ಮತ್ತು ಮಹಿಳಾ ಸಬಲೀಕರಣ.

ಇವುಗಳಲ್ಲಿ 3, 4 ಮತ್ತು 8ನೇ ಗುರಿಗಳು ಮಾತ್ರ ನೇರವಾಗಿ ಮಹಿಳೆಯರಿಗೆ ಸಂಬಂಧಿಸಿವೆಯೆಂದೆನಿಸಿದರೂ, ಶತಮಾನದ ಅಭಿವೃದ್ಧಿಯ ಎಲ್ಲ ಗುರಿಗಳೂ ಮಹಿಳೆಯರ ಬದುಕಿನೊಂದಿಗೆ ಥಳುಕು ಹಾಕಿಕೊಂಡಿರುವುದನ್ನು ನಾವಿಲ್ಲಿ ಗಮನಿಸಬಹುದು. ಶತಮಾನದ ಅಭಿವೃದ್ಧಿಯ ಗುರಿಗಳನ್ನು ಸಂಪೂರ್ಣವಾಗಿ ತಲುಪಬೇಕೆಂದರೆ ಲಿಂಗ ತಾರತಮ್ಯ ಸಂಪೂರ್ಣವಾಗಿ ಇಲ್ಲವಾಗಿ ಮಹಿಳಾ ಸಬಲೀಕರಣ ಸಾಧ್ಯವಾಗಬೇಕೆಂಬುದನ್ನು ವಿಶ್ವಸಂಸ್ಥೆ ಸ್ಪಷ್ಟವಾಗಿ ಗುರುತಿಸಿದೆ.

ಮಹಿಳೆ ಬದುಕಿನಲ್ಲಿ ಹಲವಾರು ಪಾತ್ರ ವಹಿಸುತ್ತಾಳೆ. ಪತ್ನಿ, ತಾಯಿ, ನಾಯಕಿ, ವಿದ್ಯಾರ್ಥಿ, ದುಡಿಮೆಗಾರಳು, ಪ್ರಜೆ ಹೀಗೆ ಹಲವಾರು ಪಾತ್ರ ನಿರ್ವಹಿಸುವ ಆಕೆಯ ಸಂಪೂರ್ಣ ವಿಕಸನವಾಗಬೇಕಾದರೆ ಆಕೆಗೆ ವಿದ್ಯಾಭ್ಯಾಸ, ಆರೋಗ್ಯ ಮತ್ತು ನಿರ್ಧರಿಸುವ ಹಕ್ಕು ದೊರೆಯುವಂತಾಗಬೇಕು. ಸಮಾನ ಅವಕಾಶ ಮತ್ತು ಆಯ್ಕೆಯ ಹಕ್ಕು ಆಕೆಯದಾಗಬೇಕು ಎಂಬ ಉದ್ದೇಶದಿಂದ ಈ ಶತಮಾನದ ಅಭಿವೃದ್ಧಿ ಗುರಿಗಳನ್ನು ಮಹಿಳಾ ದೃಷ್ಟಿಕೋನದಿಂದಲೂ ಅಧ್ಯಯನ ಮಾಡಿ ಜಾರಿಗೊಳಿಸಬೇಕೆಂದು ವಿಶ್ವಸಂಸ್ಥೆ ಕರೆ ನೀಡಿದೆ.

ಮಹಿಳಾ ಸಬಲೀಕರಣ ತೀವ್ರ ಬಡತನದ ನಿವಾರಣೆಗೆ ಒಂದು ಪ್ರಮುಖ ಹೆಜ್ಜೆಯಾಗಬಲ್ಲದು. ಮಹಿಳೆಯರಿಗೆ ಆಹಾರ ಭದ್ರತೆ ಒದಗಿಸುವುದು ಮತ್ತು ಆಹಾರ ಭದ್ರತೆ ಒದಗಿಸುವಲ್ಲಿ ಮಹಿಳೆ ವಹಿಸುವ ಪಾತ್ರವನ್ನು ಗುರುತಿಸುವುದು ಮತ್ತು ಸಶಕ್ತಗೊಳಿಸುವುದು ಬಹುಮುಖ್ಯ. ಭೂಮಿಯಲ್ಲಿ ಮಹಿಳೆಯರಿಗೆ ಸಮಾನ ಹಕ್ಕು, ಬೀಜ, ಗೊಬ್ಬರ ಇನ್ನಿತರ ಸಲಕರಣೆಗೆ ರಿಯಾಯಿತಿ ದರ ಮತ್ತು ತಂತ್ರಜ್ಞಾನದ ತಿಳಿವು ಇವುಗಳ ಮೂಲಕ ಕೃಷಿಯ ಉತ್ಪಾದಕತೆಯಲ್ಲಿ ಹೆಚ್ಚಳ ಸಾಧಿಸಿ ಆಹಾರ ಭದ್ರತೆಯೊದಗಿಸುವುದು ಸಾಧ್ಯವಿದೆ ಮತ್ತು ತನ್ಮೂಲಕ ಆಕೆಗೆ ಆರೋಗ್ಯಪೂರ್ಣ ಬದುಕು ನೀಡುವುದು ಸಾಧ್ಯವಾಗುತ್ತದೆ. ಕಾನೂನಿನ ತೊಡಕುಗಳನ್ನು ನಿವಾರಿಸಿ ಮಹಿಳೆಯರಿಗೆ ಒಡೆತನದ ಹಕ್ಕು, ಅನುವಂಶಿಕವಾಗಿ ಆಸ್ತಿ ಪಡೆಯುವ ಹಕ್ಕು ಮತ್ತು ವಿವಾಹಾನಂತರವೂ ಆಸ್ತಿಯ ಒಡೆತನದ ಹಕ್ಕನ್ನು ನೀಡುವುದು, ಸಾಲ ಸೌಲಭ್ಯದ ಹಕ್ಕು, ಹೆರುವ ಮಕ್ಕಳ ಸಂಖ್ಯೆಯನ್ನು ನಿರ್ಧರಿಸುವ ಹಕ್ಕು ಇವುಗಳ ಮೂಲಕವೂ ಬಡತನ ನಿರ್ಮೂಲನೆ ಸಾಧ್ಯವಿದೆ.

ಬಡತನವನ್ನೆದುರಿಸಿ ಸ್ವಾವಲಂಬಿ ಬದುಕು ನಡೆಸಲು ಮಹಿಳೆಯರಿಗೆ ಸಮಾನ ಅವಕಾಶ ಮತ್ತು ದುಡಿಯುವ ಹಕ್ಕನ್ನು ನೀಡಬೇಕು. ಸಂಘಟಿತ ಮತ್ತು ಅಸಂಘಟಿತ ವಲಯಗಳೆರಡರಲ್ಲೂ ಸಮಾನ ಕಾರ್ಮಿಕ ಕಾನೂನು ಜಾರಿಯಾಗಬೇಕು. ಮಹಿಳೆಯರಿಗೆ ಹೆಚ್ಚಿನ ಕೌಶಲ್ಯ ಮತ್ತು ತರಬೇತಿ ನೀಡಿ ಅವರಿಗೆ ಹೆಚ್ಚಿನ ಉದ್ಯೋಗಾವಕಾಶ ನೀಡಬೇಕು. ದುಡಿಯುವ ಮಹಿಳೆಯರಲ್ಲಿ ಆತ್ಮವಿಶ್ವಾಸ ಕೇವಲ ವಿದ್ಯಾಭ್ಯಾಸದಿಂದ ಮಾತ್ರವೇ ಹೆಚ್ಚಲು ಸಾಧ್ಯ. ಮಹಿಳೆಯರ ಗೃಹಕೃತ್ಯ ಮತ್ತು ಶುಶ್ರೂಷೆಯ ಜವಾಬ್ದಾರಿಗಳನ್ನು

44   ಮಹಿಳಾ ವಿಮೋಚನೆಯ ಹೋರಾಟಗಳ

ಹಂಚಿಕೊಳ್ಳುವ ಮೂಲಕ ಅವರಿಗೆ ವಿದ್ಯೆ ಮತ್ತು ಕೌಶಲ್ಯಗಳಿಗೆ ಅವಕಾಶ ಕಲ್ಪಿಸಬಹುದಾಗಿದೆ. ತನ್ಮೂಲಕ ಅವರಿಗೆ ಆದಾಯಕ್ಕೆ ಅನುವು ಮಾಡಿಕೊಟ್ಟು ಬಡತನದ ಇಳಿಕೆಗೆ ಅವಕಾಶ ಮಾಡಬಹುದೆಂಬ ಆಶಯ 'ಶತಮಾನದ ಅಭಿವೃದ್ಧಿ ಗುರಿ'ಯದು.

ಮಹಿಳಾ ಸಬಲೀಕರಣದತ್ತ ಸ್ಪಷ್ಟ ಹೆಜ್ಜೆಯೆಂದರೆ ವಿದ್ಯಾಭ್ಯಾಸ. ಪ್ರಾಥಮಿಕ ವಿದ್ಯಾಭ್ಯಾಸ ಸಾರ್ವತ್ರಿಕವಾಗಬೇಕು. ಹೆಣ್ಣು ಮಕ್ಕಳು ಶಾಲೆಗೆ ಹೋಗುವುದು ಮತ್ತು ಶಿಕ್ಷಣ ಮುಂದುವರೆಸುವುದು ಸಾಧ್ಯವಾಗುವಂತೆ ಶಾಲೆಗಳಲ್ಲಿ ಉತ್ತಮ ಪರಿಸರ ನಿರ್ಮಾಣವಾಗಬೇಕು. ಅವರಿಗೆ ಶಾಲೆಗೆ ಹೋಗಿ ಬರಲು ಸಾರಿಗೆ ಸಂಪರ್ಕ, ಶಾಲೆಗಳಲ್ಲಿ ಶೌಚಾಲಯ ವ್ಯವಸ್ಥೆ, ಶಾಲಾ ಶುಲ್ಕದಲ್ಲಿ ರಿಯಾಯಿತಿ ನೀಡಬೇಕು. ಹೆಣ್ಣುಮಕ್ಕಳಿಗೆ ವಿದ್ಯಾಭ್ಯಾಸದ ಅಗತ್ಯದ ಬಗ್ಗೆ ತಂದೆ ತಾಯಿಗಳಲ್ಲಿ ಅರಿವು ಮೂಡಿಸಬೇಕು.

ಮಹಿಳೆಯರಿಗೆ ಉತ್ತಮ ಆರೋಗ್ಯ ಸೇವಾ ಸೌಲಭ್ಯಗಳು ಲಭ್ಯವಾಗಬೇಕು. ತಾಯಿಯ ಆರೋಗ್ಯಕ್ಕೆ ಆದ್ಯತೆ ನೀಡಿ ಗರ್ಭಿಣಿಯರಿಗೆ ಪೌಷ್ಠಿಕ ಆಹಾರ ಮತ್ತು ಶುಶ್ರೂಷೆ ದೊರೆಯುವಂತಾಗಬೇಕು.

ಶಿಶುಗಳ ಸಾವಿನ ಪ್ರಮಾಣದಲ್ಲಿ ಇಳಿತವುಂಟಾಗಬೇಕೆಂದರೆ ಹೆಣ್ಣು ಭ್ರೂಣ ಹತ್ಯೆ ತಡೆಯುವ ಎಲ್ಲ ಕ್ರಮಕೈಗೊಳ್ಳಬೇಕು ಮತ್ತು ತಾಯಂದಿರಿಗೆ ಸಂಪೂರ್ಣ ಆರೋಗ್ಯ ಮತ್ತು ಪೌಷ್ಠಿಕ ಆಹಾರ ದೊರೆಯಬೇಕು.

ತಾಯಂದಿರ ಆರೋಗ್ಯ ಮಟ್ಟ ಸುಧಾರಣೆಯಾಗಬೇಕೆಂದರೆ ಮಹಿಳೆಯರಿಗೆ ಹೆಚ್ಚಿನ ಧ್ವನಿಯಿರಬೇಕು. ಸಂತಾನ ನಿಯಂತ್ರಣ ಮತ್ತು ಮಕ್ಕಳ ಸಂಖ್ಯೆಯ ವಿಚಾರದಲ್ಲಿ ಆಕೆಗೆ ಹೆಚ್ಚಿನ ಪ್ರಾಧಾನ್ಯತೆ ದೊರೆಯುವಂತಾಗಬೇಕು. ಪುರುಷರೇ ಕೌಟುಂಬಿಕ ಖರ್ಚು ವೆಚ್ಚ ನಿರ್ವಹಿಸುವಲ್ಲಿ ಮಹಿಳೆಯರ ಔಷಧೋಪಚಾರಕ್ಕೆ ಯಾವುದೇ ಆದ್ಯತೆಯಿಲ್ಲವೆಂಬ ವಿಚಾರ ತಿಳಿದು ಬಂದಿದೆ. ಸಾರ್ವಜನಿಕ ಆರೋಗ್ಯ ವಲಯದಲ್ಲಿ ಮಹಿಳೆಯರ ನಿರ್ದಿಷ್ಟ ಆರೈಕೆಗೆ ಹೆಚ್ಚಿನ ಅವಕಾಶವಿದ್ದಾಗ ಈ ಸಮಸ್ಯೆಯ ಪರಿಹಾರ ಸುಲಭ ಸಾಧ್ಯ. ಮಹಿಳೆಯರ ಆರೋಗ್ಯದ ಮೇಲೆ ನೇರ ಪರಿಣಾಮ ಬೀರುವ ಬಾಲ್ಯ ವಿವಾಹ, ಎಳೆ ವಯಸ್ಸಿನಲ್ಲಿ ತಾಯ್ತನ, ಅಪೌಷ್ಠಿಕತೆ ಇವುಗಳ ನಿವಾರಣೆಯಿಂದ ಮಾತ್ರವೇ ಗರ್ಭಿಣಿಯರ ಆರೋಗ್ಯ ಮಟ್ಟ ಸುಧಾರಿಸಬಹುದು. ವಿಶ್ವದಾದ್ಯಂತ ಶ್ವಾಸಕೋಶದ ಕ್ಯಾನ್ಸರಿನಿಂದ ಬಳಲುವವರಲ್ಲಿ ಮಹಿಳೆಯರದೇ ದೊಡ್ಡ ಸಂಖ್ಯೆ. ಹೊಗೆಯೊಲೆಯಲ್ಲಿ ಅಡಿಗೆ ಮಾಡುವ ಅವರು ನೇರವಾಗಿ ಪ್ರದೂಷಣೆಯ ಪರಿಣಾಮದಿಂದ ಈ ಕಾಯಿಲೆಗೆ ಒಳಗಾಗುತ್ತಾರೆ. ಬದಲೀ ಇಂಧನ ವ್ಯವಸ್ಥೆ, ವೈಜ್ಞಾನಿಕ ಒಲೆಗಳು, ನಿರ್ಮಲ ಶೌಚಾಲಯ ಇವು ಮಹಿಳೆಯರಿಗೆ ಹೆಚ್ಚಿನ ಆರೋಗ್ಯ ನಿಡಬಲ್ಲವು.

ಹೆಚ್.ಐ.ವಿ./ಏಡ್ಸ್ ಮತ್ತು ಮಲೇರಿಯಾದಂತಹ ರೋಗಗಳ ನಿವಾರಣೆ, ಅಪೌಷ್ಠಿಕತೆ, ಹೆಚ್ಚಿನ ಕೆಲಸದ ಹೊರೆ ಮತ್ತು ತಾಯ್ತನ ಸಂಬಂಧಿ ಕಾರಣಗಳಿಂದಾಗಿ ಹೆಚ್ಚಿನ

ಮಹಿಳೆಯರು ದೈಹಿಕ ದೌರ್ಬಲ್ಯದಿಂದ ನರಳುತ್ತಾರೆ. ವಿಶ್ವದಾದ್ಯಂತ ಹೆಚ್.ಐ.ವಿ/ಏಡ್ಸ್‌ಗೆ ತುತ್ತಾದವರಲ್ಲಿ ಬಹು ಸಂಖ್ಯೆ ಸ್ತ್ರೀಯರದ್ದೇ. ಸಾಮಾಜಿಕ, ಆರ್ಥಿಕ ಕಾರಣಗಳಿಂದಾಗಿ ಅವರು ಈ ರೋಗಕ್ಕೆ ತುತ್ತಾಗುತ್ತಿದ್ದಾರೆ. ಬಾಲ್ಯ ವಿವಾಹ, ಅಪೌಷ್ಠಿಕತೆ ಇವು ಅದಕ್ಕೆ ಮುಖ್ಯ ಕಾರಣ. ಮಾನಭಂಗ, ಮಹಿಳೆಯರ ಸಾಗಾಣಿಕೆ, ಒತ್ತಾಯದ ಮದುವೆ, ವೇಶ್ಯಾವೃತ್ತಿ, ಯುದ್ಧ ಮತ್ತು ದ್ವೇಷದ ಪರಿಸ್ಥಿತಿಯಲ್ಲಿ ಮಹಿಳೆಯರ ಮೇಲಿನ ಅತ್ಯಾಚಾರ ಈ ಎಲ್ಲವೂ ಅದಕ್ಕೆ ಕಾರಣವಾಗುತ್ತಿದ್ದರೆ ರೋಗಗಳ ಬಗ್ಗೆ ಮಹಿಳೆಯರಿಗಿರುವ ಅಜ್ಞಾನವೂ ಇನ್ನಷ್ಟು ಕೊಡುಗೆ ನೀಡುತ್ತಿದೆ. ಹೀಗಾಗಿ ಮಹಿಳೆಯರಿಗೆ ವಿದ್ಯಾಭ್ಯಾಸ ಮತ್ತು ತಿಳುವಳಿಕೆ ನೀಡುವುದು ಈ ರೋಗದ ನಿವಾರಣೆಯಲ್ಲಿ ಮಹತ್ತರ ಪಾತ್ರವಹಿಸಬಲ್ಲದು. ಹೆಚ್.ಐ.ವಿ. ಬಾಧಿತ ಸ್ತ್ರೀಯರಿಗೆ ಹುಟ್ಟುವ ಮಕ್ಕಳೂ ಈ ರೋಗ ಪಡೆಯುತ್ತಾರೆ. ಇದನ್ನು ತಪ್ಪಿಸಲು ನೀಡುವ ಲಸಿಕೆ ಮತ್ತು ಮದ್ದು ಎಲ್ಲ ಬಾಧಿತ ಮಹಿಳೆಯರಿಗೆ ದೊರೆಯುವಂತೆ ಇದ್ದು, ಅದನ್ನು ತಾಯ್ತನದ ಆರೋಗ್ಯ ಸೇವೆಯ ಭಾಗವಾಗಿಸಬೇಕು. ಲೈಂಗಿಕ ಶೋಷಣೆಗೆ ಒಳಗಾಗಿರುವವರು ಮತ್ತು ವೈಶ್ಯವಾಟಿಕೆಯಲ್ಲಿರುವವರಿಗೆ ಹೆಚ್.ಐ.ವಿ/ಏಡ್ಸ್‌ನ ತಡೆಗಾಗಿ ಹೆಚ್ಚಿನ ಹಣ ತೊಡಗಿಸುವುದು ಮತ್ತು ಅವರಿಗೆ ಸೂಕ್ತ ಜ್ಞಾನ ಮತ್ತು ಸೌಲಭ್ಯ ಒದಗಿಸುವುದು ಈ ನಿಟ್ಟಿನಲ್ಲಿ ಬಹುಮುಖ್ಯವಾದುದು.

ಪರಿಸರ ಸಂರಕ್ಷಣೆಯೂ ಶತಮಾನ ಅಭಿವೃದ್ಧಿ ಯೋಜನೆಯ ಬಹುಮುಖ್ಯ ಗುರಿಗಳಲ್ಲೊಂದು. ಆಸ್ತಿ ಮತ್ತು ನೈಸರ್ಗಿಕ ಸಂಪನ್ಮೂಲಗಳ ಸಮಾನ ಅಧಿಕಾರ ಮಹಿಳೆಯರಿಗೆ ಹೆಚ್ಚಿನ ಶಕ್ತಿ ನೀಡಬಲ್ಲದು. ನೈಸರ್ಗಿಕ ಸಂಪನ್ಮೂಲ ಮತ್ತು ಪರಿಸರ ನಾಶವನ್ನು ಕಡಿತಗೊಳಿಸುವ, ನಷ್ಟವನ್ನು ತುಂಬಿಕೊಡುವ ಕೆಲಸ ಮಾಡುವಂತಾಗಬೇಕು. ಮಹಿಳೆಯರೇ ಪ್ರಾಥಮಿಕ ಬಳಕೆದಾರರಾಗಿರುವ ಕುಡಿಯುವ ನೀರು ಮತ್ತು ನೈರ್ಮಲ್ಯ ವ್ಯವಸ್ಥೆ ಎಲ್ಲರಿಗೆ ದೊರೆಯುವಂತಾಗಬೇಕು. ಹವಾಮಾನ ವೈಪರೀತ್ಯದ ಪರಿಣಾಮ ಮೊದಲಿಗಾಗುವುದು ಮಹಿಳೆಯರ ಮೇಲೆಯೇ. ಹೀಗಾಗಿ ಅವುಗಳನ್ನು ತಡೆಯುವಲ್ಲೂ ಗಂಭೀರ ಪ್ರಯತ್ನಗಳಾಗಬೇಕು.

ಈ ಎಲ್ಲವುಗಳೂ ಪ್ರಮುಖವಾಗಿ ಲಿಂಗ ಸಮಾನತೆ ಮತ್ತು ಮಹಿಳೆಯರ ಸಬಲೀಕರಣಕ್ಕೆ ಕಾರಣವಾಗಬೇಕು. ಆ ನಿಟ್ಟಿನಲ್ಲಿ ಹೆಣ್ಣಿಗೆ ವಿದ್ಯಾಭ್ಯಾಸ ಮತ್ತು ಸಮಾನ ಆಸ್ತಿಯ ಹಕ್ಕು ದೊರೆಯಬೇಕು. ಅಧಿಕಾರ ಮತ್ತು ನಿರ್ಣಾಯಕ ಹಂತಗಳಲ್ಲಿ ಮತ್ತು ರಾಜಕೀಯದಲ್ಲಿ ಮಹಿಳೆಯರಿಗೆ ಧ್ವನಿಯಿರಬೇಕು. ಎಲ್ಲಕ್ಕಿಂತ ಹೆಚ್ಚಾಗಿ ಆರ್ಥಿಕ ಮತ್ತು ಸಾಮಾಜಿಕ ಸ್ಥರಗಳಲ್ಲಿ ಮಹಿಳೆಯರ ಕೊಡುಗೆಯನ್ನು ಗುರುತಿಸಬೇಕು. ಆಕೆಗೆ ನ್ಯಾಯವಾಗಿ ದೊರಕಬೇಕಾದ ಸಂಬಳ, ಸವಲತ್ತುಗಳು ದೊರೆಯುವಂತಾಗಬೇಕು.

ಈ ಎಲ್ಲ ಉದ್ದೇಶಗಳ ಈಡೇರಿಕೆಗಾಗಿ ಒಂದು ಜಾಗತಿಕ ಸಹಭಾಗಿತ್ವವಿರಬೇಕು ಮತ್ತು ಅಭಿವೃದ್ಧಿಯ ಸೂಚ್ಯಂಕಗಳನ್ನು ಗುರುತಿಸುವಾಗ ಮಹಿಳಾ ಸಮಾನತೆಯ

ಆಧಾರದಲ್ಲಿ ಅದನ್ನು ಗುರುತಿಸಬೇಕು ಮತ್ತು ಒಟ್ಟಾರೆ ಅಭಿವೃದ್ಧಿಯ ವೆಚ್ಚದಲ್ಲಿ ಮಹಿಳಾ ಸಬಲೀಕರಣ ಕಾರ್ಯಕ್ರಮಗಳಿಗಾಗಿ ಮಾಡಿದ ವೆಚ್ಚ ಗುರುತಿಸಬೇಕು ಮತ್ತು ಆ ನಿಟ್ಟಿನಲ್ಲಿ ಮುಂದುವರೆಯಲು ಬೇಕಾಗುವ ಎಲ್ಲ ಮಾಹಿತಿ ಸಂಗ್ರಹ ಮತ್ತು ಅಧ್ಯಯನ ನಡೆಯಬೇಕು.

'ಶತಮಾನದ ಅಭಿವೃದ್ಧಿ ಗುರಿಗಳು' ಅತ್ಯಂತ ಮಹತ್ವಾಕಾಂಕ್ಷಿ ಯೋಜನೆ. ಮಹಿಳಾ ಪರ ಚಿಂತನೆ ಮತ್ತು ಯೋಜನೆಗಳನ್ನು ಈ ಹಿಂದೆಯೂ ವಿಶ್ವಸಂಸ್ಥೆ ಪ್ರತಿಪಾದಿಸಿದೆ, ಮುಂದಿಟ್ಟಿದೆ. ಆದರೆ ಈ ಬಾರಿ ಅವುಗಳಿಗೆ ನೀಡಿರುವ ಒತ್ತಾಸೆ ಹಿಂದಿಗಿಂತ ಹೆಚ್ಚಿನದು. ಅದು ಗುರುತಿಸಿರುವ ಎಲ್ಲ ಉದ್ದೇಶಗಳಿಗೂ ಮಹಿಳೆಯರ ಮೇಲಿನ ಹಿಂಸೆ ಮತ್ತು ದೌರ್ಜನ್ಯಕ್ಕಿರುವ ನೇರ ಸಂಬಂಧವನ್ನೂ ಅದು ಸ್ಪಷ್ಟವಾಗಿ ಗುರುತಿಸಿದೆ.

ಮಹಿಳೆಯರ ಹಕ್ಕಿನ ಉಲ್ಲಂಘನೆಯನ್ನು ಒಟ್ಟು ಮಾನವ ಹಕ್ಕಿನ ಉಲ್ಲಂಘನೆಯೆಂದು ಅದು ಪ್ರತಿಪಾದಿಸಿದೆ. ಮಹಿಳೆಯ ಮೇಲಿನ ಹಿಂಸಾಚಾರ ಆಕೆಯ ಉತ್ಪಾದಕತೆಯಲ್ಲಿ ಇಳಿಕೆ ತರುತ್ತದೆ. ಹೆಣ್ಣು ಮಕ್ಕಳು ಅನುಭವಿಸುವ ತಾರತಮ್ಯದಿಂದಾಗಿ ಅವರ ಒಟ್ಟು ಬೆಳವಣಿಗೆಯೇ ಕುಂಠಿತವಾಗುತ್ತದೆ. ಪೌಷ್ಠಿಕ ಆಹಾರ, ಪ್ರಾಥಮಿಕ ವಿದ್ಯಾಭ್ಯಾಸ ಇವುಗಳಿಂದ ಅವರು ದೂರವುಳಿಯುತ್ತಾರೆ. ಯುವತಿಯರ ಮೇಲಿನ ಲೈಂಗಿಕ ಕಿರುಕುಳ, ಪ್ರತ್ಯೇಕ ಶೌಚಾಲಯ ವ್ಯವಸ್ಥೆ ಇಲ್ಲದಿರುವುದು, ಈ ಎಲ್ಲವೂ ಹೆಣ್ಣು ಮಕ್ಕಳನ್ನು ಶಾಲೆಯಿಂದ ದೂರವಿಡುತ್ತದೆ. ಪುತ್ರ ಪ್ರಾಧಾನ್ಯದ ಕಾರಣದಿಂದಾಗಿ ಹೆಚ್ಚಿನ ಹೆಣ್ಣು ಶಿಶುಗಳು ಸಾವನ್ನಪ್ಪುತ್ತಾರೆ. ಬಸಿರು, ಬಾಣಂತನ ಈ ಹಂತಗಳಲ್ಲಿ ಮಹಿಳೆಯರ ಮೇಲೆ ನಡೆಯುವ ದೌರ್ಜನ್ಯ ಆಕೆಯ ಇಡೀ ಬದುಕಿನ ಮೇಲೆ ಪರಿಣಾಮ ಬೀರುತ್ತದೆ. ದೌರ್ಜನ್ಯಕ್ಕೊಳಗಾದ ಮಹಿಳೆ ಸಂತಾನೋತ್ಪತ್ತಿಯಂತಹ ವಿಚಾರದಲ್ಲಿ ಯಾವುದೇ ಧ್ವನಿಯಿರದೆ ನಿರಂತರ ನರಳುತ್ತಾಳೆ. ದೈಹಿಕ ದೌರ್ಜನ್ಯವಾದ ಮಾನಭಂಗ, ಒತ್ತಾಯದ ಮದುವೆ, ಸಾಗಾಣಿಕೆ ಈ ಎಲ್ಲವೂ ಆಕೆಯನ್ನು ಹೆಚ್.ಐ.ವಿ/ಏಡ್ಸ್‌ಗೆ ತುತ್ತಾಗುವಂತೆ ಮಾಡುತ್ತವೆ. ಬಾಲ್ಯ ವಿವಾಹ ಕೂಡ ಇದಕ್ಕೆ ಕಾರಣವಾಗುತ್ತದೆ. ಹೀಗೆ ಶತಮಾನ ಅಭಿವೃದ್ಧಿ ಯೋಜನೆಯ ಸಂಪೂರ್ಣ ಅನುಷ್ಠಾನದಿಂದ ಮಹಿಳೆಯರ ಬದುಕನ್ನು ಹಿಂಸೆಯಿಂದ ಮುಕ್ತಗೊಳಿಸಬಹುದೆಂಬುದು ವಿಶ್ವಸಂಸ್ಥೆಯ ಆಶಯ. ಅದು ಈಡೇರಬೇಕೆಂದರೆ ಮಹಿಳೆಯರ ಮೇಲಿನ ಹಿಂಸೆ ನಿವಾರಿಸಲು ಸರ್ಕಾರಗಳು ಎಲ್ಲ ಕ್ರಮಗಳನ್ನು ಕೈಗೊಳ್ಳಬೇಕೆಂದು ಅದು ನಿರ್ದೇಶಿಸಿದೆ.

ಮಹಿಳಾ ಪರ ಯೋಜನೆಗಳ ಅನುಷ್ಠಾನಕ್ಕೆ ವಿಶ್ವಸಂಸ್ಥೆ ಹಲವಾರು ಅಂಗಸಂಸ್ಥೆಗಳನ್ನು ಹೊಂದಿದೆ. ಮಹಿಳಾ ಅಭಿವೃದ್ದಿಯ ವಿಭಾಗ, ವಿಶ್ವಸಂಸ್ಥೆಯ ಮಹಿಳಾ ಅಭಿವೃದ್ಧಿ ನಿಧಿ ಮತ್ತು ಮಹಿಳೆಯರ ಅಭಿವೃದ್ಧಿಗಾಗಿ ಅಂತರಾಷ್ಟ್ರೀಯ ಸಂಶೋಧನೆ ಮತ್ತು ತರಬೇತಿ ಸಂಸ್ಥೆ ಲಿಂಗಾಧಾರಿತ ವಿಚಾರಗಳ ವಿಶೇಷ ಸಲಹೆಗಾರ ವಿಭಾಗ ಈ ಎಲ್ಲವನ್ನು ವಿಲೀನಗೊಳಿಸಿ ಮಹಿಳೆಯರಿಗಾಗಿ ಹೊಸ ಪ್ರಾತಿನಿಧಿಕ ಸಂಸ್ಥೆಯನ್ನು 15.09.2010ರಂದು

ಆಯೋಜಿಸಿದ್ದು 'ಯುಎನ್ ವಿಮೆನ್'(ವಿಶ್ವ ಮಹಿಳೆ) ಜನವರಿ 2011ರಲ್ಲಿ ಅಸ್ತಿತ್ವಕ್ಕೆ ಬಂದಿದೆ. ಈ ಸಂಸ್ಥೆಯ ನೇತೃತ್ವವನ್ನು ಚಿಲಿಯ ಮಾಜಿ ಅಧ್ಯಕ್ಷೆ ಮಿಶಲ್ ಬಾಚೆಲ್ಡ್ ವಹಿಸಿದ್ದಾರೆ.

'ಶತಮಾನದ ಅಭಿವೃದ್ಧಿ ಗುರಿಗಳು' ಯೋಜನೆ ಇನ್ನು ಐದೇ ವರ್ಷಗಳಲ್ಲಿ ಕೊನೆಗೊಳ್ಳಬೇಕು. ಅಂದರೆ ಅಷ್ಟರಲ್ಲಿ ಈ ಗುರಿಗಳು ಈಡೇರಬೇಕಾಗಿತ್ತು. 2010ರ ವರೆಗಿನ ಸಾಧನೆಗಳ ಅಧ್ಯಯನದ ಫಲಿತಾಂಶಗಳನ್ನು ಗಮನಿಸಿದಲ್ಲಿ ಈ ಯೋಜನೆಯ ಫಲಿತಾಂಶ ನಿರೀಕ್ಷಿಸಿದಷ್ಟು ಆಶಾದಾಯಕವಾಗಿಲ್ಲ ಎಂಬುದು ಅರಿವಾಗುತ್ತದೆ. ಜಾಗತಿಕ ಆರ್ಥಿಕ ಕುಸಿತದ ನಂತರವಂತೂ ಮುಂದುವರೆದ ದೇಶಗಳು ಆರ್ಥಿಕ ಬಿಕ್ಕಟ್ಟಿನ ನೆಪವೊಡ್ಡಿ ತಾನು ನೀಡಲೊಪ್ಪಿದ್ದ ಧನ ಸಹಾಯವನ್ನು ಕಡಿತಗೊಳಿಸಿವೆ. ಶತಮಾನ ಅಭಿವೃದ್ಧಿ ಯೋಜನೆಗೆ ಸಹಿ ಮಾಡಿರುವ 160 ದೇಶಗಳಲ್ಲಿ ಬಹುತೇಕ ರಾಷ್ಟ್ರಗಳು ನವ ಉದಾರೀಕರಣ ನೀತಿಗಳನ್ನು ಅನುಸರಿಸುತ್ತಿವೆ. ಸರ್ಕಾರದ ಮಧ್ಯಪ್ರವೇಶ ಕನಿಷ್ಟ ಪ್ರಮಾಣದಲ್ಲಿರಬೇಕೆನ್ನುವ ನವ-ಉದಾರವಾದಿ ನೀತಿಯನ್ನಪ್ಪಿರುವ ಈ ರಾಷ್ಟ್ರಗಳು ತಮ್ಮ ನೀತಿಯನ್ನು ಬದಲಿಸದೆ ಯೋಜನೆಯ ಉದ್ದೇಶಗಳ ಪೂರೈಕೆಗೆ ಪ್ರಯತ್ನಿಸುತ್ತವೆಯೇ, ಅಗತ್ಯವಿರುವೆಡೆ ಮಧ್ಯಪ್ರವೇಶ ಮಾಡುತ್ತವೆಯೇ ಎಂಬುದು ಬಹುದೊಡ್ಡ ಮೂಲಭೂತ ಪ್ರಶ್ನೆ. ಬಡವರ ಮತ್ತು ಶ್ರೀಮಂತರ ನಡುವೆ ಅಗಾಧ ಅಂತರವುಂಟು ಮಾಡುತ್ತಲೇ ಬಡತನ ನಿರ್ಮೂಲನಕ್ಕೆ ಈ ಸರ್ಕಾರಗಳು ಸಹಿ ಹಾಕಿರುವುದು ದ್ವಂದ್ವ ನೀತಿಯೆನಿಸಿದರೆ, ಅಭಿವೃದ್ಧಿ ಹೊಂದದ, ಅಭಿವೃದ್ಧಿಶೀಲ ದೇಶಗಳನ್ನು ಕೊಳ್ಳೆ ಹೊಡೆದು ಅದರ ಲಾಭ ಪಡೆದು ಆ ಲಾಭದ ಒಂದಂಶವನ್ನು ಈ ದೇಶಗಳ ಅಭಿವೃದ್ಧಿಗೆ ನೀಡಲೊಪ್ಪಿರುವುದೂ ಈ ದೇಶಗಳ ಆಷಾಢಭೂತಿತನವೆನಿಸುತ್ತದೆ. ಈ ಎಲ್ಲ ದೌರ್ಬಲ್ಯಗಳ ನಡುವೆಯೂ ಮಹಿಳೆಯನ್ನು ಅಭಿವೃದ್ಧಿಯ ಪಾಲುದಾರಳನ್ನಾಗಿ ಕಾಣುವ, ಲಿಂಗ ಸಮಾನತೆ ಮತ್ತು ಮಹಿಳೆಯರ ಸಬಲೀಕರಣವನ್ನು ಅಭಿವೃದ್ಧಿಯ ಅನಿವಾರ್ಯ ಅಂಗವನ್ನಾಗಿ ಗುರುತಿಸಿದ ವಿಶ್ವಸಂಸ್ಥೆಯ ಹಿರಿತನವನ್ನು ಮೆಚ್ಚಲೇಬೇಕು. ನೀತಿ ರೂಪಿಸುವವರ ಮನದಾಚೆ ಉಳಿಯಬಹುದಾದ ಮಹಿಳಾ ಅಭಿವೃದ್ಧಿಯ ಪ್ರಶ್ನೆಯನ್ನು ನೀತಿ ರೂಪಿಸುವವರ ಮತ್ತು ಅಭಿವೃದ್ದಿ ಹೊಂದಿದ ದೇಶಗಳ ಸಾಕ್ಷಿಪ್ರಜ್ಞೆಗೆ ತಲುಪಿಸಿದ ಸಾಧನೆ ವಿಶ್ವ ಸಂಸ್ಥೆಯದು, ತಾವು ಸಹಿ ಮಾಡಿದ ಯೋಜನೆಯ ಜಾರಿಗೆ ಶ್ರಮಿಸುವ ಜವಾಬ್ದಾರಿ ಸದಸ್ಯ ರಾಷ್ಟ್ರಗಳದ್ದು. ಅವು ತಮ್ಮ ಜವಾಬ್ದಾರಿ ನಿರ್ವಹಿಸುವಂತೆ ಮಾಡುವುದು ಹೇಗೆ ಎಂಬುದು ಪ್ರತ್ಯೇಕ ಪ್ರಶ್ನೆ.

ಜಾಗತೀಕರಣದ ವರ್ಷಗಳಲ್ಲಿ

ಮುಂದುವರೆದ ದೇಶಗಳು ಒಂದಾಗಿ ಅಭಿವೃದ್ಧಿಶೀಲ ದೇಶಗಳನ್ನು ಆರ್ಥಿಕ ಸುಧಾರಣೆಯ ಪ್ರಕ್ರಿಯೆಗೆ ಒಳಗೊಳ್ಳುವಂತೆ ಮಾಡುವಾಗ ಅದರ ಅಂಗವಾದ ಜಾಗತೀಕರಣ ಅಭಿವೃದ್ಧಿಶೀಲ ದೇಶಗಳ ಪಾಲಿಗೆ ಅಮೃತ ಸದೃಶವಾದುದೆಂದು ಹೇಳಲಾಗುತ್ತಿತ್ತು. ಆಯ್ಕೆಯ ಹಕ್ಕು, ಹೆಚ್ಚಿದ ಆಯ್ಕೆ ಇವುಗಳ ಮೂಲಕ ದೇಶದ ಮಾರುಕಟ್ಟೆ ಬೆಳೆದಂತೆ ಅದರ ಲಾಭ ಸಮಾಜದ ಪ್ರತೀ ವ್ಯಕ್ತಿಯನ್ನೂ ತಲುಪಿ ಸಬಲೀಕರಣಕ್ಕೆ ರಹದಾರಿಯಾಗಬಲ್ಲದು ಎಂಬ ಸಿದ್ಧಾಂತವನ್ನು ಪ್ರತಿಪಾದಿಸಲಾಗುತ್ತಿತ್ತು. ವಿದೇಶೀ ಬಂಡವಾಳ ದೇಶಕ್ಕೆ ಹರಿದು ಬರುತ್ತಿದ್ದಂತೆ ಉದ್ಯೋಗಗಳ ಸೃಷ್ಟಿಯಾಗಿ ಜನತೆಯ ಬದುಕು ಸುಧಾರಿಸುತ್ತದೆಯೆಂದು ಪ್ರಚಾರ ನೀಡಲಾಗಿತ್ತು.

ಜಾಗತೀಕರಣದ ಕಾರಣದಿಂದ ಮಹಿಳೆಯರ ಬದುಕು ಹಸನಾಗಿದೆ, ಆಕೆಯ ಸಮಾನತೆಯ ಕನಸು ನನಸಾಗಿ ಸಬಲೀಕರಣ ಸಾಧ್ಯವಾಗಿದೆ ಎಂಬುದು ಎಲ್ಲೆಲ್ಲೂ ಕೇಳಿ ಬರುವ ಮಾತು. ಆದರೆ ತಳಮಟ್ಟದಲ್ಲಿ ಮಹಿಳೆಯರ ಬದುಕನ್ನು ಅಧ್ಯಯನ ಮಾಡಿರುವ ಹಲವು ವರದಿಗಳು ಆಘಾತಕಾರಿ ಅಂಶಗಳನ್ನು ಬೆಳಕಿಗೆ ತಂದಿವೆ. ವಿದ್ಯಾಭ್ಯಾಸ ಮತ್ತು ಉದ್ಯೋಗಾವಕಾಶಗಳಲ್ಲಿ ಅಲ್ಪ ಪ್ರಮಾಣದ ಬೆಳವಣಿಗೆ ಸಾಧ್ಯವಾಗಿದೆಯಾದರೂ ಒಟ್ಟಾರೆಯಾಗಿ ಮಹಿಳೆಯರ ಸ್ಥಿತಿಗತಿ ಇನ್ನಷ್ಟು ಕೆಳಗಿಳಿದಿರುವುದು ದೃಢಪಟ್ಟಿದೆ.

ಆರ್ಥಿಕ ಸಮಾನತೆಗೂ ಮಹಿಳಾ ಸಮಾನತೆಗೂ ನೇರವಾದ ನಂಟಿದೆ. ಎಲ್ಲೆಲ್ಲಿ ಆರ್ಥಿಕ ಅಸಮಾನತೆ ಹೆಚ್ಚಿದೆಯೊ ಅಲ್ಲೆಲ್ಲ ಮಹಿಳೆಯ ಪುರುಷರ ನಡುವಿನ ಅಂತರ, ಅಸಮಾನತೆಗಳು ಹೆಚ್ಚಾಗಿವೆ. ಜಗತ್ತು ಕಳೆದ ಎರಡು-ಮೂರು ದಶಕಗಳಲ್ಲಿ ಕಂಡಿರುವುದು ದೇಶಗಳ ನಡುವಿನ ಸಮಾನತೆಯ ಆಧಾರದ ಮೇಲೆ ನಿಂತಿರುವ ಜಾಗತೀಕರಣವಲ್ಲ, ಮಾರುಕಟ್ಟೆಯೇ ಎಲ್ಲವನ್ನು ನಿರ್ಧರಿಸುತ್ತದೆ, ರಾಷ್ಟ್ರೀಯ ಸರಕಾರಗಳು ಇದರಲ್ಲಿ ಮಧ್ಯಪ್ರವೇಶಿಸಬಾರದು ಎಂಬ ನವ-ಉದಾರವಾದಿ ನೆಲೆಯ ಜಾಗತೀಕರಣ. ಇದನ್ನು ಸಾಮ್ರಾಜ್ಯಶಾಹಿ ಜಾಗತೀಕರಣ ಎಂದೂ ಗುರುತಿಸಲಾಗುತ್ತದೆ. ಉಳ್ಳವರ ಮತ್ತು ಉಳ್ಳದಿರುವವರ ನಡುವೆ ಅಗಾಧ ಕಂದರ ನಿರ್ಮಿಸಿರುವ ಜಾಗತೀಕರಣ ಇದು.

ಯುದ್ಧ ಮುಗಿಸಿ1 ಹಿಂಸಾಚಾರ ಮುಗಿಸಿ! ಸಂಘ ಕಟ್ಟಿಕೊಳ್ಳುವ ಹಕ್ಕು! ಸಮಾನ ವೇತನ!! –2008ರ ಮಹಿಳಾ ದಿನಾಚರಣೆಯಲ್ಲಿ ಕೇಳಬಂದ ಘೋಷಣೆಗಳು

'ಡಬ್ಲ್ಯುಟಿಒ ಬೇಡವೇ ಬೇಡ'– ಇಂಡೋನೇಶ್ಯಾ, ಕಂಬೋಡಿಯ, ಮಂಗೋಲಿಯ ಮಹಿಳೆಯರ ಪ್ರತಿಭಟನೆ

'ವಾಲ್ ಮಾರ್ಟ್ ಮಹಿಳಾ– ವಿರೋಧಿಯಾಗಿದೆ', 'ವಾಲ್ ಮಾರ್ಟ್ ಸಣ್ಣ ವ್ಯಾಪಾರಕ್ಕೆ ಮಾರಕ'– ಚಿಲ್ಲರೆ ವ್ಯಾಪಾರದಲ್ಲಿ ಬಹುರಾಷ್ಟ್ರೀಯ ಕಂಪನಿಗಳ ದೌರ್ಜನ್ಯದ ವಿರುದ್ಧ ಮಹಿಳೆಯರ ಪ್ರತಿಭಟನೆ

ಮಹಿಳಾ ವಿಮೋಚನೆಯ ಹೋರಾಟಗಳು

ಸಹಜವಾಗಿಯೇ ಮಹಿಳೆ ಮತ್ತು ಪುರುಷರ ನಡುವಿನ ಕಂದರವನ್ನೂ ಇದು ಅಗಾಧವಾಗಿಸಿದೆ. ಅಲಿಷ್ಟೇ ಸಹಜವಾಗಿ, ಇಲ್ಲಿ ಮಹಿಳೆ ಪುರುಷನಿಗಿಂತ ಕೆಳಗಿನ ಸ್ಥಾನಮಾನ ಹೊಂದಿದ್ದಾಳೆ. ಆರೋಗ್ಯ, ಶಿಕ್ಷಣ ಉದ್ಯೋಗ ಈ ಎಲ್ಲವುಗಳಲ್ಲಿ ಆಕೆಗೆ ನ್ಯಾಯವಾದ ಪಾಲು ದೊರೆಯದಾಗಿದೆ.

ಇಂದಿನ ವರೆಗೆ ಅದೃಶ್ಯಳಾಗಿದ್ದ ಮಹಿಳೆಯ ಅಸ್ತಿತ್ವ ಹೆಚ್ಚು ಹೆಚ್ಚು ಗಮನಿಸುವಂತಾಗಿದೆ, ಇದು ಜಾಗತೀಕರಣದ ಪರಿಣಾಮ, ಒಟ್ಟು ಶ್ರಮಶಕ್ತಿಯಲ್ಲಿ ಮಹಿಳೆಯರಿಗೆ ಹೆಚ್ಚಿನ ಪಾಲುದಾರಿಕೆ ನೀಡಲಾಗಿದೆ. ಅವರಿಗೆ ಹೆಚ್ಚಿನ ಉದ್ಯೋಗಾವಕಾಶ ಸೃಷ್ಟಿಯಾಗಿದೆಯೆಂದು ಜಾಗತೀಕರಣದ ಹರಿಕಾರರು ಪ್ರತಿಪಾದಿಸುತ್ತಾರೆ. ಹೀಗೆ ಸೃಷ್ಟಿಯಾಗಿರುವ ಉದ್ಯೋಗಗಳಿಂದ ಮಹಿಳೆಗಾಗಿರುವ ಲಾಭವೇನು? ಮುಖ್ಯವಾಗಿ ಬಹುತೇಕ ಮಹಿಳೆಯರು ಅಸಂಘಟಿತ ವಲಯಗಳಲ್ಲಿ ಉದ್ಯೋಗ ಗಳಿಸಿದ್ದಾರೆ. ವಿಧ್ಯುಕ್ತವಲ್ಲದ ವಲಯಗಳಲ್ಲಿ ಅವರಿಗೆ ಕೆಲಸಗಳು ದೊರೆಯುತ್ತಿವೆ. ಹೆಚ್ಚಿನ ಮಹಿಳೆಯರು ಸ್ವಉದ್ಯೋಗಗಳಲ್ಲಿ ನಿರತರಾಗಿದ್ದಾರೆ. ಈ ಎಲ್ಲವುಗಳಲ್ಲಿ ಕಠಿಣ ದುಡಿಮೆ ವೇತನ ಕಡಿಮೆ ನೀತಿಯಾಗಿದೆ. ಉತ್ಪಾದಿಸಿದ ವಸ್ತುಗಳ ಸಂಖ್ಯೆ (piece meal) ಆಧಾರದಲ್ಲಿ ವೇತನದ ಪಾವತಿ, ಎಲ್ಲ ಕಾರ್ಮಿಕ ಹಕ್ಕುಗಳ ನಿರಾಕರಣೆ ಮತ್ತು ಯಾವುದೇ ಸಾಮಾಜಿಕ ಭದ್ರತೆಯಿಲ್ಲದಿರುವುದು ಜಗತ್ತಿನಾದ್ಯಂತ ಕಂಡು ಬಂದಿದೆ. 'Feminisation of the work force' ಅಂದರೆ, ಕೆಲಸದ ಮಹಿಳೀಕರಣ– ಇದಕ್ಕೆ ಮಹಿಳೆ ತೆರುತ್ತಿರುವ ಬೆಲೆಯಿದು.ಮಹಿಳೆಯ ಬದುಕು ಹಸನಾಗಬೇಕಿದ್ದರೆ ಸಂಪನ್ಮೂಲದ ಮೇಲಿನ ಹಿಡಿತ ಮಹಿಳೆಗೆ ದೊರೆಯಬೇಕು ಎನ್ನುತ್ತದೆ ಮಹಿಳಾ ಸಬಲೀಕರಣದ ಮೇಲಿನ ವಿಶ್ವಸಂಸ್ಥೆಯ ವರದಿ. ಆ ವರದಿಯೇ ಹೇಳಿರುವಂತೆ ಜಗತ್ತಿನ ಎಲ್ಲ ಪ್ರಾಕೃತಿಕ ಸಂಪನ್ಮೂಲ ಖಾಸಗೀಕರಣಕ್ಕೆ ಒಳಪಡುತ್ತಿರುವುದರಿಂದ ಮಹಿಳೆಯ ಮೇಲಿನ ಅನುತ್ಪಾದಕ ಕೆಲಸದ ಹೊರೆ ಹೆಚ್ಚಾಗುತ್ತಿದ್ದು ಆಕೆ ಇತರ ಉದ್ಯೋಗದಲ್ಲಿ ತೊಡಗಿಕೊಳ್ಳುವ ಸಾಧ್ಯತೆಗಳು ಕ್ಷೀಣಿಸುತ್ತಿವೆ.

ಜಾಗತಿಕ ಹವಾಮಾನ ವೈಪರೀತ್ಯವೂ ಮಹಿಳೆಯರ ಬದುಕಿನ ಮೇಲೆ ನೇರ ಪರಿಣಾಮ ಬೀರುತ್ತಿದ್ದು ಬರಗಾಲ, ನೆರೆ ಹಾವಳಿಯಿಂದಾಗಿ ಪುರುಷರಿಗಿಂತ ಮಹಿಳೆಯರೇ ಹೆಚ್ಚಾಗಿ ಸಾಯುತ್ತಿದ್ದಾರೆ. ಬಡತನಕ್ಕೂ ಇಂತಹ ಸಾವಿಗೂ ನೇರ ಸಂಬಂಧವಿದೆಯೆಂಬುದನ್ನು ನಾವಿಲ್ಲಿ ಗಮನಿಸಬಹುದಾಗಿದೆ.

ಏರುತ್ತಿರುವ ಮಹಿಳೆಯರ ಮೇಲಿನ ಹಿಂಸಾಚಾರ ಒಂದು ಜಾಗತಿಕ ಕಾಳಜಿ ಎಂದು ವಿಶ್ವಸಂಸ್ಥೆ ಗುರುತಿಸಿದೆ. ವಿಶ್ವದೆಲ್ಲೆಡೆ ಮಹಿಳೆಯರ ಮೇಲಿನ ಹಿಂಸಾಚಾರ ತೀವ್ರಗತಿಯಲ್ಲಿ ಹೆಚ್ಚುತ್ತಿದೆ. ಮನೆಯೊಳಗಿನ ಮತ್ತು ಮನೆಯ ಹೊರಗಿನ ಹಿಂಸಾಚಾರಗಳೆರಡೂ ಹೆಚ್ಚಾಗುತ್ತಿದೆ. ಮಹಿಳೆಯರ ಮಾರಾಟ, ಹೆಣ್ಣು ಭ್ರೂಣ ಹತ್ಯೆ,

ಪುತ್ರ ಪ್ರಾಧಾನ್ಯ, ಲೈಂಗಿಕ ಕಿರುಕುಳ ಈ ಎಲ್ಲವೂ ನಿರಂತರವಾಗಿ ಏರುತ್ತಿದೆ. ಇದು ಸಮಾಜದ ಆರೋಗ್ಯದ ವಿರುದ್ಧವಾಗಿ ಕೆಲಸ ಮಾಡುತ್ತಿದೆ.

ಅಭಿವೃದ್ಧಿ ಹೊಂದಿನ ದೇಶಗಳಲ್ಲೂ ಮಹಿಳೆಯರ ಪರಿಸ್ಥಿತಿ ಇದಕ್ಕಿಂತ ಭಿನ್ನವಾಗಿಲ್ಲ. ಆರ್ಥಿಕ ಕುಸಿತದ ನಂತರದ ದಿನಗಳಲ್ಲಿ ಆ ದೇಶಗಳ ಸರ್ಕಾರ ಅನುಸರಿಸುತ್ತಿರುವ 'austerity' ಅಂದರೆ 'ಮಿತವ್ಯಯ'ದ ಕ್ರಮಗಳ ನೇರ ಪರಿಣಾಮಕ್ಕೆ ಸಿಲುಕಿ ಮಹಿಳೆ ತತ್ತರಿಸುತ್ತಿದ್ದಾಳೆ.

ಒಟ್ಟಾರೆಯಾಗಿ ಜಾಗತೀಕರಣ ಝಗಮಗ ಬವಣೆಗಳ ಬದುಕನ್ನು ಮರೆಮಾಚುತ್ತಿದೆ. ಮಾರುಕಟ್ಟೆಯ ಮಹಾನ್ ಲಾಭವೇ ಪ್ರಧಾನವಾಗಿರಿಸಿಕೊಂಡಿರುವ ಜಾಗತೀಕರಣ ಪುರುಷ ಪ್ರಧಾನ ಮೌಲ್ಯಗಳನ್ನೇ ಎತ್ತಿ ಹಿಡಿದು ಮಹಿಳೆಯನ್ನು ಎರಡನೆ ದರ್ಜೆಯ ವ್ಯಕ್ತಿಯನ್ನಾಗಿ ಕಂಡು ಅದನ್ನೇ ಸ್ಥಿರೀಕರಿಸುತ್ತದೆ. ಇಂತಹ ವ್ಯವಸ್ಥೆಯ ಪರಿಣಾಮ ಅಭಿವೃದ್ಧಿಶೀಲ ದೇಶಗಳ ಮಹಿಳೆಯರ ಮೇಲಾಗುವ ಪರಿಣಾಮಗಳಿಗೆ ಉದಾಹರಣೆಯಾಗಿ ಭಾರತದ ಅನುಭವವನ್ನು ಮುಂಬರುವ ಅಧ್ಯಾಯದಲ್ಲಿ ನೀಡಲಾಗಿದೆ.

ಭಾರತ ದೇಶದ ಆಧುನೀಕರಣದಲ್ಲಿ

ಭಾರತದಲ್ಲಿ ಬ್ರಿಟಿಷ್ ಆಡಳಿತ ಹೇರಿದ ಬಂಡವಾಳಶಾಹಿ ವ್ಯವಸ್ಥೆ ಇಲ್ಲಿ ಆಧುನಿಕತೆಯ ಬೀಜವನ್ನೂ ಬಿತ್ತುವ ಒಂದು ಸಕಾರಾತ್ಮಕ ಪರಿಣಾಮವನ್ನೂ ಬೀರಿತು ಎಂಬುದು ನಿಜ. ಅಲ್ಲಿಯವರೆಗೆ ಪಾಳಯಗಾರೀ ವ್ಯವಸ್ಥೆಯ ಧಾರ್ಮಿಕ, ಆರ್ಥಿಕ ಮತ್ತು ಸಾಂಸ್ಕೃತಿಕ ಸಂಕೋಲೆಗಳಲ್ಲಿ ನಲುಗಿದ್ದ ಮಹಿಳೆ ಆಧುನಿಕ ಚಿಂತನೆಯ ಒಂದು ವಿಷಯವಾದಳು. ಭಾರತೀಯ ವಿದ್ಯಾವಂತರ ನಡುವೆ ಮಹಿಳೆಯ ಸ್ಥಿತಿ-ಗತಿ ಚರ್ಚೆಯ ವಿಷಯವಾಯಿತು. ಮಹಿಳೆಯ ಬದುಕನ್ನು ಬಹು ಹತ್ತಿರದಿಂದ ಕಂಡು ಅವರ ಬದುಕನ್ನು ಸುಧಾರಿಸಬೇಕೆಂದು ಪ್ರಯತ್ನಶೀಲರಾದ ಹಲವು ಸಂವೇದನಾಶೀಲ ನಾಯಕರಿಂದ ಮಹಿಳೆಯರ ಬದುಕಿನಲ್ಲಿ ಒಂದಷ್ಟು ಪ್ರಗತಿಪರ ಬದಲಾವಣೆಗಳುಂಟಾದವು. ಪುರುಷನ ಅಧೀನದಲ್ಲಿದ್ದು, ನಾಲ್ಕು ಗೋಡೆಗಳ ನಡುವೆಯೇ ಬಂಧಿತಳಾಗಿದ್ದ ಸ್ತ್ರೀ ಸಾರ್ವಜನಿಕ ಆಸಕ್ತಿಯ ವಿಚಾರವಾಗಿ ರೂಪಗೊಂಡಿದ್ದು ಮತ್ತು ಸಮುದಾಯ ಸ್ತ್ರೀ ಪರ ನಿಲುವುಗಳನ್ನು ತೆಗೆದುಕೊಳ್ಳುವಂತೆ ಪ್ರೇರೇಪಿಸಿದ ಕೀರ್ತಿ ನಿಜಕ್ಕೂ ಈ ನಾಯಕರುಗಳಿಗೆ ಸಲ್ಲುತ್ತದೆ.

ಮಹಿಳಾ ಸುಧಾರಣಾ ಚಳುವಳಿಯಲ್ಲಿ ಅಗ್ರಗಣ್ಯರಾದವರು ಬ್ರಿತಶರು ಮೊದಲು ಬೇರೂರಿದ ಬಂಗಾಳದ ರಾಜಾರಾಂ ಮೋಹನ್ ರಾಯ್. ತಮ್ಮ ಕುಟುಂಬದಲ್ಲೆ ಜರುಗಿದ ಸತಿ ಸಹಗಮನದಿಂದ ಮನಕಲಕಿದ ಅವರು ಸತಿಸಹಗಮನ ಪದ್ದತಿಯ ನಿರ್ನಾಮಕ್ಕೆ ಪಣತೊಟ್ಟು ಶಾಸ್ತ್ರಾಧ್ಯಯನ ನಡೆಸಿ ಈ ಕ್ರೂರ ಪದ್ಧತಿಗೆ ಯಾವುದೇ ಆಧಾರವಿಲ್ಲವೆಂದು ಶೃತಪಡಿಸಿದರಷ್ಟೇ ಅಲ್ಲ ಅದೊಂದು ಅಮಾನವೀಯ ಪದ್ಧತಿಯೆಂದೂ, ಅದನ್ನು ತಡೆಯಬೇಕೆಂದೂ ಕರೆ ನೀಡಿದರು. ಅಂದಿನ ಪತ್ರಿಕೆಗಳಾದ ಸಂವಾದ, ಕೌಮುದಿ, ಸಮಾಚಾರ, ದರ್ಪಣ, ವಂಗದೂತ ಮುಂತಾದ ಪತ್ರಿಕೆಗಳಲ್ಲೂ ಸಹಗಮನ ವಿರೋಧಿ ಲೇಖನಗಳನ್ನು ಬರೆದರು. ಒಂದು ದಶಕಕ್ಕೂ ಹೆಚ್ಚು ಕಾಲ ಸಂಪ್ರದಾಯವಾದಿಗಳೊಂದಿಗೆ ಹೋರಾಟ ನಡೆಸಿ ಕೊನೆಗೆ 1829ರಲ್ಲಿ ಲಾರ್ಡ್ ಬೆಂಟಿಂಕ್ ಸತಿ ವಿರೋಧಿ ಕಾನೂನು ಜಾರಿ ಮಾಡುವಂತಾಯ್ತು.

ಸತಿ ಸಹಗಮನ ಪದ್ಧತಿ ಮಾತ್ರವಲ್ಲ, ಬಹುಪತ್ನಿತ್ವ, ಕುಲೀನತೆ, ವಧುಗಳ ಮಾರಾಟ ಮತ್ತು ಜಾತಿ ಪದ್ಧತಿಯ ವಿರುದ್ಧವೂ ಸಮರ ಸಾರಿದ ಅವರು 1825ರಲ್ಲಿ ಬ್ರಹ್ಮ ಸಮಾಜ ಸ್ಥಾಪಿಸಿ ತನ್ಮೂಲಕ ಮಹಿಳೆಯರ ಅಭ್ಯುದಯಕ್ಕಾಗಿ ದುಡಿದರು.

ಕ್ವಿಟ್ ಇಂಡಿಯ ಚಳುವಳಿಯಲ್ಲಿ

ತೆಭಾಗ ರೈತ
ಹೋರಾಟದಲ್ಲಿ

ತೆಲಂಗಾಣ ಸಶಸ್ತ್ರ ಹೋರಾಟದಲ್ಲಿ

WOMEN IN THE
TEBHAGA
UPRISING

Peter Custers

ಬ್ರಹ್ಮ ಸಮಾಜದ ಪ್ರಭಾವಕ್ಕೊಳಗಾಗಿ ಅಂತಹದೇ ಉದ್ದೇಶಕ್ಕಾಗಿ ಹುಟ್ಟಿಕೊಂಡ ಇನ್ನೊಂದು ಸಂಸ್ಥೆ ಸ್ವಾಮಿ ದಯಾನಂದ ಸರಸ್ವತಿಯವರ ಆರ್ಯಸಮಾಜ. ಗುಜರಾತ್‌ನ ರಾಜಕೋಟ್‌ನಲ್ಲಿ ಆರಂಭವಾಗಿ 1875ರಲ್ಲಿ ಮುಂಬೈಯಲ್ಲಿ ಮೂರ್ತರೂಪ ಪಡೆದ ಅದು ಸಮಾಜದ ಅತ್ಯಂತ ಶೋಷಿತರ, ಅದರಲ್ಲೂ ಮಹಿಳೆಯರ ಸ್ಥಿತಿಗತಿ ಸುಧಾರಿಸುವತ್ತ ತೀವ್ರ ಗಮನ ಹರಿಸಿತ್ತು. ಸರಳ ವಿವಾಹ ಮಾತ್ರವಲ್ಲ ವಿಧವಾ ವಿವಾಹವನ್ನೂ ಅದು ಪ್ರತಿವಾದಿಸಿತ್ತು. ಅಸ್ಪೃಶ್ಯತಾ ನಿವಾರಣೆ, ಜಾತಿ ಪದ್ಧತಿಯ ನಿರ್ಮೂಲನೆ ಬಾಲ್ಯವಿವಾಹ ನಿಷೇಧ ಮತ್ತು ಮಹಿಳೆಯರಿಗೆ ವಿದ್ಯಾಭ್ಯಾಸ ಮುಂತಾದ ಧ್ಯೇಯವನ್ನೊಳಗೊಂಡಿತ್ತು.

ಬಂಗಾಲದ ಪ್ರಸಿದ್ಧ ಶಿಕ್ಷಣತಜ್ಞ ಶ್ರೀ ಈಶ್ವರ ಚಂದ್ರ ವಿದ್ಯಾಸಾಗರರು ಹೆಣ್ಣು ಮಕ್ಕಳ ವಿದ್ಯಾಭ್ಯಾಸ ಮತ್ತು ವಿಧವೆಯರ ಅಭ್ಯುದಯಕ್ಕಾಗಿ ನಿರಂತರ ದುಡಿದವರು. ಜನ ಜೀವನದಲ್ಲಿ ಅಜ್ಞಾನ, ಅಂಧಶ್ರದ್ಧೆ ಹೊಡೆದೋಡಿಸಲು ವಿದ್ಯಾಭ್ಯಾಸ ಬಹು ಮುಖ್ಯವೆಂದು ಅರಿತಿದ್ದ ಅವರು ಮಹಿಳಾ ಶಿಕ್ಷಣದ ಮಹಾನ್ ಪ್ರತಿಪಾದಕರಾಗಿದ್ದರು. ತಾವು ವಿಶೇಷ ಶಿಕ್ಷಣಾಧಿಕಾರಿಯಾಗಿದ್ದಾಗ ಬಂಗಾಲದ ಎಲ್ಲೆಡೆ ಹೆಣ್ಣುಮಕ್ಕಳಿಗಾಗಿ ಶಾಲೆಗಳನ್ನು ತೆರೆದರು. ಅವರು ಬಂಗಾಲದಲ್ಲಿ ತೆರೆದ ವಿವಿಧ ಶಾಲೆಗಳಲ್ಲಿ ಸಾವಿರಾರು ಹೆಣ್ಣು ಮಕ್ಕಳು ವಿದ್ಯಾಭ್ಯಾಸ ನಡೆಸುತ್ತಿದ್ದರು.

ವಿಧವೆಯರ ದುಃಸ್ಥಿತಿಯನ್ನರಿತಿದ್ದ ಅವರು ವಿಧವಾ ವಿವಾಹಕ್ಕೆ ಹೆಚ್ಚಿನ ಪ್ರಚಾರ ನೀಡಿದರು. ಅವರು ಬರೆದ ಹಿಂದೂ ವಿಧವೆಯರ ವಿವಾಹ ಪುಸ್ತಿಕೆಯಲ್ಲಿ ವಿಧವೆಯರ ಮೇಲಿನ ನಿರ್ಬಂಧಗಳಿಗೆ ಯಾವುದೇ ಶಾಸ್ತ್ರಗಳ ಆಧಾರವಿಲ್ಲವೆಂದು ಪ್ರತಿಪಾದಿಸಿದ್ದರು. ಈ ಪುಸ್ತಕದ ಸುಮಾರು 15000ದಷ್ಟು ಪ್ರತಿಗಳು ಖಾಲಿಯಾಗಿದ್ದವು. ವಿಧವಾ ವಿವಾಹದ ಪರವಾಗಿ ಕಾನೂನು ಜಾರಿಮಾಡಬೇಕೆಂದು ಅವರು ಸರ್ಕಾರದ ಮೇಲೆ ಒತ್ತಡ ತಂದರು. ಇದಕ್ಕೆ ಸಂಪ್ರದಾಯವಾದಿಗಳ ತೀವ್ರ ವಿರೋಧವಿತ್ತು. ಹಾಗಿದ್ದೂ 1856ರಲ್ಲಿ ವಿಧವಾ ಮರುವಿವಾಹ ಕಾನೂನು ಜಾರಿಯಾಯ್ತು.

ಸುಧಾರಣೆಯ ಗಾಳಿ ಇತರೆಡೆಗೂ ವ್ಯಾಪಕವಾಗಿ ಹರಡಿತ್ತು. 1827–90ರ ಅವಧಿಯಲ್ಲಿ ಮಹಾರಾಷ್ಟ್ರದಲ್ಲಿ ಜ್ಯೋತಿಬಾ ಫುಲೆ ಮಹಿಳೆಯರ ನೋವಿಗೆ ಮಿಡಿದು ಅವರ ಉನ್ನತಿಗಾಗಿ ಕಾರ್ಯಪ್ರವೃತ್ತರಾದರು. 1848ರಲ್ಲಿ ಅವರು ಮೊದಲ ಕನ್ಯಾಶಾಲೆ ಆರಂಭಿಸಿದರು. 1852ರಲ್ಲಿ ದಲಿತ ಮಹಿಳೆಯರಿಗಾಗಿಯೇ ಮೊದಲ ಶಾಲೆ ಆರಂಭಿಸಿದರು. ವಿಧವಾ ವಿವಾಹ ಪ್ರತಿಪಾದಿಸಿದ್ದ ಅವರು ವಿಧವೆಯರು ಜನ್ಮ ನೀಡಿದ ಮಕ್ಕಳಿಗಾಗಿ 1863ರಲ್ಲಿ ಅನಾಥಾಲಯ ಆರಂಭಿಸಿದ್ದರು. ದಲಿತರು, ಅಸ್ಪೃಶ್ಯರ ನೋವಿಗೆ ಸ್ಪಂದಿಸಿ ಅವರ ಏಳ್ಗೆಗಾಗಿ ಶ್ರಮಿಸಿದ ಅವರು ಸತಿ ಪದ್ಧತಿ ಮತ್ತು ಬಹುಪತ್ನಿತ್ವವನ್ನೂ ತೀವ್ರವಾಗಿ ವಿರೋಧಿಸುತ್ತಿದ್ದರು.

ಮಹರ್ಷಿಯೆಂದೇ ಪ್ರಸಿದ್ಧರಾದ ಧೋಂಡೋ ಕೇಶೋಪಂತ ಕರ್ವೆಯವರು ಸ್ತ್ರೀಶಿಕ್ಷಣ, ವಿಧವಾ ವಿವಾಹದಂತಹ ಸುಧಾರಣೆಗಾಗಿ ದುಡಿದ ಇನ್ನೊಬ್ಬ ಧುರೀಣರು.

ಸ್ವತಃ ವಿಧವೆಯೊಬ್ಬಳನ್ನು ಮದುವೆಯಾಗಿದ್ದ ಅವರು ತನ್ನ ಕುಟುಂಬದಿಂದಲೇ ವಿರೋಧವನ್ನೆದುರಿಸಬೇಕಾಯ್ತು. ಆದರೂ ಎದೆಗುಂದದ ಅವರು ವಿಧವಾ ವಿವಾಹದ ಬಗ್ಗೆ ಜನಜಾಗೃತಿ ಮೂಡಿಸಲು ವಿಧವಾ ವಿವಾಹ ಪ್ರತಿಪಾದಕರನ್ನು ದೇಶದ ಮೂಲೆ ಮೂಲೆಯಿಂದ ಒಗ್ಗೂಡಿಸಿ ವಾರ್ಧಾದಲ್ಲಿ ಸಭೆ ನಡೆಸಿದರು.

ವಿಧವಾ ವಿವಾಹದಿಂದ ಜನಿಸಿದ ಮಕ್ಕಳಿಗೆ ಶಿಕ್ಷಣ ಮತ್ತು ವಸತಿಗೃಹಗಳ ವ್ಯವಸ್ಥೆ ಮಾಡಿದರು. ಊರಿಂದೂರಿಗೆ ಅಲೆದು ವಿಧವಾಶ್ರಮಕ್ಕೆ ಹಣ ಸಂಗ್ರಹಿಸಿದರು. ಇವರ ಪತ್ನಿ ಆನಂದಿ ಬಾಯಿ, ಇವರ ಆಶ್ರಮದಲ್ಲಿ ಬೆಳೆದ ಪಾರ್ವತಿ ಬಾಯಿ ಇನ್ನಿತರರೂ ಸಂಘಟಕರಾಗಿ ನಿರಂತರ ಕೆಲಸ ಮಾಡಿದರು. 1907 ರಲ್ಲಿ ಅವರು ಮಹಿಳಾ ವಿದ್ಯಾಲಯ ಆರಂಭಿಸಿದರು. ಇದೇ ಮುಂದೆ ಮುಂಬೈಯ ಮಹಿಳಾ ವಿಶ್ವವಿದ್ಯಾಲಯದ ಹುಟ್ಟಿಗೂ ಕಾರಣವಾಯ್ತು.

ಆಂಧ್ರದ ಶ್ರೀ ವೀರೇಶಲಿಂಗಂ ಪಂತುಲು ಅಸ್ಪೃಶ್ಯತೆ ನಿವಾರಣೆ, ಸ್ತ್ರೀ ವಿದ್ಯಾಭ್ಯಾಸ, ವಿಧವಾ ವಿವಾಹ, ಭ್ರಷ್ಟಾಚಾರ ನಿರ್ಮೂಲನದಂತಹ ವಿಚಾರಗಳಿಗಾಗಿ 1878 ರಲ್ಲಿ 'ಸಂಘ ಸಂಸ್ಕಾರ ಸಮಾಜ' ಎಂಬ ಸಂಘ ಕಟ್ಟಿದರು. 1878 ರಲ್ಲಿ ಅವರು ಒಂದು ಬಾಲಕಿಯರ ಪ್ರೌಢಶಾಲೆ ಆರಂಭಿಸಿದರು. ಮಹಿಳಾಪರ ವಿಚಾರಗಳ ಪ್ರಚಾರಕ್ಕಾಗಿ ಸತಿಹಿತಬೋಧಿನಿ ಎಂಬ ಮಾಸ ಪತ್ರಿಕೆಯನ್ನಾರಂಭಿಸಿದ್ದರು. ಆಂಧ್ರದ ರಾಜಮಂಡ್ರಿಯಲ್ಲಿ ವಿಧವೆಯರಿಗಾಗಿ ಒಂದು ರಕ್ಷಣಾಗೃಹ ಮತ್ತು ಅನಾಥಾಲಯ ಸ್ಥಾಪಿಸಿದ್ದಷ್ಟೆ ಅಲ್ಲ ತಮ್ಮ ಚಟುವಟಿಕೆಗಳನ್ನು ಮುಂದುವರೆಸಲು 'ಹಿತಕಾರಿಣಿ' ಸಮಾಜ ಸ್ಥಾಪಿಸಿದರು.

ಬ್ರಿಟಿಷರ ಆಡಳಿತದ ಅವಧಿಯಲ್ಲಿ ನಡೆದ ಈ ಸುಧಾರಣಾ ಚಳುವಳಿಗಳು ನಿಜಕ್ಕೂ ಮಹಿಳೆಯರ ಪರವಾಗಿ ಬಹು ದೊಡ್ಡ ಕೆಲಸ ಮಾಡಿವೆ. ತಮ್ಮ ಉದ್ದೇಶಕ್ಕಾಗಿ ಈ ಎಲ್ಲ ಚಳುವಳಿಗಳೂ ಬ್ರಿಟಿಷರ ಸಹಾಯ ಪಡೆದಿದ್ದವು. ತಮ್ಮ ಔದಾರ್ಯ ಪ್ರಕಟಿಸಿ, ತಮ್ಮ ಪ್ರಭಾವ ಹೆಚ್ಚಿಸಿಕೊಳ್ಳುವ ಕಾರಣದಿಂದಲೂ ಬ್ರಿಟಿಷರು ಈ ಚಳುವಳಿಗೆ ಪೂರಕವಾಗಿ ಕೆಲಸ ಮಾಡಿದರು.

1857ರಲ್ಲಿ ಬ್ರಿಟಿಷರ ವಿರುದ್ಧ ಮೊಟ್ಟಮೊದಲ ಸಂಗ್ರಾಮ ನಡೆಯಿತು. ಅದು ಭಾರತದ ಇತಿಹಾಸದಲ್ಲಿ ಪ್ರಥಮ ಸ್ವಾತಂತ್ರ್ಯ ಯುದ್ಧ ಎಂದು ದಾಖಲಾಗಿದೆ. ಈ ಸಮರದಲ್ಲಿ ಭಾಗವಹಿಸಿದವರು ಸಾಮಾನ್ಯ ಸೈನಿಕರಾದರೂ, ಅದಕ್ಕೆ ನೇತೃತ್ವ ನೀಡಿದ್ದು ಆಗ ಪ್ರಭುತ್ವ ನಡೆಸುತ್ತಿದ್ದ ಪಾಳೆಯಗಾರೀ ಅಥವ ಭೂಮಾಲಕ ವರ್ಗ. ಈ ಸಮರವನ್ನು ಬ್ರಿಟಿಷರು ನಿಗ್ರಹಿಸಿದರು. ಆದರೆ ಸೋತ ಭೂಮಾಲಿಕ ವರ್ಗದೊಂದಿಗೆ ರಾಜಿ ಮಾಡಿಕೊಳ್ಳುವುದು ಭಾರತದಲ್ಲಿ ತಮ್ಮ ಆಳ್ವಿಕೆಯನ್ನು ಗಟ್ಟಿಗೊಳಿಸಲು ಅವರಿಗೆ ಅನಿವಾರ್ಯವೆನಿಸಿತು. ಇದರ ಫಲವಾಗಿ ಭೂಮಾಲಕ ವರ್ಗ ಮುಂದೆ ಎಂದಿಗೂ ಬ್ರಿಟಿಶರನ್ನು ವಿರೋಧಿಸಲಿಲ್ಲ ಎಂಬುದನ್ನು ನಾವು ನೋಡಿದ್ದೇವೆ. ಆ ಅವಧಿಯಲ್ಲಿ ಮೌನವಾಗಿದ್ದ ಬುದ್ಧಿಜೀವಿಗಳಿಗೂ ನಂತರದ ದಿನಗಳಲ್ಲಿ ಭ್ರಮನಿರಸನವಾಗಿತ್ತು. ಆ

ಅಸಮಾಧಾನದಲ್ಲೇ ರಾಷ್ಟ್ರೀಯವಾದಿ ಚಳುವಳಿ ಬೀಜಾಂಕುರವಾಗಿ ಭಾರತ ರಾಷ್ಟ್ರೀಯ ಕಾಂಗ್ರೆಸ್ ಜನ್ಮ ತಾಳಿತು.

ಆರಂಭದ ಹಂತದಲ್ಲಿ ಕಾಂಗ್ರೆಸ್‌ಗೆ ಬ್ರಿಟಿಷ್ ವಿರೋಧಿ ನಿಲುವನ್ನು ಸ್ಪಷ್ಟ ಪಡಿಸಲು ಭಾರತದ ಗತಕಾಲ ಮತ್ತು ಪರಂಪರೆಯನ್ನು ವೈಭವೀಕರಿಸುವ, ಅದನ್ನು ಸಮರ್ಥಿಸುವ ಅಗತ್ಯವಿತ್ತು. ಈ ಕಾಲಘಟ್ಟದಲ್ಲಿ ಮಹಿಳಾ ಸುಧಾರಣಾ ಚಳುವಳಿ ನೇಪಥ್ಯಕ್ಕೆ ಸರಿಯಿತು. ಜಾತಿ ಪದ್ಧತಿ, ಜೀತ ಇನ್ನಿತರ ಊಳಿಗಮಾನ್ಯ ಮೌಲ್ಯಗಳು ಹಾಗೆಯೇ ಮುಂದುವರೆದಿದ್ದು ಸ್ತ್ರೀಯ ಸ್ಥಾನಮಾನವು ಸೀಮಿತ ಪುರುಷ ಪ್ರಧಾನ ಚೌಕಟ್ಟಿನಲ್ಲೆ ನಿರ್ಣಯವಾಗಿತ್ತು. ಹಾಗೆಂದೇ ಬ್ರಿಟಿಷರನ್ನೆದುರಿಸಲು ಅಗತ್ಯವೆನಿಸಿದ ಜಾಗತಿಕ ಕಲೆ – ತಂತ್ರಗಳ ಅಧ್ಯಯನ ಪುರುಷನ ಪಾಲಾದರೆ ಸಾಂಸ್ಕೃತಿಕ ಪಾವಿತ್ರ್ಯದ ಜವಾಬ್ದಾರಿ ಹೆಣ್ಣಿನ ಹೊಣೆಗಾರಿಕೆಯಾಯ್ತು.

ಗಾಂಧೀಜಿ ಕೂಡ ಸ್ತ್ರೀಯರ ಸಂವೇದನಾಶೀಲ ಶಕ್ತಿಯನ್ನು ಗುರುತಿಸಿದ್ದರು. ಮಹಿಳೆಯರನ್ನು ಸಂಘಟಿಸುವಾಗ ಅವರ ಸಾಂಪ್ರದಾಯಿಕ ಪಾತ್ರವಾದ ಕುಟುಂಬ ನಿರ್ವಹಣೆಗೆ ಅಡ್ಡಿಯಾಗದಂತೆ ಮಹಿಳೆಯರನ್ನು ಚಳುವಳಿಯಲ್ಲಿ ತೊಡಗಿಸಿದರು. ಸಹನೆಯ ಮೂರ್ತಿ, ತ್ಯಾಗಿ ಹೀಗೆ ಸಾಂಪ್ರದಾಯಿಕ ಪಾತ್ರಗಳಲ್ಲೆ ಆಕೆಯನ್ನು ಗುರುತಿಸಿ ಆಕೆಗೆ ಆಶ್ರಮದ ಮೇಲುಸ್ತುವಾರಿಯ ಜವಾಬ್ದಾರಿಯನ್ನು ಮಾತ್ರವೇ ಮಹಿಳೆಯರಿಗೆ ವಹಿಸಲಾಗುತ್ತಿತ್ತು. ಇಡೀ ದೇಶಕ್ಕೆ ವಿದ್ಯುತ್ ಚಾಲನೆ ಮಾಡಿದ ಉಪ್ಪಿನ ಸತ್ಯಾಗ್ರಹ ಮಹಿಳೆಯರು ನೇರವಾಗಿ ಭಾಗವಹಿಸಿದ ಬಹುದೊಡ್ಡ ಹೋರಾಟ. ಈ ಹೋರಾಟದಲ್ಲಿ ಉತ್ಸಾಹದಿಂದ ಭಾಗವಹಿಸಿದ ಅವರು ಪೋಲೀಸರ ಲಾಠಿ ಪ್ರಹಾರಕ್ಕೂ ಜಗ್ಗಲಿಲ್ಲ. ಸಹಸ್ರಾರು ಸಂಖ್ಯೆಯಲ್ಲಿ ಭಾಗವಹಿಸಿದ್ದ ಅವರ ಉತ್ಸಾಹ ಮತ್ತು ಸ್ಥೈರ್ಯ ಎಲ್ಲರನ್ನೂ ಬೆರಗುಗೊಳಿಸುವಂತಿತ್ತು.

ಗಾಂಧೀಜಿಯವರ ನೇತೃತ್ವದ ಸ್ವಾತಂತ್ರ್ಯ ಸಂಗ್ರಾಮ ಹಲವಾರು ಮಹಿಳಾ ನಾಯಕರನ್ನು ಹುಟ್ಟು ಹಾಕಿತು. ಕಮಲಾದೇವಿ ಚಟ್ಟೋಪಾಧ್ಯಾಯ, ಸರೋಜಿನಿ ನಾಯ್ಡು, ಹಂಸಾ ಮೆಹ್ತಾ ಮುಂತಾದವರು ಹೋರಾಟಗಳ ಮಂಚೂಣಿಯಲ್ಲಿದ್ದರು.

ಡಾ॥ ಅನ್ನಿಬೆಸೆಂಟ್ ಮಾರ್ಗರೆಟ್ ಕಸಿನ್ಸ್ ಆರಂಭಿಸಿದ ಹೋಂರೂಲ್ ಚಳುವಳಿ ಕೂಡ ಭಾರತೀಯ ಮಹಿಳೆಯರ ಸಂಘಟನೆ ಕಟ್ಟಿ ಮಹಿಳೆಯರಿಗೆ ತಮ್ಮ ಹಕ್ಕುಗಳ ಜಾಗೃತಿ ಮೂಡಿಸಲು ಶ್ರಮಿಸಿತು. 1927ರಲ್ಲಿ ಪುಣೆಯಲ್ಲಿ ಅದರ ಮೊದಲ ಸಮ್ಮೇಳನ ನಡೆಸಿ ಮಹಿಳೆಯರ ವಿದ್ಯಾಭ್ಯಾಸದ ಕುರಿತು ತೀವ್ರ ಚರ್ಚೆ ನಡೆಸಲಾಯಿತಲ್ಲದೆ ಬಾಲ್ಯ ವಿವಾಹವನ್ನು ಖಂಡಿಸಲಾಯ್ತು. ಇದರ ಪ್ರತಿನಿಧಿಗಳಾದ ಸರೋಜಿನಿ ನಾಯ್ಡು, ಮುತ್ತುಲಕ್ಷ್ಮಿ ರೆಡ್ಡಿ ಮತ್ತು ರಾಮೇಶ್ವರಿ ನೆಹರೂ ದುಂಡುಮೇಜಿನ ಪರಿಷತ್ತಿನಲ್ಲೂ ಭಾಗವಹಿಸಿದ್ದರು.

ಸ್ವಾತಂತ್ರ ಸಂಗ್ರಾಮದ ಭಾಗವಾಗಿದ್ದ ಕ್ರಾಂತಿಕಾರಿ ಚಟುವಟಿಕೆಗಳಲ್ಲೂ ಮಹಿಳೆಯರು ಸಕ್ರಿಯರಾಗಿದ್ದರು. 1930ರಲ್ಲಿ ನಡೆದ ಚಿತ್ತಗಾಂಗ್ ಶಸ್ತ್ರಾಗಾರದ ಮೇಲಿನ ಧಾಳಿಯಲ್ಲಿ ಭಾಗವಹಿಸಿ ಬಾಂಬ್ ಎಸೆದು ಪೋಲೀಸರಿಂದ ತಪ್ಪಿಸಿಕೊಳ್ಳಲು ಸಯನೈಡ್ ನುಂಗಿದ ಪ್ರೀತಿ ಲತಾ ವಡೇದಾರ್ ಅದರಲ್ಲಿ ಪ್ರಮುಖಳು. ಇದೇ ಹೋರಾಟದಲ್ಲಿ ಭಾಗವಹಿಸಿದ್ದ ಶಾಂತಿ ಘೋಷ್, ಸುನೀತಿ ದತ್ತ, ಕಲ್ಪನಾದತ್ ಮತ್ತು ಬೀನಾದಾಸ್ ಕಠಿಣ ಶಿಕ್ಷೆಗೆ ಒಳಪಟ್ಟರು.

1905ರಲ್ಲಿ ಆರಂಭವಾದ ಸ್ವದೇಶಿ ಚಳುವಳಿಯ ಮಂಚೂಣಿಯಲ್ಲಿದ್ದವರು ಬಂಗಾಲದ ಸರಳಾದೇವಿ ಚೌಧುರಾಣಿ 'ಭಾರತಿ' ಹೆಸರಿನ ಪತ್ರಿಕೆಯನ್ನು ಅವರು ಪ್ರಕಟಿಸಿದ್ದರು. 1905ರ ಬನಾರಸ್ ಕಾಂಗ್ರೆಸ್ ಸಮ್ಮೇಳನದಲ್ಲಿ ವಂದೇ ಮಾತರಂ ಹಾಡಿಗೆ ರಾಗ ಹಾಕಿ ಹಾಡಿದವರು ಅವರು; ನಂತರದ ದಿನಗಳಲ್ಲಿ ಭಾರತ ಸ್ತ್ರೀ ಮಹಾಮಂಡಲ ಸ್ಥಾಪಿಸಿ ವಯಸ್ಕ ಮಹಿಳೆಯರಿಗೆ ಶಿಕ್ಷಣ ನೀಡಿದರು.

ಸ್ವತಃ ಶ್ರೀಮಂತ ಕುಟುಂಬಕ್ಕೆ ಸೇರಿದ್ದರೂ ದಾದಾಭಾಯಿ ನವರೋಜಿಯವರಿಂದ ಪ್ರಭಾವಿತರಾಗಿ ಸ್ವಾತಂತ್ರ್ಯ ಹೋರಾಟಕ್ಕೆ ಧುಮುಕಿದ ಮೇಡಂ॥ ಬಿಕಾಜಿ ರುಸ್ತುಂ ಕಾಮಾ ಇನ್ನೊಂದು ಪ್ರಮುಖ ಹೆಸರು. ಸ್ಟುಟ್‌ಗಾರ್ಟ್‌ನಲ್ಲಿ ನಡೆದ ಸಮ್ಮೇಳನದಲ್ಲಿ ಪ್ರಥಮ ಬಾರಿಗೆ ತ್ರಿವರ್ಣ ಧ್ವಜ ಹಾರಿಸಿ ಭಾರತದ ಸ್ವಾತಂತ್ರ ಸಂಗ್ರಾಮಕ್ಕೆ ಎಲ್ಲ ಸಮಾಜವಾದಿ ರಾಷ್ಟ್ರಗಳೂ ಬೆಂಬಲ ನೀಡಬೇಕೆಂದು ಕರೆ ನೀಡಿದ ದಿಟ್ಟ ಮಹಿಳೆ ಮೇಡಂ ಕಾಮಾ.

ಸ್ವಾತಂತ್ರ್ಯಕ್ಕಾಗಿ ಸುಭಾಶ್ ಚಂದ್ರ ಬೋಸ್ ನಿರ್ಮಿಸಿದ ಆಝಾದ್ ಹಿಂದ್ ಫೌಝ್(ಐಎನ್ಎ–ಭಾರತ ರಾಷ್ಟ್ರೀಯ ಸೇನೆ)ನ ರಾಣಿ ಝಾನ್ಸಿ ಬ್ರಿಗೇಡ್‌ನ ಕ್ಯಾಪ್ಟನ್ ಆಗಿದ್ದ ಲಕ್ಷ್ಮಿ ಸಹಗಲ್ ಸ್ವಾತಂತ್ರ್ಯಕ್ಕಾಗಿ ಶಸ್ತ್ರಹಿಡಿದ ಧೀರ ಮಹಿಳೆ. ಸ್ವಾತಂತ್ರ ಹೋರಾಟಕ್ಕಾಗಿ 3000 ಮಹಿಳೆಯರ ತುಕಡಿ ನಿರ್ಮಿಸಿದ್ದ ಅವರು ಇಂದಿಗೂ ಮಹಿಳಾ ಚಳುವಳಿಗೆ ನಾಯಕತ್ವ ನೀಡುತ್ತಿರುವವರು.

ಈ ಅವಧಿಯಲ್ಲೇ ಪ್ರಬಲ ಮಹಿಳಾ ಚಳುವಳಿ ಕಟ್ಟಿದ ಬಂಗಾಲದ ಸ್ತ್ರೀಯರು ಮಹಿಳಾ ಆತ್ಮರಕ್ಷಾ ಸಮಿತಿಯನ್ನು ರಚಿಸಿದರು. ರೇಣು ಚಕ್ರವರ್ತಿ, ಕಮಲ ಚಟರ್ಜಿ, ಮಣಿಕುಂತಲ ಸೇನ್ ಮತ್ತು ಇಳಾ ರೇ ಈ ಸಂಘಟನೆಯ ರಚನೆಯಲ್ಲಿ ಮುಖ್ಯ ಪಾತ್ರವಹಿಸಿದ್ದವರು. ಸಣ್ಣದಾಗಿ ಆರಂಭವಾಗಿದ್ದ ಈ ಸಂಘಟನೆ ನಂತರದ ದಿನಗಳಲ್ಲಿ ಬಂಗಾಲದ ಹಳ್ಳಿಹಳ್ಳಿಗಳಲ್ಲಿ ವ್ಯಾಪಿಸಿತ್ತು. ದೇಶದ ರಕ್ಷಣೆ, ಸ್ವಾತಂತ್ರ್ಯ ಹೋರಾಟ ಮತ್ತು ನಾಯಕರ ಬಿಡುಗಡೆ ಮತ್ತು ಕ್ಷಾಮದಿಂದ ಜನರನ್ನು ರಕ್ಷಿಸುವುದು ಈ ಎಲ್ಲಾ ಸವಾಲುಗಳನ್ನು ಆತ್ಮರಕ್ಷಾ ಸಮಿತಿ ಎದುರಿಸಬೇಕಿತ್ತು. ಆ ನಿಟ್ಟಿನಲ್ಲಿ ಆತ್ಮರಕ್ಷಾ ಸಮಿತಿ ಹಲವಾರು ಕಾರ್ಯಕ್ರಮಗಳನ್ನು ಹಮ್ಮಿಕೊಂಡಿತ್ತು. ಕ್ಷಾಮದಿಂದ ಬಡಜನರನ್ನು ರಕ್ಷಿಸಲು ಆಹಾರ ಸಂಗ್ರಹಣೆ, ಆಹಾರ ಧಾನ್ಯ ವಿತರಣೆ, ರೇಷನ್ ಅಂಗಡಿ ತೆರೆಯುವಂತೆ

ಒತ್ತಾಯ ಈ ಕೆಲಸಗಳನ್ನು ಮಾಡಿತು. ಜಪಾನ್ ಯುದ್ಧ ಸೇರಿದಾಗ ಚಿತ್ತಗಾಂಗ್‌ನ ಜನತೆ ಧಾಳಿಗೊಳಗಾಗಿದ್ದರು. ಆ ಜನರ ರಕ್ಷಣೆಗಾಗಿ ಬೃಹತ್ ಪ್ರದರ್ಶನ ನಡೆಸಲಾಗಿತ್ತು.

ಅಸ್ಸಾಂನ ರೈತ ಮಹಿಳೆಯರನ್ನು ಸಂಗ್ರಹಿಸಿ, ಮಣಿಪುರದಲ್ಲೂ ಮಹಿಳೆಯರನ್ನು ಸಂಘಟಿಸಿದ ಆತ್ಮರಕ್ಷಾ ಸಮಿತಿ ಕಲ್ಕತ್ತಾದ ಕೊಳಚೆ ಪ್ರದೇಶದಲ್ಲಿ ತನ್ನ ಕಾರ್ಯ ಆರಂಭಿಸಿತು. ಎಷ್ಟೋ ಮಹಿಳೆಯರು ಸಮರ್ಪಕ ಆಹಾರ ಧಾನ್ಯ ವಿತರಣೆಗಾಗಿ ರೇಷನ್ ಅಂಗಡಿಗಳಲ್ಲಿ ಸ್ವಯಂ ಸೇವಕರಾಗಿ ದುಡಿದರು. ಆತ್ಮರಕ್ಷಾ ಸಮಿತಿಯ ಸದಸ್ಯರು ತಮ್ಮ ದಿನನಿತ್ಯದ ಬದುಕಿಗೂ ರಾಜಕೀಯಕ್ಕೂ ನೇರ ಸಂಬಂಧವಿದೆ, ತಮ್ಮ ಸಮಸ್ಯೆಗಳಿಗೆ ರಾಜಕೀಯ ಪರಿಹಾರ ಅಗತ್ಯವೆಂದು ಪ್ರತಿಪಾದಿಸಿದ ಕಮ್ಯೂನಿಸ್ಟ್ ಮಹಿಳೆಯರಾಗಿದ್ದರು.

ಬ್ರಿಟಿಷರ ಆಡಳಿತದಲ್ಲಿ ನಡೆದ ಹಲವಾರು ಪ್ರಾಂತೀಯ ಹೋರಾಟಗಳಲ್ಲೂ ಮಹಿಳೆಯರು ಅತ್ಯಂತ ದಿಟ್ಟವಾಗಿ ಹೋರಾಡಿದ್ದಾರೆ. ಯಜಮಾನಿಕೆಯ ವಿರುದ್ಧ ಔಧ್‌ನಲ್ಲಿ ನಡೆದ ಹೋರಾಟಗಳಲ್ಲಿ ಪುರುಷರಿಗಿಂತ ಹೆಚ್ಚಿನ ಸಂಖ್ಯೆಯಲ್ಲಿ ಮಹಿಳೆಯರೇ ಭಾಗವಹಿಸಿದ್ದರು. ದುಬಾರಿ ತೆರಿಗೆ, ಒತ್ತಾಯದ ದುಡಿಮೆಯ ವಿರುದ್ಧ 'ತೆರಿಗೆ ಇಲ್ಲ' ಎಂಬ ಘೋಷಣೆಯೊಂದಿಗೆ ಅವರು ತೀವ್ರವಾಗಿ ಹೋರಾಡಿದ್ದರು. ಮಣಿಪುರದಿಂದ ನಾಗಾಲ್ಯಾಂಡ್‌ವರೆಗೆ ಕಾಚಾಕ್ ಬೆಟ್ಟಗಳ ಜೆಲೇಂಗ್ರಾಗ್ ಬುಡಕಟ್ಟು ಜನ ಬ್ರಿಟಿಷರ ವಿರುದ್ಧ ತೀವ್ರ ಹೋರಾಟ ನಡೆಸಿದ್ದರು. ಈ ಹೋರಾಟದ ನಾಯಕ ಜೆಡೋನಾಂಗ್‌ನನ್ನು ಬ್ರಿಟಿಷರು ಗಲ್ಲಿಗೇರಿಸಿದಾಗ ಆತನ ಸಂಬಂಧಿ ಗಿಡೇಲೋ ಹೋರಾಟಕ್ಕೆ ನಾಯಕತ್ವ ನೀಡಿದಳು. ಆಕೆಯ ಧೀರೋದ್ಧಾತ ಹೋರಾಟ ಕಂಡ ಅಲ್ಲಿನ ಜನ ಆಕೆಯನ್ನು ಪ್ರೀತಿಯಿಂದ ರಾಣಿ ಗಿಡೆಲೋ ಎಂದು ಕರೆಯುತ್ತಿದ್ದರು.

ಬಂಗಾಳದ ತೇಭಾಗ ಚಳುವಳಿ ಚಾರಿತ್ರಿಕವಾದುದು. ಕಮ್ಯೂನಿಸ್ಟ್ ಮತ್ತು ಮಹಿಳಾ ಚಳುವಳಿಗಳೆರಡರಲ್ಲೂ ಅದೊಂದು ಮೈಲಿಗಲ್ಲು; 1943ರ ಮಹಾಕ್ಷಾಮದಿಂದ ಇಡೀ ಬಂಗಾಳ ತತ್ತರಿಸುತ್ತಿದ್ದಾಗ ಬಡ ರೈತ ಬೆಳೆದ ಬೆಳೆಯನ್ನು ಜಮೀನ್ದಾರರು ನಿರ್ದಯವಾಗಿ ಸೆಳೆಯದೊಯ್ಯುತ್ತಿದ್ದರು. ಬೆಳೆದ ಬೆಳೆಯ 1/2 ಭಾಗವನ್ನು ಜಮೀನ್ದಾರರಿಗೆ ನೀಡಬೇಕಿತ್ತು. ಇಡೀ ಬಂಗಾಲದುದ್ದಕ್ಕೂ ರೈತರು 1/2 ವಲ್ಲ 1/3ರಷ್ಟು ಬೆಳೆ ನಿಮ್ಮದು ಮತ್ತು ಸಾಲವಾಗಿ ನೀಡಿದ ಭತ್ತದ ಮೇಲೆ ಬಡ್ಡಿ ನೀಡುವುದಿಲ್ಲ ಎಂದು ಕಮ್ಯುನಿಸ್ಟ್ ಪಕ್ಷದ ನೇತೃತ್ವದಲ್ಲಿ ಹೋರಾಟ ನಡೆಸಿದರು. ಬೆಳೆ ಕಟಾವಾಗಿ ಧಾನ್ಯ ಸಂಗ್ರಹವಾದಾಗ ಜಮೀನ್ದಾರನ ಕಡೆಯವರು ಬಂದು ದೋಚದಂತೆ ಹಳ್ಳಿ ಹಳ್ಳಿಗಳಲ್ಲಿ ಮಹಿಳೆಯರು ಕೈಯಲ್ಲಿ ಪೊರಕೆ ಹಿಡಿದು ಕಾವಲಿಗೆ ನಿಂತರು. ಬೆದರಿಸಲು ಪೋಲಿಸರು ಬಂದರೆ ಪೊರಕೆ ಮಚ್ಚುಗಳಿಂದ ಅವರನ್ನು ಬೆದರಿಸಿ ಓಡಿಸುತ್ತಿದ್ದರು. ತೇಭಾಗ ಚಳುವಳಿ ತೀವ್ರವಾದಾಗ ಕಿಸಾನ್ ಸಮಿತಿ ಮತ್ತು ಕಮ್ಯುನಿಸ್ಟ್ ಪಕ್ಷದ ನಾಯಕರು ಭೂಗತರಾಗಬೇಕಾಯ್ತು. ಹೀಗೆ ಭೂಗತರಾದ ನಾಯಕರಿಗೆ ಸುರಕ್ಷಿತ ನೆಲೆ ಹುಡುಕಿ

ಅವರ ಯೋಗಕ್ಷೇಮದ ಹೊಣೆಯನ್ನು ಈ ಹಳ್ಳಿಯ ಹೆಣ್ಣುಮಕ್ಕಳು ನಿರ್ವಹಿಸಿದರು. ಹೊರಜಗತ್ತಿಗೂ ನಾಯಕರಿಗೂ ಇವರು ಸಂಪರ್ಕ ಸೇತುವೆಯಾಗಿ ಕೆಲಸ ಮಾಡಿದರು. ಗಂಡಸರು ಇರದಿದ್ದಾಗ, ಪೋಲಿಸರು ಇಡೀ ಕಣಜವನ್ನೆ ದೋಚಿ ಜಮೀನ್ದಾರರಿಗೆ ನೀಡುವ ಹುನ್ನಾರ ನಡೆಸಿದ್ದರು. ಬಿಮ್ಲಾ ಮೊಂಡಲ್‌ಳ ನೇತೃತ್ವದಲ್ಲಿ ಹೆಂಗಸರ ಗುಂಪೊಂದು ಈ ಪೋಲಿಸರನ್ನು ಸದೆ ಬಡೆಯಿತು. ಕುಡುಗೋಲು, ಕೊಡಲಿ, ಮೆಣಸಿನ ಪುಡಿಗಳೇ ಅವರ ಆಯುಧ. ಸತ್ಯಬಾಲಾ ಭೋರ, ವೃಜಬಾಲಾ ದೋಲ್ಯೆ, ಶಿವರಾಣಿ ಮಿತ್ರ, ಸಿಂಧುಬಾಲಾ ಬುನಿಯಾ ಈ ಹೋರಾಟದ ನಾಯಕಿಯರು. ವರ್ಗಹೋರಾಟ ಸಮುದಾಯದ ಐಕ್ಯತೆಯನ್ನು ಕಾಯಬಲ್ಲದೆಂಬುದಕ್ಕೆ ತೇಭಾಗ ಚಳುವಳಿ ಒಂದು ಜ್ವಲಂತ ಉದಾಹರಣೆ.

ಮಹಾರಾಷ್ಟ್ರದ ವರ್ಲಿ ಬುಡಕಟ್ಟು ಜನಾಂಗ ಭೂಮಿಯ ಒಡೆತನಕ್ಕಾಗಿ ಗೋದಾವರಿ ಪರುಳೇಕರ್ ಅವರ ನೇತೃತ್ವದಲ್ಲಿ ನಡೆಸಿದ ಹೋರಾಟ ಅತ್ಯಂತ ಮಹತ್ವದ್ದು. ಭೂಮಿಯ ಒಡೆತನವಿರದೆ ಬೆಳೆದದ್ದೆಲ್ಲ ಜಮೀನ್ದಾರರಿಗೆ ನೀಡುತ್ತಿದ್ದ ಗುಲಾಮಗಿರಿಯ ಬದುಕು ಈ ಜನಾಂಗದ್ದಾಗಿತ್ತು. ಅವರ ಸ್ಥಿತಿ ಎಷ್ಟು ಹೀನಾಯವಾಗಿತ್ತೆಂದರೆ ಪ್ರತೀ ಆದಿವಾಸಿ ಹೆಣ್ಣೂ ಜಮೀನ್ದಾರನ ಅಂಗ ಸುಖಕ್ಕಾಗಿಯೇ ಜನ್ಮವೆತ್ತಿದ್ದಾಳೆಂಬಂತೆ ಬಳಸಿಕೊಳ್ಳಲಾಗುತ್ತಿತ್ತು. ಇದನ್ನು ವಿರೋಧಿಸಿದವರಿಗೆ ಸಾವೇ ಉತ್ತರವಾಗಿತ್ತು. ಇಂತಹ ಹಿನ್ನೆಲೆಯಲ್ಲಿ ಗೋದಾವರಿ ಪರುಳೇಕರ್ ಅವರುಗಳನ್ನು ಸಂಘಟಿಸಿ ಜಮೀನ್ದಾರರ ವಿರುದ್ಧ ಹೋರಾಟಕ್ಕಿಳಿದರು. 1945 ರಿಂದ 1947 ರ ವರೆಗೆ ವರ್ಲಿಗಳು ಬಿಟ್ಟಿ ಚಾಕರಿ ಮಾಡುವುದಿಲ್ಲವೆಂದು ಹೋರಾಟ ನಡೆಸಿದರು. ಈ ಹೋರಾಟದಲ್ಲಿ ಹಲವಾರು ಆದಿವಾಸಿ ಮಹಿಳೆಯರೂ ಭಾಗವಹಿಸಿ ಬಲಿಷ್ಠ ಸಂಘಟನೆ ಕಟ್ಟಿದರು.

ಕೇರಳದ ಮಹಿಳೆಯರೂ ಕಾಂಗ್ರೆಸ್‌ನ ಕರೆಯ ಮೇರೆಗೆ ಸ್ವದೇಶೀ ಚಳುವಳಿಯಲ್ಲಿ ಭಾಗವಹಿಸಿದ್ದರು. ಕೇರಳದಲ್ಲಿ ನಡೆದ ಸುಧಾರಣಾ ಚಳುವಳಿಗಳು – ಈಳವಾ ಸಮುದಾಯದ ಅಸ್ಪೃಶ್ಯತಾ ನಿವಾರಣಾ ಚಳುವಳಿ, ನಾರಾಯಣ ಗುರುರವರ ಸವರ್ಣಿಯರ ವಿರುದ್ಧದ ಚಳುವಳಿ ಇವುಗಳಲ್ಲಿ ಮುಖ್ಯ ಪಾತ್ರ ವಹಿಸಿದರು. ನಂಬೂದರಿಗಳ ಕಂದಾಚಾರ ವಿರುದ್ಧದ ಹೋರಾಟದ ಫಲವಾಗಿ ಬಹುಪತ್ನಿತ್ವ ಮತ್ತು ಪರದಾ ಪದ್ಧತಿ ವಿರುದ್ಧವೂ ಹೋರಾಟಗಳು ನಡೆದು ನಂತರ ವಿಧವಾ ವಿವಾಹ, ಅಂತರ್ಜಾತೀಯ ವಿವಾಹ ಮತ್ತು ಮಹಿಳಾ ವಿದ್ಯಾಭ್ಯಾಸದತ್ತಲೂ ಗಮನ ಹರಿಸಲಾಯ್ತು.

1940–42ರ ಅವಧಿಯಲ್ಲಿ ಕಮ್ಯೂನಿಸ್ಟರು ಭೂಗತರಾಗಿ ಕೆಲಸ ಮಾಡುತ್ತಿದ್ದಾಗ ಸಾವಿರಾರು ಮಹಿಳೆಯರು ಆ ಸಿದ್ಧಾಂತಗಳಿಂದ ಆಕರ್ಷಿತರಾಗಿ ಕೆಲಸ ಆರಂಭಿಸಿದರು. ಅಖಿಲ ಕೇರಳ ಮಹಿಳಾ ಸಂಘಂ ಆರಂಭಗೊಂಡು ತಿರುವಾಂಕೂರು ಮಹಾರಾಜರು ಮತ್ತು ದಿವಾನ ರಾಮಸ್ವಾಮಿ ಅಯ್ಯರ್‌ರ ವಿರುದ್ಧ ದುಡಿಯುವ ವರ್ಗ ದೊಡ್ಡ ಹೋರಾಟ ನಡೆಸಿತು. ಇದನ್ನು ಹತ್ತಿಕ್ಕಲು ಪೋಲಿಸ್ ಮತ್ತು ಸೈನ್ಯ ಬಳಸಿಕೊಳ್ಳಲಾಗಿತ್ತು.

ಇದರಿಂದ ತಪ್ಪಿಸಿಕೊಳ್ಳಲು ವಯಲಾರ್‌ನಲ್ಲಿ ಜನ ಆಶ್ರಯ ಪಡೆದಿದ್ದರು. ವಯಲಾರ್ ನೀರಿನಿಂದ ಸುತ್ತುವರೆದ ಪ್ರದೇಶವಾಗಿತ್ತು. ಅಲ್ಲಿಗೆ ಸೈನಿಕರು ಬರಲಾರರೆಂದು ಜನ ನಂಬಿದ್ದರು. ದೋಣಿಗಳಲ್ಲಿ ಬಂದಿಳಿದ ಸೈನಿಕರಿಂದ ಆಘಾತವಾದರೂ ಬಡರೈತರು ತಮ್ಮಲ್ಲಿದ್ದ ಗುದ್ದಲಿ, ಕೋಲು, ಹಾರೆ, ಮಚ್ಚು ಹಿಡಿದು ಕಾದಾಡಿದರು. ಇಲ್ಲಿ 300ಕ್ಕೂ ಹೆಚ್ಚು ಮಹಿಳೆಯರು ಶಸ್ತ್ರಾಸ್ತ್ರ ತರಬೇತಿ ಪಡೆಯುತ್ತಿದ್ದರು. ಮತ್ತು ಈ ಧಾಳಿಗೆ ಪ್ರತಿಯಾಗಿ ಕಾರ್ಮಿಕ ಸೈನ್ಯವು ಪುನ್ನಪ್ರದ ಸೈನಿಕ ಕ್ಯಾಂಪ್‌ನ ಮೇಲೆ ಧಾಳಿ ನಡೆಸಿದಾಗ ಕಾರ್ಮಿಕರಿಗೆ ಸೋತ ಸೈನಿಕರು ಓಡಿಹೋದರು. ಅಧಿಕಾರಶಾಹಿಯ ವಿರುದ್ಧ ಕಾರ್ಮಿಕರಿಗೆ ಜಯವಾಯ್ತು.

ಆಂಧ್ರದ ತೆಲಂಗಾಣ ಹೋರಾಟ ಹಲವಾರು ಧೀಮಂತ ಮಹಿಳೆಯರನ್ನು ಸೃಷ್ಟಿಸಿದ ಹೋರಾಟ. ಅಂದಿನ ನಿಜಾಮರ ಹೈದರಾಬಾದ್ ಸಂಸ್ಥಾನ ಹಲವು ಜಿಲ್ಲೆಗಳಲ್ಲಿ ವ್ಯಾಪಿಸಿತ್ತು. ದೊಡ್ಡ ದೊಡ್ಡ ಜಮೀನ್ದಾರರು ಶೇ.40 ರಷ್ಟು ಭಾಗ ಆಕ್ರಮಿಸಿದ್ದರೆ ಶೇ.60 ರಷ್ಟು ನಿಜಾಮರಿಗೆ ಸೇರಿತ್ತು. ಅಂದಿನ ರೈತರನ್ನು ಅತ್ಯಂತ ಕ್ರೂರವಾಗಿ ನಡೆಸಿಕೊಳ್ಳಲಾಗುತ್ತಿತ್ತು. ಬಿಟ್ಟಿ ಚಾಕರಿ, ದೈಹಿಕ ಆಕ್ರಮಣಗಳು ಅವರನ್ನು ಭಯಭೀತರನ್ನಾಗಿಸಿದ್ದವು. ಸ್ವಾತಂತ್ರ್ಯವೇ ಇಲ್ಲದ ಈ ಬದುಕಿನಿಂದ ಬೇಸತ್ತ ಜನತೆ ನಿಜಾಮರ ಆಡಳಿತದ ವಿರುದ್ಧ ಸೆಟೆದು ನಿಂತರು. 1945ರಲ್ಲಿ ಅಕ್ಕೂರ್ ಮತ್ತು ಜನಗಾಂವ್‌ಗಳಲ್ಲಿ ನಡೆದ ಹೋರಾಟಗಳು ಇದಕ್ಕೊಂದು ಮಹತ್ತರ ತಿರುವು ನೀಡಿದವು.

ನಿಜಾಮರ ವಿರುದ್ಧ ಹೋರಾಟ ನಿರತ ಗೆರಿಲ್ಲಾಗಳನ್ನು ಕಾಪಿಡುವಲ್ಲಿ ಮಹಿಳೆಯರು ಮಹತ್ತರ ಪಾತ್ರವಹಿಸಿದ್ದರು. ಪೋಲೀಸರ ಹಿಂಸೆಯ ಭಯವನ್ನೂ ಮೀರಿ ಅವರು ಹೋರಾಟನಿರತರಿಗೆ ಆಹಾರ ಒದಗಿಸುವ ಕೆಲಸ ಮಾಡುತ್ತಿದ್ದರು. ತಮ್ಮ ಮನೆ ಮತ್ತು ಕಾಡು ಎರಡೂ ತಾವುಗಳಿಂದ ಹೋರಾಟ ನಡೆಸಿದ ಅನೇಕ ಮಹಿಳಾ ಹೋರಾಟಗಾರರಿಗೂ ಗೆರಿಲ್ಲಾ ತರಬೇತಿ ನೀಡಲಾಗುತ್ತಿತ್ತು. ಮಲ್ಲು ಸ್ವರಾಜ್ಯಂ ಮತ್ತು ಅರ್ತುಲ್ಲಾ ಕಮಲಾದೇವಿ ಇಲ್ಲಿಯೇ ಮೂಡಿಬಂದ ದಿಟ್ಟ ನಾಯಕಿಯರು.

ಕಮ್ಯೂನಿಸ್ಟ್ ಪಕ್ಷದ ನೇತೃತ್ವದಲ್ಲಿ ನಡೆದ ಈ ಚಳುವಳಿಗಳು ಹೋರಾಟದಿಂದ ಬಿಡುಗಡೆ ಸಾಧ್ಯವಿದೆಯೆಂಬುದನ್ನು ಮಹಿಳೆಯರಿಗೆ ಮನವರಿಕೆ ಮಾಡಿಕೊಟ್ಟ ಫಲವಾಗಿ ಆಂಧ್ರದ ಕೃಷ್ಣ ಜಿಲ್ಲೆಯಲ್ಲಿ ಒಂದು ಮಹಿಳೆಯರ ಬೃಹತ್ ಸಂಘಟನೆ ರೂಪುಗೊಂಡು ಸೂರ್ಯವತಿ ಎಂಬ ರೈತಾಪಿ ಮಹಿಳೆ ಅದರ ನೇತೃತ್ವ ವಹಿಸಿದ್ದಳು. ಆ ವೇಳೆಗೆ ಅದರ ಒಟ್ಟು ಸದಸ್ಯ ಸಂಖ್ಯೆ 8000. ಆಂಧ್ರದ ಹಲವಾರು ಜಿಲ್ಲೆಗಳಿಗೆ ಈ ಸಂಘಟನೆ ವಿಸ್ತರಿಸಿ ಹಳ್ಳಿಗಳಲ್ಲಿ ಮಹಿಳೆಯರಿಗಾಗಿ ಶೌಚಾಲಯ ನಿರ್ಮಾಣ, ಬಡವರಿಗೆ ರೇಷನ್ ಕಾರ್ಡ್ ಒದಗಿಸುವುದು, ಹೆರಿಗೆ ಆಸ್ಪತ್ರೆಗಳ ನಿರ್ಮಾಣ, ಕುಡಿಯುವ ನೀರಿನ ಸೌಲಭ್ಯ ಈ ಬೇಡಿಕೆಗಳ ಕುರಿತು ಬೃಹತ್ ಹೋರಾಟ ನಡೆಸಿತು.

ತಮಿಳ್ನಾಡಿನ ದ್ರಾವಿಡ ಚಳುವಳಿ ಇನ್ನೊಂದು ಬಹುಮುಖ್ಯ ಸಾಮಾಜಿಕ-ಸಾಂಸ್ಕೃತಿಕ ಚಳುವಳಿ. ಇದರ ಆರಂಭದ ಗೊತ್ತುವಳಿಯಲ್ಲಿ ಮಹಿಳಾ ವಿಮೋಚನೆ ಒಂದು ಬಹು ಮುಖ್ಯ ವಿಚಾರವಾಗಿತ್ತು.

ಈ ಚಳುವಳಿಯ ಬಹುಮುಖ್ಯ ಚಟುವಟಿಕೆ ಸರಳ ವಿವಾಹ ಆಚರಣೆ. ಇವು ಬಹುತೇಕ ಅಂತರ್ಜಾತೀಯ ಅಥವ ವಿಧವಾ ವಿವಾಹಗಳಾಗಿರುತ್ತಿದ್ದವು. ಯಾವುದೇ ಶಾಸ್ತ್ರವಿಧಿಗಳಿರದ, ಪುರೋಹಿತರಿಲ್ಲದ ಈ ಮದುವೆಗಳು ರಾಹುಕಾಲ ಇಲ್ಲವೆ ಮಧ್ಯರಾತ್ರಿಯಲ್ಲಿ ನಡೆಯುತ್ತಿದ್ದವು.

ಆತ್ಮಗೌರವ ಚಳುವಳಿಯ ಇನ್ನೊಂದು ಕಾರ್ಯಕ್ರಮ ಅವರು ನಡೆಸುತ್ತಿದ್ದ ಸಮ್ಮೇಳನಗಳು. ಈ ಸಮ್ಮೇಳನಗಳು ಹಲವಾರು ಮಹಿಳಾ ವಿಚಾರಗಳನ್ನು ಚರ್ಚಿಸುತ್ತಿದ್ದವು. 16 ವರ್ಷದೊಳಗಿನ ಬಾಲಕಿಯರಿಗೆ ಕಡ್ಡಾಯ ಶಿಕ್ಷಣ, ಬಾಲ್ಯವಿವಾಹ ವಿರೋಧ, ವಿವಾಹ ವಿಚ್ಛೇದನದ ಹಕ್ಕು, ಆಸ್ತಿಯಲ್ಲಿ ಸಮಾನ ಹಕ್ಕು ಮತ್ತು ದೇವದಾಸಿ ಪದ್ಧತಿ ನಿರ್ಮೂಲನಾ ಕಾನೂನು ಈ ಎಲ್ಲವುಗಳನ್ನು ಸಮ್ಮೇಳನ ಒತ್ತಾಯಿಸಿತ್ತು.

ಮಹಿಳಾ ಪರ ಕಾಳಜಿ ಮತ್ತು ನಿಲುವುಗಳನ್ನು ಪ್ರತಿಪಾದಿಸುವ ಹಲವಾರು ನಾಯಕಿಯರು ಈ ಚಳುವಳಿಯಲ್ಲಿ ರೂಪಿತವಾದರು. ಇಂದ್ರಾಣಿ ಬಾಲಸುಬ್ರಹ್ಮಣ್ಯಂ, ಟಿ.ಎಸ್.ಕುಂಚಿದಂ, ನೀಲವತಿ, ಅನ್ನಪೂರ್ಣ, ಮೀನಂಬಾಳ್ ಶಿವರಾಜ್ ಎಲ್ಲ ಈ ಚಳುವಳಿಯಲ್ಲಿ ರೂಪಿತರಾದವರೇ. ದೇವದಾಸಿಯಾಗಿದ್ದ ಮಾಲೂರು ರಾಮಾಮೃತಂ ಈ ಚಳುವಳಿಯಲ್ಲಿ ತನ್ನನ್ನು ಗುರುತಿಸಿಕೊಂಡು ದೇವದಾಸಿ ಪದ್ಧತಿಯನ್ನು ತ್ಯಜಿಸಿದಳು. ಹೀಗೆ ದ್ರಾವಿಡ ಆತ್ಮಗೌರವ ಚಳುವಳಿ ಮೌನಮುರಿದು ಪ್ರಜ್ಞಾವಂತರಾಗಲು ಮಹಿಳೆಯರಿಗೆ ಪ್ರೇರೇಪಣೆ ನೀಡಿತು.

ಹೀಗೆ ಸ್ವಾತಂತ್ರ ಪೂರ್ವದ ಅವಧಿಯ ಹೋರಾಟ ಮತ್ತು ಚಳುವಳಿಗಳನ್ನು ಗಮನಿಸಿದಾಗ ಹೆಚ್ಚಿನ ಎಲ್ಲ ಹೋರಾಟಗಳಲ್ಲಿ ಮಹಿಳೆಯರು ಪುಟ್ಟದಾದರೂ ದಿಟ್ಟ ಹೆಜ್ಜೆಗಳನ್ನಿಟ್ಟು ಮುಂದುವರೆದಿದ್ದಾರೆ. ತೇಭಾಗ, ತೇಲಂಗಾಣ, ಪುನ್ನಪ್ರ-ವಯಲಾರ್, ವರ್ಲಿ ಚಳುವಳಿ ಈ ಎಲ್ಲವೂ ಕಮ್ಯೂನಿಸ್ಟ್ ನೇತೃತ್ವದಲ್ಲಿ ನಡೆದ ಚಳುವಳಿಗಳು. ಶೋಷಣೆಯ ವಿರುದ್ಧದ ಈ ಎಲ್ಲ ಹೋರಾಟಗಳಲ್ಲಿ ಮಹಿಳೆ ಧೀರೋದ್ದಾತವಾಗಿ ಹೋರಾಡಿದ್ದು ವರ್ಗ ಸಂಘರ್ಷದ ಭಾಗವೇ ಆಗಿದ್ದರೂ ಅದು ಆಕೆಯನ್ನು ಸಾಂಪ್ರದಾಯಿಕ ಸಂಕೋಲೆಯಿಂದ ಹೊರತಂದಿತೆಂಬುದರಲ್ಲಿ ಯಾವುದೇ ಸಂಶಯವಿಲ್ಲ. ಈ ಎಲ್ಲ ಚಳುವಳಿಗಳಲ್ಲಿ ಅಷ್ಟೇನೂ ಅಕ್ಷರಸ್ಥರಲ್ಲದ, ಅನುಕೂಲಸ್ಥರಲ್ಲದ ಹೆಣ್ಣುಮಕ್ಕಳು ತಾದ್ಯಾತ್ಮದಿಂದ ದುಡಿದಿದ್ದಾರೆ. ಹೀಗೆ ಭಾಗವಹಿಸಿದ ಅವರ ಶಕ್ತಿ ಕೇವಲ ಸಂಖ್ಯೆಯಿಂದ ಮಾತ್ರವಲ್ಲ ಅವರು ನಿರ್ವಹಿಸಿದ ಹೊಣೆಗಾರಿಕೆಯಿಂದಲೂ ಅಸಾಧಾರಣವಾದುದು.

ಸಾಮಾಜಿಕ ಸುಧಾರಣಾ ಚಳುವಳಿಗಳು ಮತ್ತು ಬ್ರಿಟಿಷ್ ರಾಜ್ಯದಲ್ಲಿ ಆರಂಭವಾದ ಹಲವಾರು ಕೈಗಾರಿಕೆಗಳ ಕಾರಣದಿಂದ ಬಹು ಸಂಖ್ಯೆಯ ಮಹಿಳೆಯರು ಕಾರ್ಖಾನೆಗಳು

62 ಮಹಿಳಾ ವಿಮೋಚನೆಯ ಹೋರಾಟಗಳ

ಮತ್ತು ತೋಟ ಉದ್ದಿಮೆಗಳಲ್ಲಿ ಕಾರ್ಮಿಕರಾಗಿ ದುಡಿಯಲಾರಂಭಿಸಿದರು. ಮಹಿಳಾ ಕಾರ್ಮಿಕರು ಮಾತ್ರವಲ್ಲ ಒಟ್ಟಾರೆ ಕಾರ್ಮಿಕರ ಸ್ಥಿತಿಯೇ ಹೀನಾಯವಾಗಿದ್ದ ಅಂದಿನ ದಿನಗಳಲ್ಲಿ ಮಹಿಳಾ ಕಾರ್ಮಿಕರ ಸ್ಥಿತಿಗತಿಯಂತೂ ಇನ್ನಷ್ಟು ಹೀನಾಯವಾಗಿತ್ತು. ಎರಡನೆಯ ಮಹಾಯುದ್ಧದ ಪರಿಣಾಮದಿಂದ ಇನ್ನಿಲ್ಲದಂತೆ ಬೆಲೆಯೇರಿಕೆಯುಂಟಾಗಿ ಕಾರ್ಮಿಕರು ತತ್ತರಿಸಿದ್ದರು. ಆದರೆ ಅವರ ಸಂಬಳ/ ಭತ್ಯೆಯಲ್ಲಿ ಯಾವುದೇ ಹೆಚ್ಚಳ ಮಾಡಲಿಲ್ಲ ಆದರೆ ಅದೇ ಸಂದರ್ಭದಲ್ಲಿ ಮುಂಬೈಯ ಹತ್ತಿ ಗಿರಣಿಗಳು ಮತ್ತು ಬಂಗಾಲದ ಸೆಣಬು ಕಾರ್ಖಾನೆಗಳು ಅಗಾಧ ಲಾಭ ಮಾಡಿಕೊಂಡಿದ್ದವು. ಈ ಹಿನ್ನೆಲೆಯಲ್ಲಿ 1918 –19ರ ಅವಧಿಯಲ್ಲಿ ಹಲವಾರು ಬೃಹತ್ ಮುಷ್ಕರಗಳು ನಡೆದವು. ಸುಮಾರು 11 ದಿನಗಳ ಕಾಲ ನಡೆದ ಮುಷ್ಕರದಲ್ಲಿ ಒಂದೂವರೆ ಲಕ್ಷ ಕಾರ್ಮಿಕರು ಹೋರಾಟದಲ್ಲಿ ತೊಡಗಿದ್ದರು. ಈ ಮುಷ್ಕರದ ಕಾರಣ ಅವರ ಕೆಲವಾರು ಬೇಡಿಕೆಗಳು ಈಡೇರಿದವು. ಈ ಹೋರಾಟಗಳ ಹಿನ್ನೆಲೆಯಲ್ಲಿ 1920ರ ಅಕ್ಟೋಬರ್ 31ರಂದು ಆಲ್ ಇಂಡಿಯಾ ಟ್ರೇಡ್ ಯೂನಿಯನ್ ಕಾಂಗ್ರೆಸ್ ಮುಂಬೈಯಲ್ಲಿ ಜನ್ಮ ತಾಳಿತು.

ಈ ಹೋರಾಟದಲ್ಲಿ ನಿರತರಾದವರಲ್ಲಿ ಸಹಸ್ರಾರು ಮಹಿಳಾ ಕಾರ್ಮಿಕರೂ ಸೇರಿದ್ದರು. ಅಂದಿನ ಒಟ್ಟು ಕಾರ್ಮಿಕರ ಪರಿಸ್ಥಿತಿಯೇ ನಿಕೃಷ್ಟವಾಗಿತ್ತು. ಮಹಿಳಾ ಕಾರ್ಮಿಕರ ಪರಿಸ್ಥಿತಿಯಂತೂ ಇನ್ನಷ್ಟು ನಿಕೃಷ್ಟವಾಗಿತ್ತು. ಅತಿ ಕಡಿಮೆ ಸಂಬಳ, ಕಠಿಣ ದುಡಿಮೆಯ ಜೊತೆ ಜೊತೆಗೆ ಗೃಹಕೃತ್ಯದ ಹೊಣೆಗಾರಿಕೆ ಮತ್ತು ಮಕ್ಕಳ ಪೋಷಣೆಯ ಜವಾಬ್ದಾರಿಯಲ್ಲಿ ಅವರ ಬದುಕು ಮುಂದುವರೆಯುತ್ತಿತ್ತು.

ಒಟ್ಟು ಕಾರ್ಮಿಕ ಶಕ್ತಿಯ ಭಾಗವಾಗಿದ್ದ ಮಹಿಳೆಯರ ಸಮಸ್ಯೆಗಳನ್ನು ಗುರುತಿಸಿದ ಆಲ್ ಇಂಡಿಯಾ ಟ್ರೇಡ್ ಯೂನಿಯನ್ ಕಾಂಗ್ರೆಸ್ ತನ್ನ ಸ್ಥಾಪನಾ ಸಮ್ಮೇಳನದಲ್ಲೇ, ಮಹಿಳೆಯರು ಕೆಲಸ ಮಾಡುವ ಸ್ಥಳದಲ್ಲೇ ಮಕ್ಕಳನ್ನು ನೋಡಿಕೊಳ್ಳುವ ಶಿಶುಪಾಲನಾ ವ್ಯವಸ್ಥೆ ಇರಬೇಕು, ಮಹಿಳೆಯರು ಕೆಲಸ ಮಾಡುವ ಸ್ಥಳಗಳನ್ನು ಪರಿಶೀಲಿಸಲು ಮತ್ತು ಅವರ ಹಿತ ಕಾಯಲು ಪರೀಕ್ಷಕರನ್ನು ನೇಮಿಸಬೇಕೆಂದು ಒತ್ತಾಯಿಸುವ ನಿರ್ಣಯವನ್ನು ಸ್ವೀಕರಿಸಿತ್ತು. ಕಾರ್ಮಿಕ ಚಳುವಳಿಯ ಆರಂಭದ ಆ ದಿನಗಳಲ್ಲಿ ಕಾರ್ಮಿಕರನ್ನು ಸಂಘಟಿಸುವ ಕೆಲಸ ಅಸಾಧ್ಯವೆನಿಸುವಷ್ಟು ಕಠಿಣವಿತ್ತು. ಆದರೆ ಅಂತಹ ಕೆಲಸಕ್ಕೆ ಆರಂಭವಾದಾಗ ಮಹಿಳೆಯರು ಅದರಲ್ಲಿ ನೇರವಾಗಿ ಭಾಗವಹಿಸಿ ತಮ್ಮ ಕೊಡುಗೆ ನೀಡಿದ್ದಾರೆ. ಆ ಕಾಲದಲ್ಲಿ ರೂಪಿತವಾದ ಹಲವಾರು ಮಹಿಳಾ ನಾಯಕಿಯರು ಅಪ್ರತಿಮರೆನಿಸಿದ್ದಾರೆ. ಸೆಣಬಿನ ಕಾರ್ಖಾನೆಯ ಕೇಂದ್ರವಾಗಿದ್ದ ಕಲ್ಕತ್ತದ ಬಳಿಯ ನೈಹಾತಿ ಪ್ರಾಂತ್ಯದ ಸೆಣಬಿನ ಕಾರ್ಮಿಕರನ್ನು ಸಂಘಟಿಸಿದ ಸಂತೋಷ ಕುಮಾರಿ ಗುಪ್ತ ಒಬ್ಬ ಅಪ್ರತಿಮ ಸಂಘಟಕಿ. ಸುಮಾರು 9 ಬಾರಿ ಮುಷ್ಕರಗಳನ್ನು ಸಂಘಟಿಸಿ ಮೂರು ತಿಂಗಳ ಕಾಲ ಮುಷ್ಕರ ಮುಂದುವರೆದಾಗ ಕೆಲಸದಿಂದ ಹೊರದೂಡಲ್ಪಟ್ಟ ಕಾರ್ಮಿಕರನ್ನು ಆಕೆ ಸಲಹಿದ ರೀತಿ ಅಸಾಧಾರಣವಾದುದು.

“ಬಂಗಾಲದ ಜಾಡಮಾಲಿಗಳ ಕಾರ್ಮಿಕ ಸಂಘ” ಕಟ್ಟಿದ ಡಾ.ಪ್ರಭಾವತಿ ದಾಸಗುಪ್ತ ಇನ್ನೊಬ್ಬ ಅಸಾಧಾರಣ ನಾಯಕಿ. ಸಂಬಳದಲ್ಲಿ ಹೆಚ್ಚಳ, ವಿಶ್ರಾಂತಿ ಕೊಠಡಿ, ವೈದ್ಯಕೀಯ ಸೌಲಭ್ಯ ಮತ್ತು ಮಕ್ಕಳಿಗೆ ಉಚಿತ ವಿದ್ಯಾಭ್ಯಾಸದ ಬೇಡಿಕೆಗಳೊಂದಿಗೆ 8000 ಕ್ಕೂ ಹೆಚ್ಚಿನ ಕಲ್ಕತ್ತಾದ ಜಾಡಮಾಲಿಗಳನ್ನು ಸಂಘಟಿಸಿದ ಹಿರಿಮೆ ಈಕೆಯದು. ಇದಲ್ಲದೆ ಕೇಸೋರಾಮ್ ಹತ್ತಿ ಕಾರ್ಮಿಕರು ಮತ್ತು ಬಂಗಾಳದ ಸೆಣಬು ಕಾರ್ಮಿಕರನ್ನು ಆಕೆ ಸಂಘಟಿಸಿದರು. 1929ರ ಜುಲೈನಲ್ಲಿ ಇಡೀ ಬಂಗಾಳದ ಸೆಣಬು ಕಾರ್ಮಿಕರು ಹೋರಾಟ ನಡೆಸಿದ ಫಲವಾಗಿ ಮಹಿಳಾ ಕಾರ್ಮಿಕರಿಗೆ ಹೆರಿಗೆ ರಜೆ ಮತ್ತು ಸೌಲಭ್ಯಗಳು ದೊರೆತವು. ಅತ್ಯಂತ ಸುಶಿಕ್ಷಿತಳೂ, ಕಲ್ಕತ್ತೆಯ ಉಚ್ಚನ್ಯಾಯಾಲಯದ ಮೊದಲ ಮಹಿಳಾ ನ್ಯಾಯವಾದಿಯೂ ಆಗಿದ್ದ ಸಕೀನ ಬೇಗಂ ಕಲ್ಕತ್ತ ಕಾರ್ಪೊರೇಷನ್ ನೌಕರರಿಗೆ ನಾಯಕತ್ವ ನೀಡಿದವರು. ಇವರ ನೇತೃತ್ವದಲ್ಲಿ 18000 ಕಾರ್ಮಿಕರು ತುಟ್ಟಿಭತ್ಯೆಯ ಬೇಡಿಕೆಗಾಗಿ ಹೋರಾಟ ನಡೆಸಿದರು. ಶಾಲಾ ಶಿಕ್ಷಕಿಯಾಗಿ ಬಿಡುವಿನ ವೇಳೆಯನ್ನು ಕಾರ್ಮಿಕ ಸಂಘಟನೆಗೆ ಮೀಸಲಿಟ್ಟು ಬಂಗಾಲದ ನೌಕಾ ಬಂದರಿನ ಕಾರ್ಮಿಕರನ್ನು ಸಂಘಟಿಸಿದ ಸುಧಾರಾಯ್ ಆ ಕಾಲದ ಮತ್ತೊಬ್ಬ ಧೀಮಂತ ನಾಯಕಿ.

ಕ್ವಿಟ್ ಇಂಡಿಯಾ ಚಳುವಳಿಯಲ್ಲಿ ಪ್ರಮುಖ ಪಾತ್ರ ವಹಿಸಿ, ಗವರ್ನರ್‌ಸ್ಥಾನದಲ್ಲೇ ಜಾಕ್‌ಸನ್‌ನನ್ನು ಗುಂಡಿಟ್ಟು ಕೊಲ್ಲಲು ಪ್ರಯತ್ನಿಸಿ ಏಳು ವರ್ಷಗಳ ಕಾಲ ಸಜೆಯನ್ನನುಭವಿಸಿದ ಬೀನಾದಾಸ್ ಬಿಡುಗಡೆಯ ನಂತರ ಕಲ್ಕತ್ತೆಯ ಹತ್ತಿಗಿರಣಿಯ ಕಾರ್ಮಿಕರನ್ನು ಸಂಘಟಿಸುವ ಕಾರ್ಯ ನಡೆಸಿದರು.

ಭಗತ್ ಸಿಂಗ್‌ನ ಅನುಯಾಯಿ, ಚಿತ್ತಗಾಂಗ್‌ನ ಕ್ರಾಂತಿಕಾರಿಗಳೊಂದಿಗೆ ಸಂಪರ್ಕವಿಟ್ಟುಕೊಂಡಿದ್ದ ಬಿಮಲ್ ಪ್ರತಿಮಾದೇವಿ ಮತ್ತು ನೌಕಾ ಬಂದರಿನ ನೌಕರರನ್ನು ಸಂಘಟಿಸಿದ ಪ್ರಸೂತಿ ತಜ್ಞೆ ಮೈತ್ರೇಯಿ ಬೋಸ್ ಕೂಡ ಪ್ರಮುಖ ಮಹಿಳಾ ಕಾರ್ಮಿಕ ನಾಯಕರು.

ಈ ಎಲ್ಲಾ ನಾಯಕಿಯರ ಬದುಕನ್ನು ಗಮನಿಸಿದಾಗ ಒಂದು ಅಂಶ ಸ್ಪಷ್ಟವಾಗುತ್ತದೆ. ಈ ಎಲ್ಲರೂ ಸುಶಿಕ್ಷಿತರು, ವಿದ್ಯಾವಂತ ಮತ್ತು ಅನುಕೂಲಸ್ಥ ಮನೆತನಗಳಿಗೆ ಸೇರಿದ್ದವರು. ಹಾಗಿದ್ದೂ ಕಾರ್ಮಿಕರ ಹೀನಾಯ ಪರಿಸ್ಥಿತಿಯನ್ನು ಗಮನಿಸಿ ಪರಿಹಾರಕ್ಕಾಗಿ ಸಂಘಟನೆ ಕಟ್ಟಿ ಅದಕ್ಕೆ ನೇತೃತ್ವ ನೀಡಿದವರು.

ಈ ನಾಯಕಿಯರಲ್ಲದೆ ಸ್ವತ: ಕಾರ್ಮಿಕರಾಗಿ ನೋವನ್ನುಂಡು ಕಾರ್ಮಿಕ ನಾಯಕಿಯರಾಗಿ ರೂಪುಗೊಂಡ ನಾಯಕಿಯರ ಉದಾಹರಣೆಗಳಿವೆ. ಕೊಳೆಗೇರಿ ನಿವಾಸಿಯಾಗಿದ್ದ ಸೆಣಬು ಕಾರ್ಮಿಕರನ್ನು ಸಂಘಟಿಸಿದ ದುಖಮತ್ ಅಂತಹ ನಾಯಕಿಯರಲ್ಲೊಬ್ಬಳು. 20000 ಸೆಣಬು ಕಾರ್ಮಿಕರನ್ನು ಸಂಘಟಿಸಿ ವೈದ್ಯಕೀಯ ಸೌಲಭ್ಯ, ನಿವೃತ್ತಿವೇತನ, ಹೆರಿಗೆ ರಜೆ ಈ ಬೇಡಿಕೆಗಳಿಗಾಗಿ ಹೋರಾಟಕ್ಕೆ ಪ್ರೇರೇಪಣೆ ನೀಡಿದ ಹಿರಿಮೆ ಆಕೆಯದು.

ಬೆಂಗಾಲ್ ಲ್ಯಾಂಪ್ಸ್‌ನಲ್ಲಿ ಕಾರ್ಮಿಕಳಾಗಿ ದುಡಿಯುತ್ತ ಕಾರಣವಿಲ್ಲದೆ ಕಾರ್ಮಿಕರನ್ನು ವಜಾ ಮಾಡಿದ್ದರ ವಿರುದ್ಧ ತಿಂಗಳೊಂದರ ಕಾಲ ಮುಷ್ಕರಕ್ಕೆ ನಾಯಕತ್ವ ನೀಡಿದ್ದವರು ಸುಕುಮಾರಿ ಚೌಧರಿ.

ಬಹುದೊಡ್ಡ ಕಮ್ಯುನಿಸ್ಟ್ ನಾಯಕ ಶ್ರೀಪಾದ ಡಾಂಗೆಯವರನ್ನು ಮರು ಮದುವೆಯಾದ ಉಷಾತಾಯಿ ಡಾಂಗೆ ಕಾರ್ಮಿಕ ಇತಿಹಾಸದಲ್ಲಿ ಬಹುದೊಡ್ಡ ಹೆಸರು. ಅವರ ನೇತೃತ್ವದಲ್ಲಿ ನಡೆದ ಬೆಟ್ಟಯ್ಯ ಗಿರಣಿ ಮುಷ್ಕರ ಬಹಳ ಅನನ್ಯವಾದುದು. ವಜಾ ಮಾಡಿದ ಕಾರ್ಮಿಕರನ್ನು ಕೆಲಸಕ್ಕೆ ಹಿಂತೆಗೆದು ಕೊಳ್ಳಬೇಕೆಂದು ಒತ್ತಾಯಿಸಿ ಅವರ ನೇತೃತ್ವದಲ್ಲಿ 700 ಮಹಿಳೆಯರು ಮಾಲೀಕನನ್ನು ಮುತ್ತಿಗೆ ಹಾಕಿ ನಡೆಸಿದ ಹೋರಾಟಕ್ಕೆ ಸರಿಸಾಟಿಯಾದ ಹೋರಾಟ ಇನ್ನೊಂದಿಲ್ಲ. ಉಷಾತಾಯಿಯೊಂದಿಗೆ ಹೋರಾಟದಲ್ಲಿ ಸಶಕ್ತವಾಗಿ ರೂಪುಗೊಂಡ ಇನ್ನೊಬ್ಬ ನಾಯಕಿ ಪಾರ್ವತಿ ಮೋರೆ. ಕ್ಷೌರಿಕ ಕುಟುಂಬಕ್ಕೆ ಸೇರಿದ ಆಕೆ 1940ರಲ್ಲಿ ತುಟ್ಟಿ ಭತ್ಯೆಗಾಗಿ ನಡೆದ ಹೋರಾಟದಲ್ಲಿ ಅಪ್ರತಿಮ ನಾಯಕಿಯಾಗಿ ರೂಪುಗೊಂಡವರು.

ಮಹಾರಾಷ್ಟ್ರದ ಶೋಲಾಪುರದ ಕಾರ್ಮಿಕರನ್ನು ಸಂಘಟಿಸಿದ ಮೀನಾಕ್ಷಿ ಸಾಣೆ ಇನ್ನೊಬ್ಬ ಧೀರೋದ್ಧಾತ ನಾಯಕಿ. ಮಹಿಳೆಯರೇ ಕೆಲಸ ಮಾಡುತ್ತಿದ್ದ ಬೀಡಿ ಕಾರ್ಖಾನೆಯಲ್ಲಿ ಕಾರ್ಮಿಕರ ಸಂಘಟನೆ ಕಟ್ಟಿದ ಆಕೆ ಕೇವಲ ಕಾರ್ಮಿಕರಾಗಿ ಮಾತ್ರವಲ್ಲ ಮಹಿಳೆಯರ ಇತರ ಸಮಸ್ಯೆಗಳ ಪರಿಹಾರಕ್ಕೂ ಪ್ರಯತ್ನಿಸಬೇಕೆಂದು ಪ್ರತಿಪಾದಿಸಿದವರು. ಆಕೆ ಕಾರ್ಮಿಕರ ಚಳುವಳಿಯಲ್ಲಿ ಒಂದು ನಿಚ್ಚಳ ಹೆಸರು.

ಬಲಿಷ್ಠ ಸಂಘಟನೆಯಾಗಿ ರೂಪುಗೊಂಡ AITUC ಯ ಅಧ್ಯಕ್ಷೆಯಾಗಿ ಕೆಲಸ ಮಾಡಿದ ಮಣೀವೆನ್ ಕಾರಾ ಉಪಾಧ್ಯಕ್ಷೆಯಾಗಿ ದುಡಿದ ಶಾಂತಾ ಬಾಲೇರಾವ್ ಒಟ್ಟಾರೆ ಕಾರ್ಮಿಕ ಸಮೂಹಕ್ಕೇ ನಾಯಕತ್ವ ನೀಡಿದವರು.

ದಕ್ಷಿಣದ ಕೊಯಮತ್ತೂರು ಗಿರಣಿ ಕಾರ್ಮಿಕರ ಮುಷ್ಕರ ಮತ್ತು ದಕ್ಷಿಣ ರೈಲ್ವೆ ನೌಕರರ ಮುಷ್ಕರ ಪ್ರಮುಖವಾದದ್ದು. ಈ ಎರಡೂ ಹೋರಾಟಗಳಲ್ಲಿ ಅಗಾಧ ಸಂಖ್ಯೆಯ ಮಹಿಳೆಯರನ್ನು ತೊಡಗಿಸಿ ಅನನ್ಯ ನೇತೃತ್ವ ನೀಡಿದ ನಾಯಕಿ ಪಾರ್ವತಿ ಕೃಷ್ಣನ್ ತೋಟಗಳ ಕಾರ್ಮಿಕರನ್ನು ಸಂಘಟಿಸಿ ವಾಲ್‌ಪಾರೈಕಾಡಿನ ಹೋರಾಟದಲ್ಲೂ ಅವರು ನಾಯಕತ್ವ ನೀಡಿದರು.

ಸ್ವಾತಂತ್ರ್ಯ ಪೂರ್ವ ಮತ್ತು ಸ್ವಾತಂತ್ರ್ಯೋತ್ತರ ವರ್ಷಗಳಲ್ಲಿ ಕಾರ್ಮಿಕ ಸಂಘಟನೆಗಳಲ್ಲಿ ಮಹಿಳೆಯರ ಪಾತ್ರ ಮತ್ತು ಹೋರಾಟಗಳಲ್ಲಿ ಭಾಗವಹಿಸುವಿಕೆ ಅಸಾಧಾರಣವಾಗಿದ್ದರೂ ನಂತರದ ವರ್ಷಗಳಲ್ಲಿ ಅದರ ತೀವ್ರತೆ ತಗ್ಗಿತ್ತೆಂದರೆ ತಪ್ಪಾಗಲಾರದು. ಈ ಅವಧಿಯ ಬೆಳವಣಿಗೆಯನ್ನು ಗಮನಿಸಿದಾಗ ಒಂದು ಅಂಶ ಸ್ಪಷ್ಟವಾಗುತ್ತದೆ. ಕಾರ್ಮಿಕ ಚಳುವಳಿಗೆಯ ಈ ಹಂತದಲ್ಲಿ ವಿದ್ಯಾವಂತ ಸುಶಿಕ್ಷಿತರೂ, ಅನುಕೂಲಸ್ಥ ಮಹಿಳೆಯರು ಅಶಿಕ್ಷಿತ,

ನಿಕೃಷ್ಟ ಬದುಕು ನಡೆಸುತ್ತಿದ್ದ ಕಾರ್ಮಿಕರನ್ನು ಸಂಘಟಿಸಿ ಅವರಿಗೆ ನಾಯಕತ್ವ ನೀಡಿದರು. ಈ ಎಲ್ಲ ಮಹಿಳೆಯರೂ ಬಹುತೇಕ ಸ್ವಾತಂತ್ರ್ಯ ಸಂಗ್ರಾಮದಲ್ಲಿ ನೇರವಾಗಿ ಭಾಗವಹಿಸಿದ್ದವರು ಇಲ್ಲವೆ ಅದರಿಂದ ಪ್ರೇರಿತರಾಗಿದ್ದವರು. ನಂತರದ ದಿನಗಳಲ್ಲಿ ಹೆಚ್ಚು ಹೆಚ್ಚು ಮಹಿಳೆಯರು ವಿದ್ಯಾವಂತರಾಗಿ, ದುಡಿಮೆಗಾರರಾಗಿ ಹೊರಹೊಮ್ಮಿದರೂ ಸಂಘಟನಾ ಚಟುವಟಿಕೆಗಳಲ್ಲಿ ಅವರು ಪೂರಕ ಪಾತ್ರ ಮಾತ್ರವೇ ವಹಿಸಿದರು ವಿನ: ನಾಯಕತ್ವದ ಪ್ರಯತ್ನವನ್ನೇನೂ ನಡೆಸಲಿಲ್ಲ ಎಂಬುದು ವಿಷಾದನೀಯ. ಇದಕ್ಕೆ ಮಹಿಳಾ ಕಾರ್ಮಿಕರ ಅರಿವಿನ ಕೊರತೆ ಮಾತ್ರವಲ್ಲ ಕಾರ್ಮಿಕರ ಸಂಘಟನೆಯಲ್ಲಿ ಅವರ ಪಾತ್ರವನ್ನು ಕೇವಲ ಪೂರಕವಾಗಿಯೇ ಕಾಣುವ ನಾಯಕತ್ವದ ಸಂಕುಚಿತ ಕಣ್ಣೋಟವೂ ಕಾರಣ. ಈ ಕೊರತೆಗಳನ್ನು ಕಾರ್ಮಿಕ ಚಳುವಳಿಯಾಗಿ ಪ್ರಜ್ಞಾಪೂರ್ವಕವಾಗಿ ಮೀರಿ ನಿಲ್ಲಬೇಕಿದೆ. ಭಾರತದ ಅತ್ಯಂತ ದೊಡ್ಡ ಕಾರ್ಮಿಕ ಸಂಘಟನೆಯಾಗಿದ್ದ AITUC ಸ್ವತಂತ್ರ ಭಾರತದಲ್ಲಿ ಕಾರ್ಮಿಕ ಆಂದೋಲನ ಪ್ರಭುತ್ವದ ಒಂದಿಗೆ ಕೈಜೋಡಿಸಿ ಸಾಗಬೇಕೇ ಅಥವ ವರ್ಗಹೋರಾಟದ ನಿಲುವಿನೊಂದಿಗೆ ಮುಂದುವರೆಯಬೇಕೇ ಎಂಬ ಚರ್ಚೆಯಲ್ಲಿ ಇಬ್ಭಾಗವಾಗಿ C.I.T.U ಜನ್ಮತಾಳಿತು. ಇದು ಜನ್ಮತಾಳಿದಾಗಿನಿಂದ ಅದರ ನೇತೃತ್ವ ವಹಿಸಿದ ಹಲವರಲ್ಲಿ ವಿಮಲ ರಣದಿವೆ ಪ್ರಮುಖರು. ಪ್ರಮುಖವಾಗಿ ಮಹಿಳಾ ಕಾರ್ಮಿಕರನ್ನು ಒಗ್ಗೂಡಿಸಿ ಅವರಲ್ಲಿ ಅರಿವಿನ ಮಟ್ಟ ಹೆಚ್ಚಿಸುವತ್ತ ರೂಪುಗೊಂಡ ದುಡಿಯುವ ಮಹಿಳೆಯರ ಸಮನ್ವಯ ಸಮಿತಿಯ ನೇತೃತ್ವವನ್ನೂ ಅವರು ವಹಿಸಿದರು ಮಾತ್ರವಲ್ಲ ಆ ನಿಟ್ಟಿನಲ್ಲಿ ವಾಯ್ಸ್ ಆಫ್ ವರ್ಕಿಂಗ್ ವುಮೆನ್ ಎಂಬ ನಿಯತಕಾಲಿಕವನ್ನೂ ಅವರು ಆರಂಭಿಸಿದರು. ಈಗ ಕಾರ್ಮಿಕ ಸಂಗಗಳು ತಮ್ಮ ಮಹಿಳಾ ಸಂಗಾತಿಗಳ ವಿಶಿಷ್ಟ ಪ್ರಶ್ನೆಗಳಿಗೆ ವಿಶೇಷ ಗಮನ ಕೊಡುವ ಅಗತ್ಯವನ್ನು ಮನಗಂಡಿವೆ, ಮಹಿಳಾ ಉದ್ಯೋಗಿಗಳ/ ಕಾರ್ಮಿಕರ ಪ್ರತ್ಯೇಕ ಸಮಿತಿ/ಉಪಸಮಿತಿಗಳನ್ನು ರಚಿಸಿವೆ. ಇವರಲ್ಲಿ ಬಹಳಷ್ಟು ಕಾರ್ಯಕರ್ತೆಯರು ಕೇವಲ ತಮ್ಮ ಕ್ಷೇತ್ರದ / ಉದ್ದಿಮೆಯ ಬೇಡಿಕೆಗಳ ಈಡೇರಿಕೆಗಾಗಿ ಮಾತ್ರವಲ್ಲ ಜನತೆಯ ಬದುಕನ್ನು ಬರ್ಬರಗೊಳಿಸುತ್ತಿರುವ ಸರ್ಕಾರದ ನೀತಿಗಳ ವಿರೋಧದ ಹೋರಾಟದಲ್ಲೂ ಈ ಮಹಿಳೆಯರು ಧೀರೋದ್ದಾತವಾಗಿ ಭಾಗವಹಿಸುತ್ತಿದ್ದಾರೆ.

ಮಹಿಳಾ ಸಬಲೀಕರಣ ತರದ ನವ-ಉದಾರವಾದಿ ವ್ಯವಸ್ಥೆ

ಸ್ವಾತಂತ್ರೋತ್ತರ ವರ್ಷಗಳಲ್ಲಿ ಹಲವಾರು ಯೋಜನೆಗಳ ಮೂಲಕ ದೇಶದ ಆರ್ಥಿಕತೆಯನ್ನು ಕಟ್ಟುತ್ತಿದ್ದ ಅವಧಿಯಲ್ಲಿ ಹಲವಾರು ಮಹಿಳೆಯರು ಕೇವಲ ಸಂಪ್ರದಾಯಿಕ ವಲಯದಲ್ಲಿ ಮಾತ್ರವಲ್ಲದೆ ಸೇವಾವಲಯದಲ್ಲೂ ಕೆಲಸ ಮಾಡಲು ಆರಂಭಿಸಿದ್ದನ್ನು ಕಾಣುತ್ತೇವೆ. ಒಟ್ಟು ದುಡಿಯುವ ವರ್ಗದಲ್ಲಿ ಮಹಿಳೆಯರ ಸಂಖ್ಯೆ ತೀರಾ ಗಣನೀಯವಾಗಿ ಅಲ್ಲದಿದ್ದರೂ ಹೆಚ್ಚಳವುಂಟಾಗಿದ್ದರಲ್ಲಿ ಅನುಮಾನವಿಲ್ಲ. ದುಡಿಮೆಯಲ್ಲಿ ಮಹಿಳೆಯರ ಪಾಲು ಹೆಚ್ಚಾಗಿದ್ದರೂ ಅದಕ್ಕೆ ಲಭ್ಯವಾದ ಮಾನ್ಯತೆ ಕಡಿಮೆಯೇ. ಆಕೆಯ ಗೃಹಕೃತ್ಯದ ನಿರ್ವಹಣೆ, ಕುಟುಂಬದ ಕೃಷಿ, ಪಶುಸಂಗೋಪನೆ, ತೋಟಗಾರಿಕೆ ಇವುಗಳನ್ನು ಇಂದಿಗೂ ದುಡಿಮೆಯೆಂದು ಗುರುತಿಸಲಾಗುತ್ತಿಲ್ಲ. ಆಕೆ ಮನೆಯಿಂದ ಹೊರಬಂದು ದುಡಿಮೆ ಮಾಡಿದಾಗಲೂ ಆಕೆಯ ಆದಾಯವನ್ನು ಪೂರಕ ಆದಾಯವೆಂದೇ, ಎಷ್ಟೋ ಬಾರಿ ಆಕೆಯ ಆದಾಯ ಪುರುಷನ ಆದಾಯಕ್ಕಿಂತ ಹೆಚ್ಚಾಗಿದ್ದಾಗಲೂ, ಆಕೆಯ ಆದಾಯದ ಮೇಲೆಯೇ ಕುಟುಂಬ ಅವಲಂಬಿತವಾಗಿದ್ದಾಗಲೂ ಪೂರಕ ಆದಾಯವೆಂದೇ ಗುರುತಿಸಲ್ಪಡುವುದು ಈ ಸಮಾಜದ ಪುರುಷ ಪ್ರಧಾನ ದೃಷ್ಟಿಕೋನಕ್ಕೆ ಹಿಡಿದ ಕನ್ನಡಿ.

90ರ ದಶಕದಲ್ಲಿ ಆರಂಭವಾದ ಬದಲಾವಣೆಯ ಅಲೆ ಮಹಿಳೆಯ ಬದುಕಿನ ಮೇಲೆಯೂ ತನ್ನ ಪ್ರಭಾವ ಬೀರಿತು. ತನ್ನ ಸಾಂಪ್ರದಾಯಿಕ ಉದ್ಯೋಗಗಳಿಂದ ಹೊರಬಂದು ವಿಜ್ಞಾನ ಮತ್ತು ತಂತ್ರಜ್ಞಾನ ಕ್ಷೇತ್ರದಲ್ಲಿ ದೊಡ್ಡ ಸಂಖ್ಯೆಯಲ್ಲಿ ಮಹಿಳೆಯರು ದುಡಿಯಲಾರಂಭಿಸಿದ್ದು ಇದೇ ಅವಧಿಯಲ್ಲಿ. ಸರ್ಕಾರವೂ ತನ್ನ ಆರ್ಥಿಕ ನೀತಿಗಳನ್ನು ಬದಲಿಸಿ ನವ–ಉದಾರವಾದಿ ನೀತಿಗಳನ್ನು ಅನುಸರಿಸ ಹೊರಟ ಈ ಅವಧಿಯಲ್ಲಿ ಒಟ್ಟಾರೆಯಾಗಿ ಈ ನೀತಿಗಳು ಜನತೆಯ ಬದುಕಿಗೆ ಪೂರಕವಾಗಲಿವೆ, ಅವರ ಬದುಕನ್ನು ಉತ್ತಮಗೊಳಿಸಲಿವೆ ಎಂಬ ಭ್ರಮೆ ಹುಟ್ಟಿಸಲಾಗಿತ್ತು. ಉದಾರೀಕರಣ ನೀತಿಗಳಿಂದಾಗಿ ಮಹಿಳೆಯರಿಗೆ ಅವಕಾಶಗಳು ತೆರೆದುಕೊಳ್ಳಲಿವೆ, ಆಕೆ ಸಬಲೀಕರಣದತ್ತ ದಾಪುಗಾಲನ್ನಿಕ್ಕಿ ನಡೆಯುತ್ತಾಳೆ ಎಂಬುದು ಎಲ್ಲ ಉದಾರೀಕರಣದ ಹರಿಕಾರರ ಹೇಳಿಕೆಯಾಗಿತ್ತು. ಜಾಗತೀಕರಣದ ಎರಡು ದಶಕಗಳು ಪೂರೈಸಿವೆ. ಈ ಅವಧಿಯ ಅನುಭವ ಈ ಎಲ್ಲ ಹರಿಕಾರರ ಪ್ರತಿಪಾದನೆಯ ವಿರುದ್ಧವಾಗಿದೆ.

ಬೆಂಗಳೂರಿನ ಕೊನೆಗಾ ಗಾರ್ಮೆಂಟ್ ಬೀಗಮುದ್ರೆಯನ್ನು ಪ್ರತಿಭಟಿಸುತ್ತಿರುವ ಕಾರ್ಮಿಕರು–ಪೋಲೀಸ್ ದಮನ:

ನವ–ಉದಾರವಾದಿ ವ್ಯವಸ್ಥೆ ತಂದ 'ಮಹಿಳಾ ಸಬಲೀಕರಣ'ದ ಮಾದರಿ.

ಶಾಸನ ಸಭೆಗಳಲ್ಲಿ 33% ಮೀಸಲಾತಿ ಮಸೂದೆಯನ್ನು ಪಾಸು ಮಾಡಲು ಆಗ್ರಹಿಸಿ ಬೃಹತ್ ಸಭೆ

ನವ–ಉದಾರವಾದಿ ಪ್ರಕ್ರಿಯೆಯ ಭಾಗವಾದ ಜಾಗತೀಕರಣದ ಮುಖ್ಯ ಲಾಭ ಮಹಿಳೆಯರಿಗೆ ಉದ್ಯೋಗದ ಸೃಷ್ಟಿ ಎಂದು ಪ್ರತಿಪಾದಿಸಲಾಗುತ್ತಿದೆ. Feminisation of work force ಅಂದರೆ 'ಕಾರ್ಮಿಕ ಪಡೆಯ ಮಹಿಳೀಕರಣ' ಒಂದು ಪ್ರಮುಖ ಘೋಷಣೆಯಾಗಿದ್ದು ಎಲ್ಲ ವಲಯಗಳಲ್ಲಿ ಮಹಿಳೆಯರಿಗೆ ಅವಕಾಶಗಳ ಮಹಾಪೂರ ಹರಿದು ಬಂದಿದೆ ಎಂಬ ಚಿತ್ರಣ ನೀಡಲಾಗುತ್ತಿದೆ. ಆದರೆ ನಿಜವಾಗಿ ಮಹಿಳೆಯ ಪಾಲಿಗೆ ಈ ಮಹಾಪೂರ ಹರಿದಿದೆಯೇ? ಇದಕ್ಕೆ ಮಹಿಳೆ ತೆತ್ತಿರುವ ಬೆಲೆ ಏನು? ಇದನ್ನು ಅವಲೋಕಿಸುವ ಅಗತ್ಯವಿದೆ.

ಜಾಗತೀಕರಣದ ಈ ಅವಧಿಯಲ್ಲಿ ಮಹಿಳೆಯ ಅಸ್ತಿತ್ವ ಎಲ್ಲ ವಲಯಗಳಲ್ಲಿ ಕಂಡು ಬರುತ್ತಿದೆಯಾದರೂ ಅದು ಹೇಳಿಕೊಳ್ಳುವಂತೆ ಸಕಾರಾತ್ಮಕವಾಗಿದೆಯೇ ಎಂಬುದನ್ನು ಅನ್ವೇಷಿಸಿದಾಗ ಮಹಿಳೆ ಈ ಪ್ರಕ್ರಿಯೆಯಲ್ಲಿ ಗಳಿಸಿಕೊಂಡಿರುವುದಕ್ಕಿಂತ ಕಳೆದುಕೊಂಡಿರುವುದೇ ಹೆಚ್ಚೆಂಬುದು ಅರಿವಾಗುತ್ತದೆ. ಜಾಗತೀಕರಣ ಸೃಷ್ಟಿಮಾಡಿರುವ ಉದ್ಯೋಗದ ಸ್ವರೂಪವನ್ನು ಅರ್ಥೈಸಿಕೊಂಡರೆ ಈ ಅಂಶವನ್ನು ಅರಿಯುವುದು ಸಾಧ್ಯವಾದೀತು.

ಉದಾರೀಕರಣ ಪ್ರಕ್ರಿಯೆಯಿಂದಾಗಿ ಆರಂಭಗೊಂಡಿರುವ ಎಲ್ಲ ವಲಯಗಳಲ್ಲಿ ಕಾರ್ಮಿಕರ ಬೇಡಿಕೆ ಇದೆಯಾದರೂ ಈ ಎಲ್ಲ ಉದ್ಯಮಪತಿಗಳೂ ಭಾರತದತ್ತ ಮುಖ ಮಾಡಿರುವುದು ಬರಿಯ ಲಾಭಕ್ಕಾಗಿ ಅಲ್ಲ, ಅಗಾಧ ಲಾಭಕ್ಕಾಗಿ ಎಂಬುದನ್ನು ಮರೆಯುವಂತಿಲ್ಲ. ಹಾಗಾಗಿ ಈ ಅವಧಿಯಲ್ಲಿ ಉದ್ಯೋಗಗಳ ಸ್ವರೂಪವೇ ಬದಲಾಗಿರುವುದನ್ನು ಕಾಣುತ್ತೇವೆ. ನೇರ, ಶಾಶ್ವತ ಉದ್ಯೋಗಗಳ ಬದಲಿಗೆ ಪರೋಕ್ಷ ಮತ್ತು ತಾತ್ಕಾಲಿಕ ಕೆಲಸಗಳು, ಅದರಲ್ಲೂ ಅರೆ ಉದ್ಯೋಗ ಎಲ್ಲೆಡೆ ಕಂಡು ಬರುತ್ತಿದೆ. ಬಹುತೇಕ ಮಹಿಳೆಯರಿಗೆ ದೊರೆಯುವ ಉದ್ಯೋಗಗಳು ಅರೆಕಾಲಿಕ ಇಲ್ಲವೆ ತಾತ್ಕಾಲಿಕವಾಗಿವೆ. ಗುತ್ತಿಗೆದಾರರು ಮತ್ತು ಉಪಗುತ್ತಿಗೆದಾರರ ಮೂಲಕ ದೊರೆಯುವ ಉದ್ಯೋಗಗಳಿಂದ ಅವರಿಗೂ ಮಾಲೀಕರಿಗೂ ನೇರ ಸಂಪರ್ಕವೇ ಇಲ್ಲವಾಗಿ ಅವರಿಗೆ ಯಾವುದೇ ಕಾರ್ಮಿಕ ಹಕ್ಕುಗಳಿರಲಿ, ಅವರನ್ನು ಕಾರ್ಮಿಕರೆಂದೇ ಗುರುತಿಸಲಾಗುವುದಿಲ್ಲ. ಹಾಗಾಗಿ ಗೃಹಾಧಾರಿತ ಕೆಲಸಗಳಲ್ಲಿ (Home based) ಮಹಿಳೆಯರು ಹೆಚ್ಚಾಗಿ ತೊಡಗಿಕೊಂಡಿರುವುದು ಕಂಡು ಬಂದಿದೆ. ಈ ಎಲ್ಲ ಉದ್ಯೋಗಗಳಲ್ಲಿ ಮಹಿಳೆಯರಿಗೆ Piece meal ನ ಆಧಾರದಲ್ಲಿ ಸಂಬಳ ನೀಡುವ ಕಾರಣ ಅವರು ಅತಿ ಒತ್ತಡದಲ್ಲಿ ಕೆಲಸ ಮಾಡುತ್ತಾರೆ, ಮಾತ್ರವಲ್ಲ, ಹೆಚ್ಚಿನ ದುಡಿಮೆಗೆ ಅತಿ ಕಡಿಮೆ ಹಣ ಸ್ವೀಕರಿಸುತ್ತಾರೆ. ಗೃಹಾಧಾರಿತ ಕೆಲಸಗಳಲ್ಲಿ ಮಾಲೀಕರಿಗೆ ಅತಿ ದೊಡ್ಡ ಲಾಭವಿದೆ. ಉತ್ಪಾದನೆಗೆ ಅಗತ್ಯವಿರುವ ಸ್ಥಳಾವಕಾಶ, ವಿದ್ಯುತ್, ನೀರು ಈ ಯಾವುದನ್ನೂ ಆತ ಒದಗಿಸಬೇಕಿಲ್ಲ. ಉದ್ಯೋಗಿಗಳು ಮುಖಾಮುಖಿಯಾಗುವ ಅವಕಾಶವೇ ಇಲ್ಲದ ಕಾರಣ ಅವರ ಚೌಕಾಶಿ ಶಕ್ತಿ (bargaining power) ನಿಕೃಷ್ಟವಾಗಿದ್ದು, ಅವರು ಸಂಘಟಿತರಾಗುವ

ಅಪಾಯವಿಲ್ಲ. ಈ ಎಲ್ಲವೂ ಮಾಲೀಕರ ಲಾಭವನ್ನು ಇನ್ನಷ್ಟು ಹಿಗ್ಗಿಸುತ್ತದೆ. ಯಾವುದೇ ಕಾರ್ಮಿಕ ಹಕ್ಕುಗಳಿಲ್ಲದೆ ಅತ್ಯಂತ ನಿಕೃಷ್ಟ ಆದಾಯಕ್ಕೆ ಕಠಿಣ ದುಡಿಮೆ ಮಾಡುವ ಇಂತಹ ಕಾರ್ಮಿಕರು ಅತ್ಯಂತ ಶೋಷಿತರಾಗಿ ಮುಂದುವರೆಯುತ್ತಾರೆ. ವಿಶ್ವ ಸಂಸ್ಥೆಯ ಮಾನವ ಅಭಿವೃದ್ಧಿ ವರದಿಯ ಪ್ರಕಾರ ಇತ್ತೀಚಿನ ಆರ್ಥಿಕ ಬೆಳವಣಿಗೆಗೆ ಮಹಿಳೆಯರ ಕೊಡುಗೆ ಅಪಾರವಿದೆ. ಆದರೆ ಈ ಬೆಳವಣಿಗೆಯಲ್ಲಿ ಆಕೆಗೆ ಯಾವುದೇ ಪಾಲು ದೊರೆಯುತ್ತಿಲ್ಲ.

ಗೃಹಾಧಾರಿತ ಉದ್ಯೋಗಗಳಲ್ಲದೆ ನೇರ ಉದ್ಯೋಗಗಳಲ್ಲಿ ತೊಡಗಿರುವ ಮಹಿಳೆಯರ ಪರಿಸ್ಥಿತಿಯೂ ಇದಕ್ಕಿಂತ ಉತ್ತಮವೇನಿಲ್ಲ.

ವಿಶೇಷ ರಫ್ತುವಲಯ (SEZ)ಗಳಲ್ಲಿ ಮತ್ತು ಸಿದ್ಧ ಉಡುಪು ವಲಯಗಳಲ್ಲಿ ಹೆಚ್ಚು ಹೆಚ್ಚು ಮಹಿಳೆಯರನ್ನು ಕೆಲಸಕ್ಕೆ ನೇಮಿಸಿಕೊಳ್ಳಲಾಗಿದೆ. ಈ ವಲಯಗಳಲ್ಲಿ ಕೆಲಸ ಮಾಡುವ ಉದ್ಯೋಗಿಗಳಿಗೆ ಯಾವುದೇ ಕಾರ್ಮಿಕ ಕಾನೂನು ಅನ್ವಯವಾಗುವುದಿಲ್ಲ ಎನ್ನುವಷ್ಟು ಪರಿಸ್ಥಿತಿ ಗಂಭೀರವಾಗಿದೆ. ಎಷ್ಟೋ ವೇಳೆ ಅವರು ಪಡೆಯುವ ಸಂಬಳ ಸರ್ಕಾರವೇ ನಿಗದಿಮಾಡಿರುವ ಕನಿಷ್ಟ ಕೂಲಿಗಿಂತ ಕಡಿಮೆ. ದಿನವೊಂದಕ್ಕೆ ಕನಿಷ್ಠ 10–12 ಗಂಟೆಗಳ ಕಠಿಣ ದುಡಿಮೆ ಅವರದು. ರಫ್ತಿಗೆ ಆದೇಶ ದೊರೆತಂತೆ ಅವರ ಮೇಲೆ ಕೆಲಸದ ಹೆಚ್ಚಿನ ಹೊರೆ ಹೊರೆಸಿ ಕೆಲಸದ ಅವಧಿಯನ್ನು ನಿಗದಿ ಮಾಡಲಾಗುತ್ತದೆ. ಎಷ್ಟೋ ಕಡೆ ಅವರ ಶೌಚಾಲಯದ ಬಳಕೆಯ ಸಮಯವನ್ನೂ ನಿಗದಿಗೊಳಿಸಲಾಗಿದೆ. ಅವರಿಗೆ ದೊರೆಯಬೇಕಾದ ಸಾಮಾನ್ಯ ರಜೆ, ಹೆರಿಗೆ ರಜೆ, ಶಿಶುಪಾಲನಾ ವ್ಯವಸ್ಥೆ ಈ ಎಲ್ಲದರಿಂದ ಅವರು ವಂಚಿತರು. ಸಾಲದ್ದಕ್ಕೆ ಈ ಎಲ್ಲ ವಲಯಗಳಲ್ಲಿ ಅವರು ಲೈಂಗಿಕ ಕಿರುಕುಳಕ್ಕೂ ಒಳಗಾಗುತ್ತಾರೆ.

ಜಾಗತೀಕರಣದ ಉದ್ಯೋಗದ ಲಾಭದ ಸ್ವರೂಪ ತಿಳಿಯಬೇಕೆಂದರೆ ಬೆಂಗಳೂರಿನ ಗಾರ್ಮೆಂಟ್ ಉದ್ಯೋಗಿಗಳ ಬದುಕನ್ನು ಗಮನಿಸಿದರೆ ಸಾಕು. ಬೆಳಗಿನ 6ಕ್ಕೆ ಇರುವೆ ಸಾಲಿನಂತೆ ಫ್ಯಾಕ್ಟರಿಯ ಮುಂದೆ ನಿಲ್ಲುವ ಅವರು ಕೆಲಸಕ್ಕೆ ಅರ್ಧ ನಿಮಿಷ ತಡವಾದರೂ ಅವರಿಗೆ ಪ್ರವೇಶ ನಿಷೇಧಿಸಲಾಗುತ್ತದೆ. ದಿನವೊಂದಕ್ಕೆ 10 ಗಂಟೆಗಳ ಕಠಿಣ ದುಡಿಮೆಗೆ ಅವರಿಗೆ ನೀಡುವ ಸಂಬಳ 1800–2000 ದ ವರೆಗೆ. ಅವರ ದುಡಿಮೆಯ ಅವಧಿಯಲ್ಲಿ ಶೌಚಾಲಯದ ಬಳಕೆಯನ್ನೂ ನಿರ್ಬಂಧಿಸಲಾಗುತ್ತದೆ. ಸಾವಿರಾರು ಮಹಿಳೆಯರು ದುಡಿಯುವಲ್ಲಿ ಕೇವಲ 4–5 ಶೌಚಾಲಯಗಳನ್ನು ಒದಗಿಸಲಾಗುತ್ತದೆ. ಶೌಚಾಲಯದಿಂದ ಹಿಂದಿರುಗಿದ ಅವಧಿ ಹೆಚ್ಚಾಯಿತೆಂದು ಸಂಬಳ ಕಡಿತದ ಮಾಡಿದ ಉದಾಹರಣೆಗಳಿವೆ. ಅವರಿಗೆ ಕಾನೂನು ರೀತಿಯಾಗಿ ಇರಬೇಕಾದ ವಿಶ್ರಾಂತಿ ಕೊಠಡಿ, ಶಿಶುಪಾಲನಾ ಕೇಂದ್ರ ಯಾವ ವ್ಯವಸ್ಥೆಯೂ ಇಲ್ಲ. ಅವಾಚ್ಯ ಶಬ್ದಗಳ ಬೈಗುಳ, ಲೈಂಗಿಕ ಕಿರುಕುಳ ಸರ್ವೆ ಸಾಮಾನ್ಯ. 1800 ರ ನ್ಯೂಯಾರ್ಕ್‌ನ ಗಿರಣಿ ಕಾರ್ಮಿಕರ ಪರಿಸ್ಥಿತಿಗೂ

ಇಂದಿನ ಗಿರಣಿಯ ಕಾರ್ಮಿಕರ ಪರಿಸ್ಥಿತಿಗೂ ಹೆಚ್ಚೇನೂ ವ್ಯತ್ಯಾಸವಿಲ್ಲ. ಬಂಡವಾಳದ ಸ್ವರೂಪ ಎಂದೆಂದಿಗೂ ಬದಲಾಗದೆಂಬುದಕ್ಕೆ ಇದೇ ಸಾಕ್ಷಿ.

ಇತಿಹಾಸ ಮರುಕಳಿಸುತ್ತದೆ ಎಂಬ ಮಾತೊಂದಿದೆ. ಗಾರ್ಡನ್ ಸಿಟಿಯಿಂದ ಗಾರ್ಮೆಂಟ್ ಸಿಟಿಯಾಗಿ ರೂಪಾಂತರ ಹೊಂದಿದ ಬೆಂಗಳೂರಿನ ಕೊನೇಗಾ ಗಾರ್ಮೆಂಟ್ಸ್‌ನ ಬೆಳವಣಿಗೆ ನೋಡಿದಾಗ ಅದು ನಿಜವಿರಬಹುದೆನ್ನಿಸಿಸುತ್ತದೆ. ಜಾಗತಿಕ ಆರ್ಥಿಕ ಕುಸಿತದ ಕಾರಣ ರಫ್ತು ಪ್ರಮಾಣದಲ್ಲಿ ಇಳಿತವುಂಟಾಗಿದೆ. ಬೇಡಿಕೆಯಿಲ್ಲವೆಂಬ ನೆಪವೊಡ್ಡಿ ಕೊನೇಗಾ ಮಾಲೀಕರು ಉತ್ಪಾದನೆ ನಿಲ್ಲಿಸಿದರು. ಉತ್ಪಾದನೆ ನಿಂತಾಗ ಅಲ್ಲಿನ ಎಲ್ಲ ಕಾರ್ಮಿಕರು –ಬಹುತೇಕ ಎಲ್ಲರೂ ಮಹಿಳಾ ಕಾರ್ಮಿಕರು– ಬೀದಿಪಾಲಾದರು. ಬೀಗಮುದ್ರೆ ಘೋಷಿಸಿ ತಮ್ಮ ಪಾಲಿನ ಸಂಬಳ ಭತ್ಯೆ ನೀಡಿ ಎಂಬ ಕಾರ್ಮಿಕರ ಕೂಗೂ ವ್ಯರ್ಥವಾಯ್ತು. ನೀವೇ ರಾಜಿನಾಮೆ ಸಲ್ಲಿಸಿ ಬೇರೆಡೆ ಕೆಲಸಕ್ಕೆ ಹೋಗಿ ಎಂಬ ಉತ್ತರ ನೀಡಿದರು ಮಾಲೀಕರು. ಹಾಗೆ ರಾಜಿನಾಮೆ ನೀಡಿದರೆ ಆ ಉದ್ಯೋಗಿಗಳಿಗೆ ಅವರ ಗೈರುಹಾಜರಿಯ ಸಂಬಳ ಭತ್ಯೆ ನೀಡಬೇಕಿಲ್ಲ. ಬೀಗಮುದ್ರೆಯಾದರೆ ಆ ಅವಧಿಯ ಮೊತ್ತ ನೀಡಬೇಕಾಗುತ್ತದೆ ಅದಕ್ಕೆಂದೇ ಈ ಹುನ್ನಾರ.

ದೇಶದ ಶೇ 60ಕ್ಕೂ ಹೆಚ್ಚು ಜನತೆ ಕೃಷಿಯನ್ನವಲಂಬಿಸಿದ್ದಾರೆ. ಕೃಷಿ ಕಾರ್ಮಿಕರಲ್ಲಿ ಶೇ.80ಕ್ಕೂ ಹೆಚ್ಚು ಮಂದಿ ಮಹಿಳೆಯರು. ಈ ಮಹಿಳೆಯರ ಬದುಕೂ ದಿನದಿಂದ ದಿನಕ್ಕೆ ಶೋಚನೀಯವಾಗಿದೆ. ಉದಾರೀಕರಣದ ಭಾಗವಾಗಿ ಸರ್ಕಾರ ಹಿಂತೆಗೆದು ಕೊಂಡಿರುವ ಸಬ್ಸಿಡಿಗಳು ಮತ್ತು ಸರಿಯಾದ ಬೆಂಬಲ ಬೆಲೆ ದೊರೆಯದಿರುವುದು ಇವುಗಳ ಕಾರಣದಿಂದಾಗಿ ಕೃಷಿ ಬಿಕ್ಕಟ್ಟು ತೀವ್ರವಾಗಿದ್ದು ಅದು ಮಹಿಳೆಯರ ಮೇಲೆ ನೇರ ಪರಿಣಾಮವುಂಟುಮಾಡಿದೆ. ಏರುತ್ತಿರುವ ರೈತರ ಆತ್ಯಹತ್ಯೆ, ಕೃಷಿಯೇತರ ಉದ್ಯೋಗಗಳನ್ನರಸಿ ಪುರುಷರು ವಲಸೆಹೋಗುವುದು ಈ ಕಾರಣಗಳಿಂದಾಗಿ ಕುಟುಂಬದ ಸಂಪೂರ್ಣ ಹೊಣೆ ಮಹಿಳೆಯರ ಹೆಗಲಿಗೇರಿದೆ. ಕೃಷಿಗೆ ಸಾಂಸ್ಥಿಕ ಸಾಲ ದೊರೆಯದ ಕಾರಣ ಖಾಸಗೀ ಲೇವಾದೇವಿಯವರಿಂದ ಸಾಲ ಪಡೆದು ಸಾಲ ತೀರಿಸಲಾರದೆ ಪುರುಷರು ತಲೆಮರೆಸಿಕೊಂಡಾಗ, ಆತ್ಮಹತ್ಯೆ ಮಾಡಿಕೊಂಡಾಗ ಮಹಿಳೆಯರು ಅದರ ತೀವ್ರ ಪರಿಣಾಮ ಎದುರಿಸುತ್ತಿದ್ದಾರೆ, ಇನ್ನೂ ಹೆಚ್ಚಿನ ಶೋಷಣೆಗೆ ಒಳಗಾಗುತ್ತಿದ್ದಾರೆ.

ಎಲ್ಲ ವಲಯಗಳಿಂದ ಸರ್ಕಾರದ ಹಿಂತೆಗೆತವುಂಟಾಗಿ ಖಾಸಗೀಕರಣ ಹೆಚ್ಚಾದಂತೆ ಸಾರ್ವಜನಿಕವಾಗಿ ದೊರೆಯುತ್ತಿದ್ದ ಸೇವಾ ಸೌಲಭ್ಯಗಳಲ್ಲೂ ಕಡಿತವುಂಟಾಗಿದೆ. ಖಾಸಗೀಕರಣದ ಕಾರಣ ಮಹಿಳೆಯರ ಅನುತ್ಪಾದಕ ದುಡಿಮೆಯಲ್ಲಿ ಹೆಚ್ಚಳವುಂಟಾಗಿದೆ. ಉದಾಹರಣೆಗೆ, ಸರ್ಕಾರ ಆರೋಗ್ಯ ಸೇವೆಗಳಿಗೆ ಮೀಸಲಿಟ್ಟಿರುವ ಮೊತ್ತ ಕಡಿಮೆಯಾದಂತೆ ಆರೋಗ್ಯ ಸೇವೆಗಳು ಖಾಸಗೀಯವರ ಪಾಲಾಗಿ ದುಬಾರಿಯಾಗುತ್ತಿವೆ.

ಹಾಗಾಗಿ ಬಸಿರು, ಬಾಣಂತನದ ಅವಧಿಯಲ್ಲಿ ಬಹುತೇಕ ಹೆಣ್ಣುಮಕ್ಕಳು ಸರಿಯಾದ ಶುಶ್ರೂಷೆಯಿಲ್ಲದೆ ಬಳಲುವಂತಾಗಿದೆ. ಕೇವಲ ಶೇ.48ರಷ್ಟು ಮಹಿಳೆಯರಿಗೆ ಮಾತ್ರವೇ ಹೆರಿಗೆಯ ಸಮಯದಲ್ಲಿ ಪರಿಣಿತ ದಾದಿ ಮತ್ತು ವೈದ್ಯರ ನೆರವು ದೊರೆಯುತ್ತದೆ. ಗ್ರಾಮೀಣ ಪ್ರದೇಶಗಳಲ್ಲಿ ಈ ದರ ಶೇ.39. ಗರ್ಭಿಣಿಯರಾದಾಗ ಹೆರಿಗೆಗೆ ಮುನ್ನ ಮಾಡಿಸಲೇ ಬೇಕಾದ ಕನಿಷ್ಠ ಮೂರು ತಪಾಸಣೆಗಳ ಸೌಲಭ್ಯ ದೊರೆಯುವುದು ಕೇವಲ ಶೇ.51 ಮಹಿಳೆಯರಿಗೆ. ಕೇವಲ ಶೇ. 22 ರಷ್ಟು ಮಹಿಳೆಯರಿಗೆ ಈ ಅವಧಿಯಲ್ಲಿ ಕಬ್ಬಿಣಾಂಶ ಮತ್ತು ಫಾಲಿಕ್ ಆಸಿಡ್‌ನ ಮಾತ್ರೆಗಳು ಲಭ್ಯವಿದ್ದರೆ, ಶೇ.36ರಷ್ಟು ಮಹಿಳೆಯರಿಗೆ ಮಾತ್ರವೇ ಹೆರಿಗೆಯಾದ ಮೂರು ದಿನಗಳೊಳಗೆ ತಪಾಸಣೆ ಮತ್ತು ವೈದ್ಯಕೀಯ ಸಲಹೆ ದೊರೆಯುತ್ತದೆ.

ತಾಯ್ತನವನ್ನು ದೈವತ್ವವೆಂದು ಕರೆಯುವ ನಾಡಿನಲ್ಲಿ ತಾಯ್ತನದ ಬವಣೆಯಿದು. ಇದರ ಪರಿಣಾಮವನ್ನು ಮಹಿಳೆ ಜೀವನದುದ್ದಕ್ಕೂ ಅನುಭವಿಸುತ್ತಾಳೆ.

ಒಂದು ಅಂದಾಜಿನಂತೆ ದೇಶದಲ್ಲಿ ವರ್ಷವೊಂದಕ್ಕೆ ಸುಮಾರು 1.25 ಲಕ್ಷ ಮಹಿಳೆಯರು ಹೆರಿಗೆಯ ಸಮಯದಲ್ಲಿ ಸಾವನ್ನಪ್ಪುತ್ತಾರೆ. ಮಹಿಳೆಯರ ಆರೋಗ್ಯ ಬಹುದೊಡ್ಡ ಪಾತ್ರವಹಿಸುವ ಅಂಶಗಳೆಂದರೆ ಪೌಷ್ಠಿಕ ಆಹಾರ, ಶುಚಿಯಾದ ನೀರು ಮತ್ತು ನೈರ್ಮಲೀಕರಣ. ಈ ಎಲ್ಲವೂ ದೇಶದ ಬಹುತೇಕ ಜನತೆಯ ಪಾಲಿಗೆ ದೂರದ ಮಾತಾಗಿವೆ. ಬಲಿಷ್ಠ ಆರ್ಥಿಕತೆಯೆಂದು ಬೀಗುವ ಸಮಯದಲ್ಲೇ ದೇಶ ಹಸಿವಿನ ಗಣರಾಜ್ಯವಾಗಿ ರೂಪಿತವಾಗಿದೆ. ಏರುತ್ತಿರುವ ಬೆಲೆಗಳ ಕಾರಣದಿಂದ ಎಲ್ಲೆಡೆ ಹಾಹಾಕಾರವೆದ್ದಿದೆ. ಒಟ್ಟು ಸಂಸಾರಕ್ಕೆ ಆಹಾರದ ಲಭ್ಯತೆ ಕಡಿಮೆಯಾದಾಗ ಸಹಜವಾಗಿಯೇ ಮಹಿಳೆಯರಿಗೆ ಆಹಾರದ ಲಭ್ಯತೆ ಇನ್ನಷ್ಟು ಕುಂಠಿತವಾಗುತ್ತದೆ. ಒಂದೆಡೆ ಆಹಾರದ ಕೊರತೆ ಇನ್ನೊಂದೆಡೆ ಹೆಚ್ಚುತ್ತಿರುವ ಕೆಲಸದ ಹೊರೆ ಈ ಕಾರಣಗಳಿಂದಾಗಿ ಆಕೆಯ ಆರೋಗ್ಯದ ಮಟ್ಟ ಕುಸಿಯುತ್ತದೆ. ಮಹಿಳೆಯರ ಆರೋಗ್ಯದ ಮಟ್ಟ ಆಕೆಗೆ ಜನಿಸುವ ಮಕ್ಕಳ ಆರೋಗ್ಯದ ಮೇಲೆಯೂ ಪರಿಣಾಮ ಬೀರುತ್ತದೆ. ಪೌಷ್ಠಿಕಾಂಶ ಕೊರತೆಯಿಂದಾಗಿ ದೇಶದ ಶೇ.80ರಷ್ಟು ಮಹಿಳೆಯರು ರಕ್ತಹೀನತೆಯಿಂದ ಬಳಲುತ್ತಾರೆ. 6 ತಿಂಗಳಿನಿಂದ 3 ವರ್ಷದೊಳಗಿನ ಮಕ್ಕಳಲ್ಲಿ ಶೇ.79ರಷ್ಟು ಮಕ್ಕಳು ರಕ್ತಹೀನತೆಯಿಂದ ಬಳಲುತ್ತಿದ್ದಾರೆ. 5 ವರ್ಷದೊಳಗಿನ ಶೇ.51ರಷ್ಟು ಮಕ್ಕಳು ಕುಂಠಿತ ಬೆಳವಣಿಗೆ ಹೊಂದಿದ್ದಾರೆ. 2–6 ವರ್ಷದೊಳಗಿನ ಇಬ್ಬರಲ್ಲಿ ಒಬ್ಬ ಮಗುವಿನ ತೂಕ ಕಡಿಮೆಯಿದೆ. ಅಪೌಷ್ಟಿಕತೆಯೊಂದನ್ನು ಹೋಗಲಾಡಿಸಿದರೆ ಈ ಎಲ್ಲ ಸಮಸ್ಯೆಗಳನ್ನೂ ಮೀರುವುದು ಸಾಧ್ಯವಿದೆ. ಆದರೆ ಆಹಾರ ಸಬ್ಸಿಡಿಯ ಹಿಂತೆಗೆತವನ್ನು ತನ್ನ ನೀತಿಯನ್ನಾಗಿಸಿಕೊಂಡಿರುವ ಸರ್ಕಾರ ಹಂತ ಹಂತವಾಗಿ ಸಾರ್ವಜನಿಕ ಪಡಿತರ ಪದ್ಧತಿಯನ್ನು ನಿಷ್ಕ್ರಿಯಗೊಳಿಸಿ ಬೆಲೆನಿಯಂತ್ರಣಕ್ಕೆ ಯಾವುದೇ ಪ್ರಯತ್ನ ಪಡದೆ ಜನತೆಯ ಆಹಾರದ ಭದ್ರತೆಯನ್ನೇ ಇಲ್ಲವಾಗಿಸಿದೆ.

ಸೇವಾ ಸೌಲಭ್ಯಗಳು ಮಾತ್ರವೇ ಅಲ್ಲ ದೇಶದ ಪ್ರಾಕೃತಿಯ ಸಂಪನ್ಮೂಲಗಳೂ ಬಿಕರಿಯಾಗುತ್ತಿದೆ. ವ್ಯಾಪಕವಾಗಿರುವ ನೀರಿನ ಖಾಸಗೀಕರಣದಿಂದಾಗಿ ಅದು ಒಂದು ಕೊಳ್ಳುವ ವಸ್ತುವಾಗಿ ಮಾರ್ಪಟ್ಟಿದೆ. ಹಲವಾರು ಪ್ರದೇಶಗಳಲ್ಲಿ ಮಹಿಳೆಯರು ಕುಡಿಯುವ ನೀರು, ಉರುವಲಿಗಾಗಿ ಮೈಲಿಗಟ್ಟಲೆ ನಡೆಯುವ ಪ್ರಸಂಗಗಳಿವೆ.

ದೇಶದ ಕೇವಲ ಶೇ.33ರಷ್ಟು ಜನತೆಗೆ ನೈರ್ಮಲೀಕರಣದ ಲಭ್ಯತೆಯಿದೆ. ಎಷ್ಟೋ ಮನೆಗಳಲ್ಲಿ ಇಂದಿಗೂ ಶೌಚಾಲಯಗಳಿಲ್ಲ. ಹೆಣ್ಣುಮಕ್ಕಳು ಶಾಲೆಗೆ ತೆರಳದಿರಲೂ ಅಲ್ಲಿ ಶೌಚಾಲಯದ ಕೊರತೆ ಬಹುದೊಡ್ಡ ಕಾರಣ. ಶೌಚಾಲಯ ಮತ್ತು ನೈರ್ಮಲ್ಯೀಕರಣದ ಕೊರತೆ ಮಹಿಳೆಯರ ಆರೋಗ್ಯದ ಮೇಲೆ ತೀವ್ರ ಪರಿಣಾಮ ಬೀರುತ್ತದೆ. ಆಕೆಯ ಬದುಕು ಭಯದ ನೆರಳಿನಲ್ಲೇ ಸಾಗುತ್ತಿದೆ. ಇಂದಿಗೂ ಗ್ರಾಮೀಣ ಪ್ರದೇಶಗಳಲ್ಲಿ ಕತ್ತಲೆಯಲ್ಲಿ ಬಹಿರ್ದೆಶೆಗೆ ಹೋದಾಗಲೇ ಹೆಚ್ಚಿನ ಮಾನಭಂಗ ಮತ್ತು ದೌರ್ಜನ್ಯಗಳು ನಡೆಯುತ್ತವೆ. ಈ ಜಾಗಗಳಲ್ಲಿ ಬರಿಗಾಲಿನಲ್ಲಿ ಓಡಾಡುವ ಮಹಿಳೆಯರ ದೇಹ ಪ್ರವೇಶಿಸುವ ರೋಗಾಣುಗಳು ತೀವ್ರ ರಕ್ತಹೀನತೆಯನ್ನುಂಟು ಮಾಡುತ್ತವೆ.

ವ್ಯಾಪಕವಾಗಿರುವ ಶಿಕ್ಷಣದ ವ್ಯಾಪಾರೀಕರಣ ಶಿಕ್ಷಣವನ್ನು ಇನ್ನಷ್ಟು ದುಬಾರಿಯಾಗಿಸಿದೆ. ಶಿಕ್ಷಣದಿಂದ ಹೊರತಾಗಿರುವವರಲ್ಲಿ ಹೆಣ್ಣುಮಕ್ಕಳ ಸಂಖ್ಯೆಯೇ ದೊಡ್ಡದು. ವಿದ್ಯಾವಂತ ಕುಟುಂಬಗಳಲ್ಲೂ ತಾಂತ್ರಿಕ ವಿದ್ಯಾಭ್ಯಾಸದಂತಹ ವಿಚಾರದಲ್ಲಿ ಪ್ರಾಶಸ್ತ್ಯ ಗಂಡುಮಕ್ಕಳದಾಗಿದೆ.

ಅವಕಾಶಗಳ ಮಹಾಪೂರವೇ ಜಾಗತೀಕರಣದಿಂದ ಹರಿದು ಬಂದಿದೆ ಎಂದು ತುತ್ತೂರಿ ಊದುತ್ತಿರುವಾಗಲೇ ನಿಜವಾದ ಚಿತ್ರಣ ಬೇರೆಯದೇ ಮಾಹಿತಿ ನೀಡುತ್ತಿದೆ. ತಾಂತ್ರಿಕ ತಂತ್ರಜ್ಞಾನ ಕ್ಷೇತ್ರದ ಬೆಳವಣಿಗೆಯನ್ನೇ ಉದಾಹರಿಸಿ ಅದೇ ಪ್ರಗತಿಯೆಂಬಂತೆ ಚಿತ್ರಣ ನೀಡಲಾಗುತ್ತಿದೆ. ದೇಶದ ಒಟ್ಟು ಉದ್ಯೋಗಿಗಳಲ್ಲಿ 5.2 ಲಕ್ಷ ಈ ಉದ್ದಿಮೆಯಲ್ಲಿದ್ದಾರೆ. ಅದರಲ್ಲಿ ಶೇ.21ರಷ್ಟು ಮಹಿಳೆಯರು. ಉನ್ನತ ವಿದ್ಯಭ್ಯಾಸ, ತಾಂತ್ರಿಕ ನೈಪುಣ್ಯವಿದ್ದಾಗ್ಯೂ ಇಲ್ಲಿನ ಮಹಿಳಾ ಕೆಲಸಗಾರರು ತಾರತಮ್ಯ ಎದುರಿಸುತ್ತಿದ್ದಾರೆ. ಕುಟುಂಬ ಮತ್ತು ಉದ್ಯೋಗಗಳೆರಡರ ಸಮತೋಲನದಲ್ಲಿ ಯಾವುದಾದರೂ ಒಂದನ್ನು ಮಾತ್ರವೇ ಆಯ್ಕೆ ಮಾಡಿಕೊಳ್ಳಬೇಕಾದ ಅನಿವಾರ್ಯತೆಯುಂಟಾಗಿದೆ.

ಜಾಗತೀಕರಣದ ಈ ದಶಕಗಳಲ್ಲಿ ಅತ್ಯಂತ ಹೆಚ್ಚಳ ಕಂಡಿರುವ ಉದ್ಯೋಗವೆಂದರೆ ಗೃಹಕೃತ್ಯದ ಸಹಾಯಕರದು. ಅಡಿಗೆಯವರು, ಮನೆ ಸ್ವಚ್ಛಗೊಳಿಸುವವರು, ಶಿಶುಪಾಲಕ ಉದ್ಯೋಗಗಳಲ್ಲಿ ಹೆಚ್ಚಳವುಂಟಾಗಿದೆ ಒಂದು ಅಂದಾಜಿನಂತೆ ಹೀಗೆ ಕೆಲಸ ಮಾಡುತ್ತಿರುವವರ ಸಂಖ್ಯೆ 39.25ಲಕ್ಷ.

ಇಷ್ಟಲ್ಲದೆ ಹೋಟೆಲು ಮತ್ತು ರೆಸ್ಟೋರೆಂಟ್‌ಗಳಲ್ಲಿ ಸ್ವಚ್ಛತಾ ಸಿಬ್ಬಂದಿಗಳಾಗಿ ಮಹಿಳೆಯರು ಕೆಲಸ ಮಾಡಲಾರಂಭಿಸಿದ್ದಾರೆ. ಸುಮಾರು 2.78 ಲಕ್ಷ ಮಹಿಳೆಯರು ಇಂತಹ ಕೆಲಸಗಳಲ್ಲಿ ತೊಡಗಿದ್ದಾರೆ.

ಒಟ್ಟಾರೆಯಾಗಿ ವಿಮರ್ಶಿಸಿದಾಗ ಅದೃಶ್ಯರೆನಿಸಿದ್ದ ಮಹಿಳೆಯರು ಎಲ್ಲ ವಲಯಗಳಲ್ಲಿ ಕಾಣಸಿಗುತ್ತಿದ್ದಾರೆ ನಿಜ. ಆದರೆ ಅದಕ್ಕೆ ಅವರು ತೆರುತ್ತಿರುವ ಬೆಲೆ ಬಹಳ ದೊಡ್ಡದಿದೆ. ಉದ್ಯೋಗಗಳಿಗೆ ಮಹಿಳೆಯರನ್ನು ನೇಮಿಸಿಕೊಳ್ಳುವಲ್ಲಿ ಅದೇ 'ಹೆಚ್ಚು ದುಡಿಮೆ ಗಳಿಕೆ ಕಡಿಮೆ' ಎಂಬ ಶೋಷಕ ಪ್ರವೃತ್ತಿಯೇ ಕೆಲಸ ಮಾಡುತ್ತಿದೆ. ಮಹಿಳೆಯ ದುಡಿಮೆಯ ಲಾಭ ಉದ್ಯಮ ಪತಿಗಳ ಲಾಭವಾಗುತ್ತಿದೆಯೇ ವಿನಃ ಅವರ ಬದುಕಿನ ಮಟ್ಟವನ್ನೇನೂ ಅದು ಹೆಚ್ಚಿಸಿಲ್ಲ. ಉತ್ತಮ ವಿದ್ಯಾಭ್ಯಾಸ, ಸಮಾನ ಅವಕಾಶ ಲಭ್ಯವಾಗಿರುವ ಬೆರಳೆಣಿಕೆಯಷ್ಟು ಮಂದಿಯನ್ನು ತೋರಿಸಿ ಇಂದಿನ ಮಹಿಳಾ ಸಬಲೀಕರಣವಾಗಿದೆಯೆಂಬ ಭ್ರಮೆ ಹುಟ್ಟಿಸಲಾಗಿದೆ.

ಮಹಿಳೆಯ ಎಲ್ಲ ಕಷ್ಟಗಳಿಗೆ ಜಾಗತೀಕರಣವೇ ಕಾರಣವಲ್ಲ ನಿಜ. ಆದರೆ ಅದು ವ್ಯವಸ್ಥೆಯಲ್ಲಿನ ಎಲ್ಲ ಪುರುಷ ಪ್ರಧಾನ ಮೌಲ್ಯಗಳನ್ನೇ ಪೋಷಿಸುತ್ತ ಆಕೆಯ ಬದುಕನ್ನು ಇನ್ನಷ್ಟು ಸಂಕಷ್ಟಕ್ಕೀಡು ಮಾಡಿದೆ. ಜಾಗತೀಕರಣ ಪ್ರಕ್ರಿಯೆಯಲ್ಲಿ ಮಹಿಳೆಯರನ್ನು ಎರಡು ದೃಷ್ಟಿಕೋನದಿಂದ ನೋಡಲಾಗಿದೆ. ಒಂದು, ಆಕೆ ದುಡಿಮೆಯ ಮೂಲಕ ಹೆಚ್ಚಿನ ಲಾಭ ತರಬಹುದಾದ ಸಾಧನ; ಇನ್ನೊಂದು, ಉತ್ಪನ್ನಗಳ ಮಾರಾಟದ ಬಹುದೊಡ್ಡ ಅಂಗ. ಹಾಗಾಗಿ ಈ ಮಾರುಕಟ್ಟೆಯ ನಿರ್ಮಾಣ ಮತ್ತು ವಿಸ್ತರಣೆಯ ಪ್ರಕ್ರಿಯೆಯಲ್ಲಿ ಆಕೆಯನ್ನೂ ಒಂದು ಸರಕನ್ನಾಗಿಯೇ ಬಳಸಿಕೊಳ್ಳಲಾಗುತ್ತಿದೆ. ಇದು ಮಹಿಳೆಯರ ಸ್ವತಂತ್ರ, ಸಂಪೂರ್ಣ ಅಸ್ತಿತ್ವವನ್ನೇ ನಿರಾಕರಿಸುತ್ತದೆ. ಮಾಧ್ಯಮಗಳಲ್ಲಿ ಮಹಿಳೆಯರ ಕೀಳು ಚಿತ್ರಣ ಒಟ್ಟಾರೆ ಸಮಾಜದಲ್ಲಿ ಆಕೆಯ ಸ್ಥಾನಮಾನವನ್ನು ಎರಡನೆಯ ದರ್ಜೆಯವಳನ್ನಾಗಿಸಿದೆ. ಏರುತ್ತಿರುವ ಮಹಿಳೆಯರ ಮೇಲಿನ ಹಿಂಸಾಚಾರಕ್ಕೂ ಇದು ಬಹುದೊಡ್ಡ ಕಾರಣ. ಕೌಟುಂಬಿಕವಾಗಿಯೂ ಮಹಿಳೆಯರ ಮೇಲಿನ ದೌರ್ಜನ್ಯ ಏರುತ್ತಲೇ ಇದೆ. ಮಹಿಳೆಯರ ಮೇಲಿನ ಹಿಂಸಾಚಾರ ಯಾವುದೇ ನಾಗರಿಕ ಸಮಾಜ ತಲೆತಗ್ಗಿಸುವಂತಹುದು. ಮಹಿಳೆಯರ ಮೇಲಿನ ಹಿಂಸಾಚಾರದ ಹೆಚ್ಚಳ ನಾಗರಿಕ ಸಮಾಜದ, ನಿಯಂತ್ರಣದ ಸೋಲು ಮಾತ್ರವಲ್ಲ ಅದೊಂದು ಮಾನವ ಹಕ್ಕಿನ ಉಲ್ಲಂಘನೆ, ಸಾಮಾಜಿಕ ಅಸ್ವಸ್ಥತೆ. ಮಹಿಳೆಯರ ವಿರುದ್ಧದ ಅಪರಾಧದ ಅಂಕಿ-ಅಂಶಗಳು ಮೈನಡುಗಿಸುವಂತಿವೆ. ಪ್ರತಿ 26 ನಿಮಿಷಕ್ಕೊಬ್ಬ ಮಹಿಳೆಯ ಮೇಲೆ ದೈಹಿಕ ಹಲ್ಲೆ ನಡೆಯುತ್ತಿದ್ದರೆ, ಪ್ರತಿ 34 ನಿಮಿಷಕ್ಕೊಮ್ಮೆ ಮಾನಾಪಹರಣವಾಗುತ್ತಿದ್ದರೆ, ಪ್ರತಿ 42 ನಿಮಿಷಕ್ಕೊಮ್ಮೆ ಮಹಿಳೆ ಒಂದಲ್ಲ ಒಂದು ರೂಪದ ಲೈಂಗಿಕ ಕಿರುಕುಳಕ್ಕೊಳ ಪಡುತ್ತಿದ್ದಾಳೆ. ಪ್ರತಿ 43 ನಿಮಿಷಕ್ಕೆ ಒಬ್ಬ ಮಹಿಳೆಯರ ಅಪಹರಣವಾಗುತ್ತಿದೆ. ಪ್ರತಿ 93 ನಿಮಿಷಕ್ಕೆ ಒಬ್ಬ ಮಹಿಳೆ ವರದಕ್ಷಿಣೆ ಸಾವನ್ನಪ್ಪುತ್ತಿದ್ದಾಳೆ. ದೇಶದಲ್ಲಿ ದಾಖಲಾಗುತ್ತಿರುವ ಕ್ರಿಮಿನಲ್

ಅಪರಾಧಗಳಲ್ಲಿ ಶೇ.93 ಮಹಿಳೆಯರಿಗೆ ಸಂಬಂಧಿಸಿದ್ದೇ ಆಗಿದೆ. ಹಾಗಿದ್ದೂ ಶಿಕ್ಷೆಗೆ ಒಳಪಟ್ಟವರ ಸಂಖ್ಯೆ ನಗಣ್ಯವೆನ್ನಿಸುವಷ್ಟು ಚಿಕ್ಕದಿದೆ.

ಮಹಿಳೆಯ ಮೇಲಿನ ಹಿಂಸಾಚಾರದ ಉಗಮವಾಗುತ್ತಿರುವುದೇ ಮನೆಗಳಲ್ಲಿ. ಈ ಹಿಂಸೆಯ ಉಗ್ರರೂಪವಾದ ತಾರತಮ್ಯವನ್ನು ಆಕೆ ಹುಟ್ಟಿದಾಗಿನಿಂದಲೇ ಅನುಭವಿಸುತ್ತಾಳೆ. ಸಹಜವಾಗಿಯೇ ಆಕೆ ತನ್ನನ್ನು ಒಂದು ಪರಿಪೂರ್ಣ ವ್ಯಕ್ತಿಯೆಂದು ಪರಿಭಾವಿಸುವುದಿಲ್ಲ. ಒಬ್ಬ ಅಸಮಾನ ಪಾಲುದಾರಳೆಂಬ ಕೀಳರಿಮೆಯೊಂದಿಗೆ ಆಕೆ ಬೆಳೆಯುತ್ತಾಳೆ.

ಹೊಲಸು ಕೊಳ್ಳುಬಾಕತನದ ಕಾರಣದಿಂದಲೂ ವರದಕ್ಷಿಣೆಯ ಪ್ರಕರಣಗಳು ಹೆಚ್ಚುತ್ತಿವೆ. ಇದು ಮನೆಯೊಳಗಿನ ಹಿಂಸಾಚಾರಕ್ಕೆ ಇನ್ನಷ್ಟು ಇಂಬು ಕೊಟ್ಟಿದೆ. 2009ರ ವೇಳೆಗೆ ಗಂಡ ಮತ್ತು ಇತರ ಕುಟುಂಬದ ಸದಸ್ಯರಿಂದ ಹಿಂಸಾಚಾರದ ದೂರುಗಳ ಸಂಖ್ಯೆ ಸುಮಾರು 90000 ಕ್ಕೇರಿದ್ದರೆ ವರದಕ್ಷಿಣೆಯ ಸಾವಿನ ಸಂಖ್ಯೆ 8300. ಬಹುತೇಕ ಇಂತಹ ಪ್ರಕರಣಗಳಲ್ಲಿ ದೂರು ಸಲ್ಲಿಸುವಲ್ಲಿ ಇರುವ ಹಿಂಜರಿಕೆಯನ್ನು ಗಮನಿಸಿದರೆ ಇದು ವಾಸ್ತವವಾಗಿ ಇರುವ ವ್ಯಾಪಕ ಹಿಂಸಾಚಾರದ ಒಂದಂಶ ಮಾತ್ರ ಎಂಬುದು ಸ್ಪಷ್ಟವಾಗುತ್ತದೆ.

ಹೆಣ್ಣೆಂದರೆ ಹೊರೆ ಎನ್ನುವ ಭಾವನೆಯನ್ನು ಇದು ಹರಡಿ ಹೆಣ್ಣಿಗೆ ಹುಟ್ಟುವ ಅಧಿಕಾರವನ್ನೇ ಇಲ್ಲವಾಗಿಸಲಾಗಿದೆ. ಹೆಚ್ಚುತ್ತಿರುವ ಭ್ರೂಣಹತ್ಯಾ ಪ್ರಕರಣ ಮತ್ತು ಏರುತ್ತಿರುವ ಗಂಡು ಹೆಣ್ಣಿನ ಲಿಂಗಾನುಪಾತ ಇದನ್ನೇ ಶೃತ ಪಡಿಸುತ್ತದೆ.

1990 ರಲ್ಲಿ 1000 ಗಂಡು ಮಕ್ಕಳಿಗೆ ಹೆಣ್ಣು ಮಕ್ಕಳ ಸಂಖ್ಯೆ 945 ಇದ್ದದ್ದು 2000 ಕ್ಕೆ 927 ಕ್ಕಿಳಿದಿತ್ತು. 2010 ರ ವೇಳೆಗೆ ಅದು 918 ಕ್ಕಿಳಿದಿದೆ. ಅತಿ ಕನಿಷ್ಟ ಲಿಂಗಾನುಪಾತ ಶ್ರೀಮಂತ ರಾಜ್ಯಗಳಾದ ಪಂಜಾಬ್ ಮತ್ತು ಹರ್ಯಾಣಗಳಲ್ಲಿ ದಾಖಲಾಗಿದೆ. ಸಮಾನತೆಯತ್ತ ದಾಪುಗಾಲು ಹಾಕಬೇಕಿದ್ದ ಕಾಲದಲ್ಲಿ ಹೆಣ್ಣು ಹುಟ್ಟುವ ಹಕ್ಕನ್ನೇ ಕಳೆದುಕೊಳ್ಳುತ್ತಿದ್ದಾಳೆ. ಹೀಗೆ ಹುಟ್ಟದೇ ಸಾಯುವ ಹೆಣ್ಣು ಮಕ್ಕಳ ಸಂಖ್ಯೆ 4.26 ಕೋಟಿ ಎಂದು ವಿಶ್ವಸಂಸ್ಥೆಯ ಅಭಿವೃದ್ಧಿ ವರದಿ ಉಲ್ಲೇಖಿಸಿದೆ.

ಇಳಿಮುಖವಾಗುತ್ತಿರುವ ಹೆಣ್ಣುಗಳ ಸಂಖ್ಯೆ ಸಾಮಾಜಿಕ ಅಸಮತೋಲನ ಮಾತ್ರವೇ ಅಲ್ಲ, ಸಾಮಾಜಿಕ ಬೆಳವಣಿಗೆಗೂ ಕುಂದನ್ನುಂಟುಮಾಡುತ್ತದೆ. ಅಸಮಾನ ಅವಕಾಶಗಳಿಂದಾಗಿ ಬಹು ಅಮೂಲ್ಯ ಮಾನವ ಸಂಪನ್ಮೂಲದ ನಷ್ಟವುಂಟಾಗುತ್ತದೆ. ಇದು ಯಾವುದೇ ಸಮಾಜಕ್ಕೆ ಅತ್ಯಂತ ಮಾರಕವಾದುದು.

ಅವಕಾಶಗಳ ಕೊರತೆ ಮತ್ತು ಏರುತ್ತಿರುವ ಬದುಕಿನ ಬೇಡಿಕೆಗಳ ಕಾರಣದಿಂದಾಗಿ ಮಹಿಳೆಯರೂ ಸ್ಥಳದಿಂದ ಸ್ಥಳಕ್ಕೆ ವಲಸೆ ಹೋಗುವುದನ್ನು ಕಾಣಬಹುದಾಗಿದೆ. ಇಂತಹ ವಲಸೆಗಾರ ಹೆಣ್ಣು ಮಕ್ಕಳು ಅತ್ಯಂತ ದುರ್ಬಲರಾಗಿದ್ದು ಬಹು ಬೇಗ

ದಾಳಿಗೊಳಗಾಗುತ್ತಾರೆ. ಹೀಗೆ ವಲಸೆ ಹೋದ ಹೆಣ್ಣು ಮಕ್ಕಳ ಆದಾಯದಿಂದ ಅವರ ಕುಟುಂಬಗಳು ಮಾತ್ರವಲ್ಲ ಸರ್ಕಾರಕ್ಕೂ ವಿದೇಶೀ ವಿನಿಮಯ ದೊರೆಯುವಂತಾಗಿದೆ. ಗಡಿನಾಡುಗಳಲ್ಲಿ ಮಾತ್ರವಲ್ಲ ದೇಶದೊಳಗೂ ಮಹಿಳೆಯರು ವಲಸೆ ಕೆಲಸಗಾರರಾಗಿ ತೆರಳುತ್ತಿದ್ದಾರೆ. ಆದರೆ ಅವರ ರಕ್ಷಣೆಗೆ ಯಾವುದೇ ಕಾನೂನಿಲ್ಲ ಎಂಬುದು ಖೇದನೀಯ.

ಜಾಗತೀಕರಣದ ಈ ಎರಡು ದಶಕಗಳಲ್ಲಿ ಅಗಾಧ ಬೆಳವಣಿಗೆಯಾಗಿರುವ ಇನ್ನೊಂದು ಕ್ಷೇತ್ರವೆಂದರೆ ವೇಶ್ಯಾವಾಟಿಕೆ. ಹಣಗಳಿಸುವ ಮತ್ತು ಕುಟುಂಬ ನಿರ್ವಹಿಸಲು ಅನಿವಾರ್ಯವಾಗಿ ಹೆಣ್ಣು ಮಕ್ಕಳು ಈ ಹಾದಿ ಹಿಡಿದಿದ್ದಾರೆ. ಇದಲ್ಲದೆ ಹೆಣ್ಣುಮಕ್ಕಳ ಸಾಗಾಣಿಕೆಯಿಂದ ಲಾಭ ಮಾಡುವವರ ಜಾಲವೇ ಕಾರ್ಯ ಸನ್ನದ್ಧವಾಗಿದೆ.

ಇಷ್ಟೇ ಸಾಲದೆಂಬಂತೆ ಸಂಪ್ರದಾಯ ಮತ್ತು ಧಾರ್ಮಿಕ ಸಂಕೋಲೆಗಳು ಹೆಣ್ಣನ್ನು ಇಂದಿಗೂ ಹಿಡಿದಿಟ್ಟಿವೆ. ದೇವದಾಸಿಯಂತಹ ಪದ್ಧತಿಗಳು ಇಂದಿಗೂ ಮುಂದುವರೆದಿವೆ. ಹೆಣ್ಣಿನ ಆಯ್ಕೆಯ ಸ್ವಾತಂತ್ರ್ಯವನ್ನೇ ಇಲ್ಲವಾಗಿಸುವ ಖಾಪ್ ಪಂಚಾಯತಗಳು ಇಂದಿಗೂ ಕಾರ್ಯನಿರ್ವಹಿಸುತ್ತಿವೆ. ಹೆಣ್ಣೆಂದರೆ ವಿಲಾಸದ ವಸ್ತು ಎಂಬ ಪುರುಷಪ್ರಧಾನ ಧೋರಣೆ ಮುಂದುವರೆಯುವುದನ್ನು ಮಾರುಕಟ್ಟೆ ಸಂಸ್ಕೃತಿ ಪೋಷಿಸುತ್ತದೆ. ಸೌಂದರ್ಯ ಸ್ಪರ್ಧೆಗಳು ಮತ್ತು ಪ್ರಸಾಧನ ಮಾರುಕಟ್ಟೆ ಈ ಎಲ್ಲವೂ ಸೌಂದರ್ಯವೇ ಮಹಿಳೆಯ ಬದುಕಿನ ಪ್ರಧಾನ ಅಂಶ, ಸುಂದರಿಯಾಗಿರುವುದೇ ಬುದಕಿನ ಮುಖ್ಯ ಉದ್ದೇಶ ಎಂಬಂತೆ ಪ್ರತಿಬಿಂಬಿಸುತ್ತಿವೆ. ಇದರಲ್ಲಿ ಮಹಿಳೆ ಮೈಮರೆಯದೆ ಆಕೆ ಬದುಕಿನ ಸತ್ವ ಕಂಡುಕೊಳ್ಳಬೇಕಿದೆ.

ಈ ವ್ಯವಸ್ಥೆಯಲ್ಲಿ ಮಹಿಳೆಯ ಸಮಾನತೆ ಖಂಡಿತಕ್ಕೂ ಸಾಧ್ಯವಿಲ್ಲ. ಜಾಗತೀಕರಣದಲ್ಲಿ ಪಾಲುದಾರರಾಗಿ ಜನತೆಯ ಪೋಷಕರೇ ಶೋಷಕರಾಗಿದ್ದಾರೆ. ಅಸಮಾನತೆಯನ್ನು ಇಲ್ಲವಾಗಿಸಿ ಸಮಾನತೆಯನ್ನು ಹುಟ್ಟುಹಾಕಬೇಕಿದ್ದ ಸರ್ಕಾರವೇ ಆ ಅಸಮಾನತೆಗೆ ಬೆಂಬಲ ನೀಡುತ್ತಿದೆ. ಸರ್ಕಾರವೇ ನೇಮಿಸಿರುವ ಲಕ್ಷಾಂತರ ಹೆಣ್ಣುಮಕ್ಕಳು ಅಂಗನವಾಡಿ, ಬಿಸಿಯೂಟ, ಆಶಾ ಸಹಾಯಕಿಯರಾಗಿ ದುಡಿಯುತ್ತಿದ್ದಾರೆ. ಅವರನ್ನು ಸ್ವಯಂ ಸೇವಕರು, ಸೇವಾ ಕಾರ್ಯಕರ್ತೆಯರೆಂಬ ಹೆಸರಿನಿಂದ ಗುರುತಿಸಿ ಅವರಿಗೆ ಕನಿಷ್ಟ ವೇತನ ಮತ್ತಿತ್ತರ ಸೇವಾ ಸೌಲಭ್ಯಗಳನ್ನು ಸರ್ಕಾರ ನಿರಾಕರಿಸುತ್ತಿದೆ. ಮಹಿಳೆಯರನ್ನೂ ಸೇರಿದಂತೆ ಒಟ್ಟಾರೆ ಕಾರ್ಮಿಕ ವರ್ಗದ ಶೋಷಣೆ ನಡೆಯುತ್ತಿರುವಾಗ, ಸಂವಿಧಾನದ ಉಲ್ಲಂಘನೆಯಾದಾಗ ಅದನ್ನು ಪ್ರಶ್ನಿಸುವ ಬದಲಿಗೆ ಸರ್ಕಾರ ಶೋಷಕರ ಪರವಾಗಿ ನಿಲ್ಲುತ್ತಿದೆ. ಬಹುತೇಕ ಜನತೆಯ ಅಭಿವೃದ್ಧಿಯ ಯೋಜನೆಗಳಿಗೆ ಹಣಹೂಡುವಾಗ ಸಂಪನ್ಮೂಲ ಕೊರತೆಯ ನೆಪವೊಡ್ಡುವ ಸರ್ಕಾರ ದೊಡ್ಡ ದೊಡ್ಡ ಉದ್ದಿಮೆದಾರರು ಮತ್ತು ಬಂಡವಾಳಿಗರಿಗೆ ಕೋಟಿಗಟ್ಟಲೆ ತೆರಿಗೆ ವಿನಾಯ್ತಿ ನೀಡುತ್ತಿದೆ. ಇಂದಿನ ಪರಿಸ್ಥಿತಿಯಲ್ಲಿ ಒಂದೇ ದೇಶದೊಳಗೆ ಝುಗಮಗಿಸುವ ಭಾರತ ಒಂದೆಡೆಯಾದರೆ

ದಹಿಸುತ್ತಿರುವ ಭಾರತ ಇನ್ನೊಂದೆಡೆ. ಇಂತಹ ಅಗಾಧವಾದ ಅಸಮಾನತೆ ಹರಡುತ್ತಿರುವಾಗ ಮಹಿಳೆಯರ ಸಮಾನತೆ ಮತ್ತು ಸಬಲೀಕರಣ ದೂರದ ಮಾತಾಗಿದೆ. ಹಾಗಾಗಿ ಇಂದಿನ ಮಹಿಳಾ ಚಳುವಳಿಯ ಕಣ್ಣೋಟ, ಇನ್ನಷ್ಟು ವ್ಯಾಪಕವಾಗಬೇಕಿದೆ. ವ್ಯವಸ್ಥೆಯನ್ನು ಪ್ರಶ್ನಿಸುವ ಇಡಿಯ ನೀತಿಗಳನ್ನೇ ಬದಲಿಸುವ ಸಶಕ್ತ ಸ್ವರೂಪದ ಹೋರಾಟವಾಗಬೇಕಿದೆ.

ವಿಶ್ವದ ಆಗುಹೋಗುಗಳನ್ನು ಗಮನಿಸಿದಾಗ ಆಶಾವಾದಕ್ಕೆ ಅವಕಾಶವಿದೆ. ಜಾಗತೀಕರಣದ ವಿರುದ್ದ ನಡೆಯುತ್ತಿರುವ ಎಲ್ಲ ಜಾಗತಿಕ ಹೋರಾಟಗಳಲ್ಲಿ ಮಹಿಳೆಯರು ಹೆಚ್ಚು ಹೆಚ್ಚು ಭಾಗವಹಿಸುತ್ತಿದ್ದಾರೆ. ಕೇವಲ ತಮ್ಮ ವಲಯದ ಬೇಡಿಕೆಗಳಿಗಾಗಿ ಮಾತ್ರವಲ್ಲ. ಉದಾರೀಕರಣ ನೀತಿಗಳ ವಿರುದ್ಧವಾಗಿಯೂ ಭಾರತದ ದುಡಿಯುವ ಜನತೆ ನಡೆಸಿದ ಹೋರಾಟಗಳಲ್ಲಿ ಮಹಿಳಾ ಕಾರ್ಮಿಕರು ಧೀರೋದ್ದಾತರಾಗಿ ತೊಡಗಿಕೊಂಡಿರುವುದು ಮಾತ್ರವಲ್ಲ ಅದಕ್ಕೆ ಸಮರ್ಥ ನಾಯಕತ್ವವನ್ನೂ ನೀಡಿದ್ದಾರೆ.

ಅಂತರ್ರಾಷ್ಟ್ರೀಯ ಮಹಿಳಾದಿನದ
ಶತಮಾನೋತ್ಸವ ಸಂದರ್ಭದಲ್ಲಿನ
ಎರಡು ವ್ಯಂಗ್ಯ ಚಿತ್ರಗಳು

ಮಹಿಳೆಯರು ಈಗ ತಮ್ಮ ಕಾಲ
ಮೇಲೆ ನಿಂತಿರುವಾಗ.........
ಅವರ ಹೆಗಲ ಮೇಲೆ ಇನ್ನೂ ಇದೆ
ಪುರುಷ ಪ್ರಾಧಾನ್ಯತೆಯ ಹೊರೆ

ಶತಮಾನದ ಗುರಿಗಳ ಈಡೇರದ ಭರವಸೆಗಳಿಗೆ ಮತ್ತಷ್ಟು ಭರವಸೆಗಳು

'ಈ ದಿನ ನಿಮ್ಮ ದಿನ'

ಆಹಾ ಕೇಳುತ್ತಲೇ ರೋಮಾಂಚನ. ವರ್ಷದ 365 ದಿನಗಳಲ್ಲಿ ಒಂದು ದಿನ ನಿಮ್ಮದೇ! ಈ ದಿನ ಮಾರ್ಚ್ 8. ಅಂತರಾಷ್ಟ್ರೀಯ ಮಹಿಳಾ ದಿನ. ಮಹಿಳೆಯಾಗಿ ಸಂಭ್ರಮಿಸಿ, ಆಚರಿಸಿ. ಅಂತರಾಷ್ಟ್ರೀಯ ಮಹಿಳಾ ದಿನದ ಸಲುವಾಗಿ ನಗರದ ಪ್ರಸಿದ್ಧ ಜವಳಿ ಮಳಿಗೆ ಶೇ.50 ರ ಭಾರೀ ರಿಯಾಯ್ತಿ ಘೋಷಿಸಿದೆ. ಎಲ್ಲ ಗೃಹಕೃತ್ಯದ ಉಪಕರಣಗಳ ಮೇಲೆ ಭಾರಿ ರಿಯಾಯ್ತಿ; ಮೈಕ್ರೋವೇವ್, ಮಿಕ್ಸಿ, ಗ್ರೈಂಡರ್‌ಗಳೊಂದಿಗೆ ನಿಮ್ಮ ಹೆಣ್ತನದ ಆನಂದ ಹಂಚಿಕೊಳ್ಳಿ. ವಿ.ಎಲ್.ಸಿ.ಸಿ.ಯ ಭರ್ಜರಿ ರಿಯಾಯ್ತಿಯಿಂದ ಮೈತೂಕ ಇಳಿಸಿಕೊಂಡು ಲತಾಂಗಿಯಾಗಿ–ರೇಡಿಯೋ ಎಫ್.ಎಂ.ನ ಮಹಿಳಾ ದಿನದ ವಿಶೇಷ ಪ್ರಸಾರ ಕೇಳುತ್ತಿದ್ದಂತೆ ವಿಷಾದದ ನೆನಪಿಗೆ ಹಾದು ಹೋಯ್ತು. ತನಗೆ ಲಾಭವಾಗುವುದಾದರೆ ಎಲ್ಲ ದಿನಗಳನ್ನೂ ಮಹತ್ವಪೂರ್ಣವನ್ನಾಗಿಸುತ್ತದೆ ಮಾರುಕಟ್ಟೆ. ಯಾವ ವ್ಯವಸ್ಥೆಯ ವಿರುದ್ದದ ಹೋರಾಟದ ಯಶಸ್ಸಿನ ನೆನಪಿನಲ್ಲಿ ಅಂತರಾಷ್ಟ್ರೀಯ ಮಹಿಳಾದಿನ ಘೋಷಣೆಯಾಯ್ತೊ ಅದೇ ವ್ಯವಸ್ಥೆ ತನ್ನ ಲಾಭಕ್ಕಾಗಿ ಅಂತರಾಷ್ಟ್ರೀಯ ಮಹಿಳಾ ದಿನವನ್ನು ಬಳಸಿಕೊಳ್ಳುವ ಪರಿಯಿದು.

ಅಂತರಾಷ್ಟ್ರೀಯ ಮಹಿಳಾ ದಿನ ನೂರು ವರ್ಷ ಪೂರೈಸಿದ ಈ ಸಂದರ್ಭದಲ್ಲೂ ಅದರ ನಿಜವಾದ ಅರ್ಥವನ್ನು ಮರೆಮಾಡಿ ಅದನ್ನು ಕೇವಲ ಒಂದು ಸಂಭ್ರಮದ ಆಚರಣೆಗೆ ಮಾತ್ರವೇ ಸೀಮಿತವಾಗಿರಿಸುವುದನ್ನು ಎಲ್ಲೆಡೆ ಕಾಣುತ್ತೇವೆ. ಸೌಂದರ್ಯ, ಒಡವೆ, ವಸ್ತ್ರಾಭರಣ ಮತ್ತು ಗೃಹಕೃತ್ಯ ಇವುಗಳೊಂದಿಗೆ ಮಹಿಳೆಯನ್ನು ಸಮೀಕರಿಸಿ ಈ ವ್ಯವಸ್ಥೆಗೆ, ಅದನ್ನು ಮುಂದುವರೆಸುವುದಕ್ಕೆ ಮಹಿಳೆಯನ್ನು ಒಪ್ಪಿಸುವ ಒಂದು ಹುನ್ನಾರವೇ ಇದಾಗಿದೆ. ಅಂತರಾಷ್ಟ್ರೀಯ ಮಹಿಳಾ ದಿನದ ಕ್ರಾಂತಿಕಾರಿ ಆಶಯವನ್ನು ಹೊರತಾಗಿಸಿ ಆಚರಿಸಲ್ಪಡುವ ಇಂತಹ ಮಹಿಳಾದಿನ, ಒಂದು ಶತಮಾನದ ಹಿಂದೆ ಆರಂಭವಾದ ಅಂತರ್ರಾಷ್ಟ್ರೀಯ ಮಹಿಳಾ ದಿನದ ಆಶಯಕ್ಕೆ ತದ್ವಿರುದ್ಧವಾಗಿದೆ.

ಕಳೆದ ಎರಡು ದಶಕಗಳ ಜಾಗತೀಕರಣದ ಅನುಭವ ಮತ್ತು ಇಂದಿನ ಮಹಿಳೆಯರ ಸ್ಥಿತಿಗತಿಗಳನ್ನು ನೋಡಿದಾಗ ಅಂತರಾಷ್ಟ್ರೀಯ ಮಹಿಳಾ ದಿನ ಹಿಂದೆಂದಿಗಿಂತ ಹೆಚ್ಚು ಮಹತ್ವಪೂರ್ಣವೆನಿಸುತ್ತದೆ. ಮನೆಯೊಳಗಿನ ತೊತ್ತಾಗಿದ್ದ ಹೆಣ್ಣು ಕಾರ್ಮಿಕಳಾಗಿ ರೂಪಾಂತರಗೊಂಡಿದ್ದು ಬಂಡವಾಳಶಾಹಿಗಳ ಲಾಭದಾಸೆಯಿಂದಲೇ. ಸ್ತ್ರೀ ಪುರುಷನಿಗಿಂತ ಕೆಳದರ್ಜೆಯವಳು. ದುರ್ಬಲಳೆಂದು ಆಕೆಯನ್ನು ಪ್ರತಿಬಿಂಬಿಸಿ, ಆಕೆಯನ್ನು

ನಂಬಿಸಿ ಹೆಚ್ಚು ದುಡಿಮೆಗೆ ಕಡಿಮೆ ಕೂಲಿ ನೀಡಿ ಆಕೆಯ ಶ್ರಮಶಕ್ತಿ ಕದ್ದು ತನ್ನ ಲಾಭ ಹೆಚ್ಚಿಸಿಕೊಳ್ಳುವ ಸಾಧ್ಯತೆಯೇ ಮಹಿಳೆಯರನ್ನು ಮನೆಯಿಂದ ಹೊರತರಲು, ಉದ್ಯೋಗ ನೀಡಲು ಬಂಡವಾಳಶಾಹಿಗಳಿಗೆ ಪ್ರೇರೇಪಣೆ ನೀಡಿದ್ದು. ಹಾಗಾಗಿ ಮಹಿಳಾ ದಿನದ 100 ವರ್ಷಗಳ ನಂತರವೂ ಮಹಿಳೆಯರನ್ನು ಬಂಡವಾಳಶಾಹಿ ವ್ಯವಸ್ಥೆ ಅದೇ ನೆಲೆಗಟ್ಟಿನಲ್ಲಿ ನೋಡುತ್ತದೆ. ಮಾತ್ರವಲ್ಲ, ಅವರ ಸ್ಥಾನಮಾನವನ್ನು ಅಲ್ಲಿಯೇ ಶಾಶ್ವತಗೊಳಿಸಲು ಎಲ್ಲ ಪ್ರಯತ್ನ ನಡೆಸುತ್ತದೆ. ವಿದ್ಯಾವಂತರಾಗಿ, ಸಂಘಟಿತ ವಲಯಗಳಲ್ಲಿ ದುಡಿಯುವವರ ಪರಿಸ್ಥಿತಿ ಇದಕ್ಕಿಂತ ಸ್ವಲ್ಪ ಭಿನ್ನವಾಗಿದ್ದರೂ ಸಾಮಾಜಿಕವಾಗಿ ಅವರ ಸ್ಥಾನದಲ್ಲಿ ಅಂತಹ ಭಿನ್ನತೆಯೇನೂ ಇಲ್ಲವೆಂಬುದನ್ನು ನಾವು ಗುರುತಿಸಬಹುದು. ಮಹಿಳೆಗೆ ಈ ವ್ಯವಸ್ಥೆಯಲ್ಲೇ ಅವಕಾಶಗಳಿವೆ ಎಂದು ನಂಬಿಸಲು ಈ ವ್ಯವಸ್ಥೆ ಹಗಲು ರಾತ್ರಿ ಕಾರ್ಯವೆಸಗುತ್ತಿದೆ.

ಇಂದಿನ ಮಹಿಳೆ ಆಗಮಿಸಿದ್ದಾಳೆ, ಈ ಶತಮಾನದ ಮಾದರಿ ಹೆಣ್ಣು ಎಂದು ತೋರಿಸಲ್ಪಡುವ ವಿಶ್ವ ಸುಂದರಿಯರು. ದೊಡ್ಡ ದೊಡ್ಡ ಉದ್ಯಮಪತಿಗಳ ಪತ್ನಿಯರು, ಉದ್ದಿಮೆಗಳ ಒಡತಿಯರು ಈ ವ್ಯವಸ್ಥೆಯ ಲಾಭ ಪಡೆದವರು ಅವರನ್ನೇ ಆದರ್ಶವಾಗಿರಿಸಿಕೊಂಡು ನಡೆಸುವ ಮಹಿಳಾ ದಿನಗಳು ಬಹುತೇಕ ಮಹಿಳೆಯರ ಸ್ಥಾನಮಾನವನ್ನು ಮರೆಯಾಗಿಸಿ ಸಬಲೀಕರಣದ ಸಾಧನೆಯ ಭ್ರಮೆ ಸೃಷ್ಟಿಸುತ್ತವೆ. ಇದರಿಂದ ಹೊರತಾಗಿ ಮಹಿಳೆಯರ ಒಟ್ಟು ಸ್ಥಾನಮಾನ, ಆಕೆಯ ಸಾಧನೆ ಮತ್ತು ಗುರಿಗಳ ಒಟ್ಟಾರೆ ಕಣ್ಣೋಟ ಇಂದಿನ ತುರ್ತು ಅಗತ್ಯವಾಗಿದೆ.

ಒಟ್ಟು ಮಹಿಳಾ ಚಳುವಳಿಯೂ ಹಲವು ಅತಿರೇಕಗಳಿಂದ ನರಳುತ್ತಿದೆ. ತಮ್ಮ ತಮ್ಮ ಸಿದ್ಧಾಂತಗಳಿಗೆ ಬದ್ಧವಾದ ರಾಜಕೀಯ ಪಕ್ಷಗಳ ಕೃಪಾಪೋಷಿತ ಮಹಿಳಾ ಸಂಘಟನೆಗಳು ಒಂದೆಡೆಯಾದರೆ, ಇದರಿಂದ ಹೊರತಾದ ರಾಜಕೀಯವನ್ನೇ ಅಲ್ಲಗೆಳೆಯುವ ಸ್ವಯಂ ಸೇವಾ ಸಂಸ್ಥೆಗಳು ಸರ್ಕಾರೇತರ ಮಹಿಳಾ ಸಂಘಟನೆಗಳು ಇನ್ನೊಂದೆಡೆ. ಒಟ್ಟು ಸಮಾನತೆಯತ್ತ ತುಡಿಯದ, ಉಳ್ಳವರ ಪರವಾಗಿ ಕೆಲಸ ಮಾಡುವ ರಾಜಕೀಯ ಪಕ್ಷಗಳು ಮಹಿಳಾ ಸಮಾನತೆಯತ್ತ ಅದೇ ದೃಷ್ಟಿಕೋನ ಹೊಂದಿವೆ. ಹಾಗಾಗಿ ಮಹಿಳಾ ಸಬಲೀಕರಣ ಮತ್ತು ಸಮಾನತೆಯ ಮಾತು ಈ ಪಕ್ಷಗಳ 'ಪ್ರಗತಿಪರ' ಧೋರಣೆಯ ಮುಖವಾಡವೇ ಹೊರತು ಅವರು ಅದಕ್ಕೆ ಬದ್ಧವಾಗಿಲ್ಲ. ಹಾಗೆಂದೇ ನಿರಂತರ ಹೋರಾಟದ ನಂತರವೂ ಈ ಪಕ್ಷಗಳು ಶಾಸನಸಭೆಗಳಲ್ಲಿ ಮಹಿಳಾ ಮೀಸಲಾತಿಯನ್ನು ಜಾರಿಮಾಡಿಲ್ಲ. ವರ್ಷದಿಂದ ವರ್ಷಕ್ಕೆ ಮಹಿಳೆಯರ ಅಗತ್ಯಗಳಿಗೆ ಮಹಿಳಾಪರ ಯೋಜನೆಗಳಿಗೆ ಮೀಸಲಿಡುವ ಮೊತ್ತವನ್ನು ಕಡಿತಗೊಳಿಸಲಾಗುತ್ತಿದೆ. ಮಹಿಳೆಯರಿಗಾಗಿಯೇ ನಿರ್ದಿಷ್ಟ ಯೋಜನೆಗಳು ಜಾರಿಯಾಗುತ್ತಿಲ್ಲ. ಇತರ ವಿಚಾರಗಳಂತೆ ಮಹಿಳೆಯರ ಸಮಸ್ಯೆಗಳ ಪರಿಹಾರಕ್ಕೆ ಸ್ವಸಹಾಯವೇ ಮಂತ್ರವೆಂದು ಬಿಂಬಿಸಲಾಗುತ್ತಿದೆ. ಯಾವುದು ಜನತೆಗೆ ಹಕ್ಕಾಗಿ ದೊರೆಯಬೇಕೋ ಅದನ್ನು ಹಂಗಾಗಿ ನೀಡಲಾಗುತ್ತಿದೆ. ಇದಕ್ಕೆ ಪೂರಕವಾಗಿ ಹಲವಾರು

ಸ್ವಸಹಾಯ ಗುಂಪುಗಳು, ಸರ್ಕಾರೇತರ ಸಂಸ್ಥೆಗಳೂ ಕೆಲಸ ಮಾಡುತ್ತಿವೆ. ಹೀಗೆ ಕೆಲಸ ಮಾಡುವ ರಾಜಕೀಯ ಪಕ್ಷಗಳ ಅಂಗಸಂಸ್ಥೆಗಳೂ ಈ ವ್ಯವಸ್ಥೆಯನ್ನು ಪ್ರಶ್ನಿಸುವುದಿಲ್ಲ. ಬದಲಿಗೆ ಅದನ್ನು ಒಪ್ಪಿಕೊಳ್ಳುತ್ತಲೇ ಅದರಲ್ಲಿ ಅಲ್ಪಸ್ವಲ್ಪ ಲಾಭಗಳಿಸಲು, ಮುಂದುವರೆಯಲು ಪ್ರಯತ್ನಿಸುತ್ತವೆ. ಇದು ರೋಗದ ಮೂಲಕಾರಣವರಿಯದೆ ಮೇಲ್ಮೈಯ ಲಕ್ಷಣಗಳಿಗೆ ಮಾತ್ರವೇ ಚಿಕಿತ್ಸೆ ನೀಡುವುದಾಗಿದೆ.

ಮಹಿಳಾ ಸಮಾನತೆ ಮತ್ತು ಸಬಲೀಕರಣವೆನ್ನುವುದು ಇಡೀ ಸಮಾಜದ ಹೊಣೆಗಾರಿಕೆ. ಮಹಿಳೆಯರ ಸಮಾನತೆಯ ವಿಚಾರವನ್ನು ಸಮಾಜ ಮತ್ತು ಸಮುದಾಯದಿಂದ ಹೊರತಾಗಿ ಕಾಣುವುದು ಸಾಧ್ಯವಿಲ್ಲ. ಹಾಗಾಗಿ ಮಹಿಳೆಯರ ವಿಮುಕ್ತಿ ಕೇವಲ ಮಹಿಳೆಯರಿಂದಲೇ ಸಾಧ್ಯ ಎಂಬ ಸಂಕುಚಿತ ನಿಲುವನ್ನು ಮಹಿಳಾ ಸಂಘಟನೆಗಳು ತೊಡೆದು ಹಾಕಬೇಕಿದೆ. ಮಹಿಳಾ ಸಮಾನತೆ ಸಾಧ್ಯಯವಾಗಬೇಕಿದ್ದರೆ ಇಡೀ ಸಮಾಜದಲ್ಲಿ ಸಮಾನತೆ ನೆಲೆಸದೆ ಮಹಿಳೆಯರಿಗೆ ಸಮಾನತೆ ದೊರೆಯದು ಮತ್ತು ಮಹಿಳೆಯರ ಎಲ್ಲ ಸಮಸ್ಯೆಗಳಿಗೆ ಪುರುಷರೇ ಕಾರಣವೆಂಬ ಅತಿರೇಕ ತೊರೆದು ಮಹಿಳೆಯರ ಸಮಾನತೆಯ ಹೋರಾಟ ಮಹಿಳೆ ಮತ್ತು ಪುರುಷರಿಬ್ಬರದೂ ಎಂಬ ಸತ್ಯ ಮನಗಾಣಬೇಕಿದೆ.

ಅಂತರಾಷ್ಟ್ರೀಯ ಮಹಿಳಾ ದಿನದ ಯಶಸ್ಸು ಅಡಕವಾಗಿರುವುದು ಈ ಸತ್ಯದಲ್ಲೇ. ಆರಂಭಿಕ ದಿನಗಳಲ್ಲಿ ಮಹಿಳಾ ಕಾರ್ಮಿಕರನ್ನು ಪುರುಷ ಕಾರ್ಮಿಕರ ಪ್ರತಿಸ್ಪರ್ಧಿಗಳೆಂಬಂತೆ ಕಾಣಲಾಗಿತ್ತು. ಸಮಾನತೆಯ ತುಡಿತದಿಂದ ಅವರು ಹೋರಾಟಕ್ಕಿಳಿದಾಗ ಅದು ಕಾರ್ಮಿಕ ಚಳುವಳಿಯನ್ನು ದುರ್ಬಲಗೊಳಿಸುತ್ತದೆ ಎಂಬ ಆತಂಕವಿತ್ತು. ಅಂತರ್ರಾಷ್ಟ್ರೀಯ ಮಹಿಳಾ ದಿನದ ಘೋಷಣೆಯಲ್ಲಿ ಪಾತ್ರ ವಹಿಸಿದ್ದ ಅಲೆಗ್ಸಾಂಡ್ರ ಕೊಲಂತಾಯ್ ಹೇಳುವಂತೆ 'ಇಡೀ ವ್ಯವಸ್ಥೆಯನ್ನು ಬದಲು ಮಾಡಲು ಪುರುಷರು ಒಂದಾದಾಗ ಆ ಬದಲಾವಣೆ ಮಹಿಳೆಯರ ಭಾಗವಹಿಸುವಿಕೆ ಇಲ್ಲದೆ ಸಾಧ್ಯವೇ? ಮಹಿಳಾ ಚಳುವಳಿ ಮತ್ತು ಹೋರಾಟ ಪುರುಷರ ಹೋರಾಟಗಳಿಗೆ ಪೂರಕವಾದುದು. ಏಕೆಂದರೆ ಮಹಿಳೆ ಮಹಿಳೆಯಾಗಿ ತನ್ನ ಪ್ರತ್ಯೇಕತೆಯನ್ನುಳಿಸಿಕೊಳ್ಳುತ್ತಲೇ, ಕಾರ್ಮಿಕವರ್ಗದ ಒಂದು ಅಂಗವಾಗಿದ್ದಾಳೆ. ಮಹಿಳೆ ಮತ್ತು ಕಾರ್ಮಿಕಳು ಈ ಎರಡೂ ಆಕೆಯ ಗುರುತುಗಳು, ಐಡೆಂಟಿಟಿ. ಈ ಎರಡರಲ್ಲಿ ಯಾವೊಂದನ್ನು ಮರೆತರೂ ಚಳುವಳಿ ನಲುಗಬಲ್ಲದು. ಹಾಗಾಗಿ ಇದೆರಡನ್ನೂ ಗಮನದಲ್ಲಿರಿಸಿಕೊಂಡು ಮುಂದುವರೆದಾಗ ಮಾತ್ರವೇ ಕಾರ್ಮಿಕ ವರ್ಗಕ್ಕೆ ಯಶಸ್ಸು ದೊರೆಯಬಲ್ಲದು.

ಹಿಂದಿನ ಅಧ್ಯಾಯವೊಂದರಲ್ಲಿ ಗಮನಿಸಿದಂತೆ, ಈ ಅಂಶವನ್ನು ಗುರುತಿಸಿದ ಸಮಾಜವಾದಿ ರಾಷ್ಟ್ರಗಳು ಮಹಿಳಾ ಸಮಾನತೆಯನ್ನು ಕೇವಲ ಘೋಷಣೆಯಾಗಿ ಸ್ವೀಕರಿಸಲಿಲ್ಲ ಬದಲಿಗೆ ಅದನ್ನು ಕಾನೂನಾಗಿ ಅನುಷ್ಠಾನಗೊಳಿಸಿದವು. ಲೆನಿನ್ ಹೇಳುವಂತೆ ಮಹಿಳೆಗೆ ಮನೆಗೆಲಸದ ಹೊರೆ ತಪ್ಪಿಸದೆ ಆಕೆ ಸಾಮಾಜಿಕ ಪ್ರಕ್ರಿಯೆಯಲ್ಲಿ ಭಾಗವಹಿಸುವುದು ಸಾಧ್ಯವಾಗದು. ಹಾಗಾಗಿ ಮಹಿಳೆಯ ವೈಯಕ್ತಿಕ ಜವಾಬ್ದಾರಿಯೆಂದು

ಬಂಡವಾಳಶಾಹಿ ವ್ಯವಸ್ಥೆ ಆಕೆಯ ಮೇಲೆ ಹೇರಿದ ಗೃಹಕೃತ್ಯ ಅಂದರೆ ಅಡಿಗೆ ಮಾಡುವುದು, ಶಿಶುಪಾಲನೆ, ಇವುಗಳಿಗೆ ಸಾಮುದಾಯಿಕ ಬದಲೀ ವ್ಯವಸ್ಥೆ ಕಲ್ಪಿಸಲಾಯ್ತು.

ಯಾವ ವ್ಯವಸ್ಥೆಯಲ್ಲಿ ಸರ್ವರಿಗೂ ಸಮಪಾಲು, ಸಮಬಾಳು ಇರುತ್ತದೆಯೋ ಅಲ್ಲಿ ಮಾತ್ರವೇ ಮಹಿಳೆಗೆ ಸಮಾನ ಸ್ಥಾನಮಾನ, ಅವಕಾಶಗಳು ದೊರೆಯಬಲ್ಲದು. ಸಮಾನತೆ ಎಂಬುದು ಮಹಿಳೆಗೆ ಹಕ್ಕಾಗಿ ದೊರೆಯಬೇಕೆ ವಿನಃ ಹಂಗಾಗಿ ಅಲ್ಲ. ಅದು ಆಕೆಗೆ ಸಮಾಜ ನೀಡುವ ರಿಯಾಯ್ತಿ ಅಲ್ಲ. ಸಮಾನಾವಕಾಶಗಳಿಂದ ಮಹಿಳೆ ಪರಿಪೂರ್ಣವಾಗಿ ವಿಕಾಸವಾದಾಗ ಸಮಾಜಕ್ಕೇ ಅದರ ಲಾಭ ದೊರೆಯುತ್ತದೆ. ಹಾಗಾಗಿ ಮಹಿಳೆಯ ಸಮಾನತೆಯ ತುಡಿತ ಮತ್ತು ಹೋರಾಟಗಳು ಪುರುಷರೊಂದಿಗಿನ ಸಮಾನತೆಯ ಪರವಾದದ್ದು. ಹೀಗೆ ಪುರುಷ ಮತ್ತು ಮಹಿಳೆಯರಿಬ್ಬರೂ ಜೊತೆಯಾಗಿ ಸಮನಾಗಿ ಹೋರಾಟಕ್ಕಿಳಿಯುವುದು ಮತ್ತು ಅದರಲ್ಲಿ ಯಶಸ್ವಿಯಾಗುವುದೇ ಅಂತರಾಷ್ಟ್ರೀಯ ಮಹಿಳಾ ದಿನದ ಸ್ಪಷ್ಟ ಸಂದೇಶ.

ಅಂತರಾಷ್ಟ್ರೀಯ ಮಹಿಳಾ ದಿನದ ಈ ನೂರು ವರ್ಷಗಳನ್ನು ಗಮನಿಸಿದಾಗ ಸಮಾನತೆಗಾಗಿ ಮಹಿಳೆಯರ ಈ ತುಡಿತ, ಅದಕ್ಕಾಗಿ ಅವರು ತೋರಿಸಿದ ಶೌರ್ಯ ಎಲ್ಲರೂ ಮೆಚ್ಚುವಂತಹದು. ಮಹಿಳಾ ಸಬಲೀಕರಣ ಮತ್ತು ಸಮಾನತೆಯತ್ತ ಇಡೀ ವಿಶ್ವದ ಗಮನ ಸೆಳೆಯುವಲ್ಲಿ ಅಂತರಾಷ್ಟ್ರೀಯ ಮಹಿಳಾದಿನ ಗಮನಾರ್ಹ ಪಾತ್ರ ವಹಿಸಿದೆ. ಅಲ್ಲಿಂದ ಇಲ್ಲಿಯ ವರೆಗಿನ 100 ವರ್ಷಗಳು ಕಾಲದಿಂದ ಕಾಲಕ್ಕೆ ಮಹಿಳೆ ತನ್ನ ಚಾರಿತ್ರಿಕ ಪಾತ್ರ ನಿರ್ವಹಿಸಿರುವುದನ್ನು ಶೃತ ಪಡಿಸುತ್ತವೆ. ಬಿಡುಗಡೆಯ ಮತ್ತು ಸಮಾನತೆಯ ಆಕೆಯ ಹಂಬಲ ಮಾನವ ಸಹಜವಾದುದು. ಪುರುಷರ ಹಂಬಲದಷ್ಟೆ ಪ್ರಬಲವಾದದ್ದೂ ಆಗಿದೆ. ಅದಕ್ಕೆ ಬೇಕಾದ ತ್ಯಾಗ, ಬಲಿದಾನ ಮತ್ತು ಪರಿಶ್ರಮಕ್ಕೆ ಆಕೆ ಸಿದ್ಧಳಿದ್ದಾಳೆ .ಎಂಬುದನ್ನು ಈ ನೂರು ವರುಷಗಳ ಇತಿಹಾಸ ಸಾರಿ ಹೇಳುತ್ತಿದೆ

ಜಗತ್ತಿನಾದ್ಯಂತ ಎದ್ದಿರುವ ಹೋರಾಟದ ಅಲೆ ಶೋಷಕರಿಗೆ ಮುನ್ನೆಚ್ಚರಿಕೆಯಾಗುತ್ತಿರುವಾಗ ಅದರ ಅಂಗವಾಗಿರುವ ಮಹಿಳೆಯರನ್ನೂ ಈ ಹೋರಾಟಗಳು ಗಮನಿಸದಿರುವುದು ಸಾಧ್ಯವೇ ಇಲ್ಲ. ಈ ಹೋರಾಟಗಳು ಇನ್ನಷ್ಟು ಗಟ್ಟಿಗೊಂಡು ಸಮಾನತೆಯ ನವ ಸಮಾಜ ನಿರ್ಮಾಣವಾಗಲಿ ಎಂದು ಆಶಿಸೋಣ. ಎಲ್ಲಿಯವರೆಗೆ ಮನುಕುಲಕ್ಕೆ ಅಂತಹ ಆಶಯವಿದೆಯೋ, ಎಲ್ಲಿಯವರೆಗೆ ಅದಕ್ಕೆ ಹೋರಾಟದ ಅಗತ್ಯವಿದೆಯೋ ಅಲ್ಲಿಯವರೆಗೂ ಮಹಿಳಾದಿನದ ನಿಜವಾದ ಸಂದೇಶ ಸ್ಫೂರ್ತಿದಾಯಕವಾಗಿ ಮುಂದುವರೆಯುತ್ತದೆ. ಒಂದು ಚಿರಂತನ ಮಾರ್ಗದರ್ಶಿಯಾಗುತ್ತದೆ. ಕವಿ ಫೈಜ್ ಅಹಮದ್ ಫೈಜ್ ಹೇಳುವಂತೆ ದಮನದ ವಿರುದ್ಧ ಮನುಕುಲದ ಹೋರಾಟ ಹೊಸತೇನಲ್ಲ. ಈ ದಬ್ಬಾಳಿಕೆ ಘರ್ಷಣೆಗಳೂ ಹೊಸದಲ್ಲ. ಅವರ ಸೋಲೂ ಹೊಸದಲ್ಲ; ನಮ್ಮ ಗೆಲುವು ಹೊಸದಲ್ಲ;

ಅಂತರ್ರಾಷ್ಟ್ರೀಯ ಮಹಿಳಾದಿನ-ಕೆಲವು ಪೋಸ್ಟರುಗಳು

ಮಹಿಳೆಯರಿಗೆ ಮತದಾನದ ಹಕ್ಕು- 1914 ರ ಒಂದು ಜರ್ಮನ್ ಮಹಿಳಾ ದಿನಾಚರಣೆ ಪೋಸ್ಟರ್

ಅಡುಗೆ ಮನೆಯ ಬಂಧನದಿಂದ ಬಿಡುಗಡೆ-1920ರ ದಶಕದ ಒಂದು ಸೋವಿಯೆತ್ ಪೋಸ್ಟರ್

ಮಹಿಳಾ ವಿಮುಕ್ತಿ ಒಂದು ಔದಾರ್ಯವಲ್ಲ, ಅದು ಕ್ರಾಂತಿಯ ಮೂಲಭೂತ ಅಗತ್ಯ- ಪ್ಯಾಲೆಸ್ತೀನೀ ಪೋಸ್ಟರ್, 1985

ಇಟಲಿ ಮತ್ತು ಆಸ್ಟ್ರೇಲಿಯ ಹೊರಡಿಸಿದ ವಿಶೇಷ ಅಂಚೆ ಚೀಟಿಗಳು

ಮಹಿಳೆಯರ ಉನ್ನತಿ ಎಲ್ಲರ ಉನ್ನತಿ

ಸಮಾನ ಹಕ್ಕುಗಳು-ಸಮಾನ ಅವಕಾಶಗಳು- ಸರ್ವರ ಪ್ರಗತಿ- 2010ರ ಒಂದು ಪೋಸ್ಟರ್

ಪ್ರಕಟಣೆಗಳು

ಚರಿತ್ರೆ

ಪುರಾಣ ಮತ್ತು ವಾಸ್ತವ
ಲೇಖಕರು: ಡಿ.ಡಿ.ಕೊಸಾಂಬಿ
ಅನುವಾದ: ಟಿ.ಎಸ್.ವೇಣುಗೋಪಾಲ ಮತ್ತು ಶೈಲಜಾ
ಪುಟಗಳು 158   ಬೆಲೆ ರೂ.125

ಕನ್ನಡದೊಳ್ ಭಾವಿಸಿದ ಜನಪದಂ
ಸಂಪಾದಕರು: ವಸು ಎಂ.ವಿ.
ಪುಟಗಳು 440   ಬೆಲೆ ರೂ.375

ಪ್ರಾಚೀನ ಭಾರತದ ಸಂಸ್ಕೃತಿ ಮತ್ತು ನಾಗರಿಕತೆ – ಚಾರಿತ್ರಿಕ ರೂಪುರೇಷೆ
ಲೇಖಕರು: ಡಿ.ಡಿ.ಕೊಸಾಂಬಿ
ಅನುವಾದ: ಟಿ.ಎಸ್.ವೇಣುಗೋಪಾಲ ಮತ್ತು ಶೈಲಜಾ
ಪುಟಗಳು 340   ಬೆಲೆ ರೂ.250

ಕಥೆ–ಕಾದಂಬರಿ–ಕವನ

ದಶರಥನ ವನವಾಸ
ಲೇಖಕರು: ಚಿತ್ರಾ ಮುದ್ಗಲ್,
ಅನುವಾದ: ಆರ್.ಪಿ. ಹೆಗಡೆ
ಪುಟಗಳು 202   ಬೆಲೆ: ರೂ.90

ಸೂಫಿ ಕಥಾಲೋಕ
ಕನ್ನಡಕ್ಕೆ: ಪ್ರೊ. ಬಿ. ಗಂಗಾಧರಮೂರ್ತಿ
ಪುಟಗಳು: 298   ಬೆಲೆ: ರೂ.140

ಬಿ ನೆಗೆಟಿವ್–ನೋವಿನೊಂದು ಮೂಟೆ
ಲೇಖಕರು : ರವಿಕುಮಾರ್ ಕೆ ಎಸ್
ಪುಟಗಳು : 96   ಬೆಲೆ: ರೂ.20

ಜ್ಯೋತಿಯೊಳಗಣ ಕಾಂತಿ
ಲೇಖಕರು : ನೀಲಾ ಕೆ
ಪುಟಗಳು: 144   ಬೆಲೆ: ರೂ. 75

ಒಡಲ ಬೆಂಕಿ
ಸಂಪಾದಕರು: ವಿಠ್ಠಲ ಭಂಡಾರಿ
ಪುಟಗಳು 40 ಬೆಲೆ ರೂ. 10

ಬಿರುಕು ಬಿಟ್ಟ ಗೋಡೆ
ಕೆ.ಎಸ್.ರವಿಕುಮಾರ್
ಪುಟಗಳು 60 ಬೆಲೆ ರೂ.25

ಆಯೀಷಾ
ಮೂಲ: ಆರ್. ನಟರಾಜನ್
ಅನು: ಎಸ್.ಬಿ.ಗಂಗಾಧರ
ಪುಟಗಳು 36, ಬೆಲೆ ರೂ.15

ವ್ಯಕ್ತಿ-ವಿಚಾರ

ಸಹಯಾನ
ಸಂಪಾದಕರು: ಎಂ. ಜಿ. ಹೆಗಡೆ
ಪುಟಗಳು 125 ಬೆಲೆ ರೂ.50

ಜ್ಯೋತಿ ಬಸು ಅಧಿಕೃತ ಜೀವನ ಚರಿತ್ರೆ
ಮೂಲ: ಸುರಭಿ ಬ್ಯಾನರ್ಜಿ,
ಅನು: ರಾಹು
ಪುಟಗಳು 432+24 ಬೆಲೆ ರೂ.250

ಹೀಗೆಂದರು ಭಗತ್‌ಸಿಂಗ್ ಮತ್ತು ಚೆ ಗೆವಾರ
ಸಂಗ್ರಹ ಅನುವಾದ: ದೀಪ್ತಿ ಬಿ.
ಪುಟಗಳು 48 ಬೆಲೆ ರೂ.20

ಆರೋಗ್ಯ

ಜನಾರೋಗ್ಯದ ಸವಾಲುಗಳು
ಲೇಖಕರು: ಡಾ. ಪ್ರಕಾಶ ಸಿ. ರಾವ್
ಪುಟಗಳು: 120 ಬೆಲೆ ರೂ.60

ನಿಮ್ಮ ಆರೋಗ್ಯ, ನಿಮ್ಮ ಕೈಯಲ್ಲಿ
ಲೇಖಕರು: ಡಾ. ಪ್ರಕಾಶ ಸಿ. ರಾವ್
ಪುಟಗಳು: 112 ಬೆಲೆ ರೂ. 60

ದೃಶ್ಯಕಲೆಗಳು

ಚಿತ್ರ-ಕತೆ : ಜಗತ್ತಿನ ಸಿನೆಮಾಗಳ ಅವಲೋಕನ,
ಲೇಖಕರು:ಎ.ಎನ್.ಪ್ರಸನ್ನ
ಪುಟಗಳು:244 ಬೆಲೆ: ರೂ .140

ವ್ಯಂಗ್ಯ(ವಿ)ಚಿತ್ರ ಸಂಕಲನ
ಪಿ.ಮಹಮ್ಮದ್
ಪುಟಗಳು:152 ಬೆಲೆ: ರೂ.140

ವಿಶ್ಲೇಷಣೆಗಳು

ಭಾರತದಲ್ಲಿ ಶಿಕ್ಷಣ ಸವಾಲು ಸಾಧ್ಯತೆ
ಲೇಖಕರು: ರೊಮಿಲಾ ಥಾಪರ್, ಇರ್ಫಾನ್ ಹಬೀಬ್, ಪ್ರಭಾತ್ ಪಟ್ನಾಯಕ್, ಸಿ.ಪಿ.ಚಂದ್ರ ಶೇಖರ್, ಕೆ.ಎಂ. ಶೀಮಾಲಿ, ಶಮೀಮ್ ಅಖ್ತರ್, ಅರ್ಜುನ್ ದೇವ್, ವಿಜೇಂದ್ರ ಶರ್ಮ, ಅನುಭೂತಿ ಮೌರ್ಯ;
ಅನುವಾದ: ಆರ್. ಪಿ. ಹೆಗಡೆ
ಪುಟಗಳು: 99 ಬೆಲೆ: ರೂ.60

ಪರಿಸರ ಸ್ನೇಹಿ ಕೃಷಿ ಕ್ಯೂಬಾ ಮಾದರಿ
ಲೇಖಕರು : ಜೈಕುಮಾರ್
ಪುಟಗಳು:60 ಬೆಲೆ: ರೂ.20

ನೆಲದ ಪಿಸುಮಾತು
ಲೇಖಕರು: ನೀಲಾ ಕೆ
ಪುಟಗಳು: 103 ಬೆಲೆ: ರೂ.60

ಬಿತ್ತಿದ್ದೀರಿ... ಅದಕ್ಕೆ ಅಳುತ್ತೀರಿ..
ಲೇಖಕರು: ಪಿ.ಸಾಯಿನಾಥ್
ಅನುವಾದ: ಟಿಎಲ್.ಕೃಷ್ಣೇಗೌಡ
ಪುಟಗಳು: 176 ಬೆಲೆ ರೂ.100

ಹಸಿವಿನ ಸಾಮ್ರಾಜ್ಯಕ್ಕೆ ಕೊನೆಯೆಂತು?
ಲೇಖಕರು: ವಸಂತರಾಜ ಎನ್.ಕೆ.
ಪುಟಗಳು 176 ಬೆಲೆ ರೂ.100

ಅಂಬೇಡ್ಕರೋತ್ತರ ದಲಿತ ಸಂಘರ್ಷ ದಾರಿ–ದಿಕ್ಕು
ಡಾ. ಆನಂದ ತೇಲ್ತುಂಬ್ಡೆ
ಅನು: ರಾಹು
ಪುಟಗಳು 176 ಬೆಲೆ ರೂ.100

ಹಿಂದುತ್ವ ಮತ್ತು ದಲಿತರು ಕೋಮುವಾದಿ
ರಾಜಕಾರಣ ಒಂದು ತಾತ್ವಿಕ ಪರಾಮರ್ಶೆ
ಸಂಪಾದಕರು: ಡಾ. ಆನಂದ ತೇಲ್‌ತುಂಬ್ಡೆ
ಅನುವಾದ ಸಂಯೋಜನೆ: ಪ್ರೊ. ಬಿ. ಗಂಗಾಧರಮೂರ್ತಿ
ಪುಟಗಳು 216 ಬೆಲೆ ರೂ.120

ಅಳುವ ಯೋಗಿಯ ನೋಡಿಲ್ಲಿ
ಲೇಖಕರು: ಪಿ.ಸಾಯಿನಾಥ್
ಅನು: ಟಿ.ಎಲ್. ಕೃಷ್ಣೇಗೌಡ
ಪುಟಗಳು 56   ಬೆಲೆ ರೂ.15

ನೀರ ಮೇಲಣ ಗುಳ್ಳೆ – ಜಾಗತಿಕ ಹಣಕಾಸು ಬಿಕ್ಕಟ್ಟು ಕುರಿತು
ಪ್ರೊ. ಪ್ರಭಾತ್ ಪಟ್ನಾಯಕ್
ಸಂಗ್ರಹ–ಅನುವಾದ: ವೇದರಾಜ ಎನ್. ಕೆ.
ಪುಟಗಳು 72   ಬೆಲೆ ರೂ. 50

ಮಲಪ್ರಭೆಯ ಮಡಿಲಿನಿಂದ ಸಿಡಿದೆದ್ದ ರೈತ
ಬಿ.ಎಸ್.ಸೊಪ್ಪಿನ
ಪುಟಗಳು 104   ಬೆಲೆ ರೂ. 70

ಪುಸ್ತಕ ಮಾಲಿಕೆಗಳು

ಭಾರತದ ಜನ ಇತಿಹಾಸ
ಪೂರ್ವೇತಿಹಾಸ
ಲೇಖಕರು:ಇರ್ಫಾನ್ ಹಬೀಬ್,
ಅನುವಾದ:ಬಿ ಪ್ರದೀಪ್ ಬಿ
ಪುಟಗಳು: 110   ಬೆಲೆ: ರೂ. 80.

ಸಿಂಧೂ ನಾಗರಿಕತೆ
ಲೇಖಕರು:ಇರ್ಫಾನ್ ಹಬೀಬ್,
ಅನುವಾದ: ಪ್ರದೀಪ್ ಬೆಳಗಲ್ ಮತ್ತು ಎಚ್.ಎಸ್.ಜೈಕುಮಾರ್
ಪುಟಗಳು: 180   ಬೆಲೆ: ರೂ. 120

ವೈದಿಕ ಯುಗ
ಲೇಖಕರು:ಇರ್ಫಾನ್ ಹಬೀಬ್,
ಅನುವಾದ:ಬಿ ಪ್ರದೀಪ್ ಬಿ ಮತ್ತು ಎಚ್.ಎಸ್.ಜೈಕುಮಾರ್
ಪುಟಗಳು:   ಬೆಲೆ: ರೂ.

ನಿಮಗೆ ತಿಳಿದಿರಲಿ

ಡಿ ಡಿ ಕೊಸಾಂಬಿ
ಸಂ: ವಸಂತರಾಜ ಎನ್. ಕೆ.
ಪುಟಗಳು 133   ಬೆಲೆ ರೂ.85

ಸ್ಯಾಂಪಲ್ ಓದು

ಕ್ಯೂಬಾ ಕ್ರಾಂತಿ ಮತ್ತು ಮನುಕುಲದ ಪ್ರಗತಿ– ಕ್ಯಾಸ್ಟ್ರೋ
ಮೂಲ: ಫೀಡೆಲ್ ಕ್ಯಾಸ್ಟ್ರೋ ಭಾಷಣ
ಅನುವಾದ: ರವಿಕುಮಾರ್ ಕೆ.ಎಸ್
ಪುಟಗಳು: 64 ಬೆಲೆ: ರೂ.20

ಕ್ಯೂಬಾದಲ್ಲಿ ಸಮಾಜವಾದ ಮತ್ತು ಮಾನವ – ಚೆ ಗವೆರಾ
ಮೂಲ: ಆರ್ನೆಸ್ಟೋ ಚೆ ಗುವೆರಾ
ಅನುವಾದ: ಎಸ್. ಕೆ. ಗೀತಾ
ಪುಟಗಳು 48 ಬೆಲೆ: ರೂ.15

ಮಹಿಳೆ

ಮನದ ಸೂತಕ ಹಿಂಗಿದೊಡೆ
ಲೇಖಕರು: ಡಾ. ಮೀನಾಕ್ಷಿ ಬಾಳಿ
ಪುಟಗಳು 102 ಬೆಲೆ ರೂ. 60

ಕತ್ತಲಂಚಿನ ಕಿಡಿಗಳು
ಲೇಖಕರು: ಡಾ. ಮೀನಾಕ್ಷಿ ಬಾಳಿ
ಪುಟಗಳು 72 ಬೆಲೆ ರೂ.40

ಅಂತರ್ರಾಷ್ಟ್ರೀಯ ಮಹಿಳಾ ದಿನ ಶತಮಾನೋತ್ಸವ ಮಾಲೆ

1. **ಮಹಿಳಾ ವಿಮೋಚನೆಯ ಹೋರಾಟಗಳ ನೂರು ವರ್ಷಗಳು**
ಲೇಖಕರು: ಎಸ್.ಕೆ.ಗೀತಾ
ಪುಟಗಳು ಬೆಲೆ ರೂ.60

2. **ನೀನುಂಟು ನಿನ್ನ ರೆಕ್ಕೆಯುಂಟು –**
ಈ ದಶಕದ ಮಹಿಳಾ ಸಂವೇದನೆಯ ಕವನಗಳು
ಸಂಪಾದಕರು : ಮಾಧವಿ ಭಂಡಾರಿ ಕೆರೆಕೋಣ
ಪುಟಗಳು 134 ಬೆಲೆ ರೂ.95

3. **ವಿಶ್ವ ಮಹಿಳಾ ದಿನದ ರೂವಾರಿ ಕ್ಲಾರಾ ಜೆಟ್ಕಿನ್**
ಲೇಖಕರು: ಡಾ. ಎನ್. ಗಾಯತ್ರಿ
ಪುಟಗಳು ಬೆಲೆ ರೂ.75

4. **ರೋಸಾ ಲಕ್ಸಂಬರ್ಗ್ ಒಂದು ಜೀವನ ಚಿತ್ರ**
ಲೇಖಕರು: ಭಾರತಿ ಗಾಂವ್‌ಕರ್
ಪುಟಗಳು ಬೆಲೆ ರೂ.50